NGÔN NGỮ
TẠP CHÍ VĂN HỌC NGHỆ THUẬT
SỐ 27 1/9/2023

NHÓM CHỦ TRƯƠNG:
Luân Hoán - Song Thao - Nguyễn Vy Khanh - Hồ Đình Nghiêm - Lê Hân

CỘNG TÁC TRONG SỐ NÀY:
Cao Nguyên, Cao Thanh Tâm, Châu Quang, Chu Nguyên Thảo, Chu Vương Miện, Dan Hoàng, Dung Thị Vân, Đặng Hiền, Đặng Kim Côn, Đặng Xuân Xuyến, Đoàn Phương, Đỗ Trường, Hoàng Xuân Sơn, Hồ Chí Bửu, Hồ Đình Nam, Hồ Đình Nghiêm, Huỳnh Liễu Ngạn, Huỳnh Ngọc Thương, Kiều Giang, Kiều Huệ, Lâm Băng Phương, Letamanh, Lê Chiều Giang, Lê Hân, Lê Hứa Huyền Trân, Lê Hữu Minh Toán, Lê Thanh Hùng, Lê Thị Ngọc Nữ, Luân Hoán, Lữ Quỳnh, Lương Thiếu Văn, MH Hoài Linh Phương, Ngàn Thương, Ngô Nguyên Dũng, Nguyên Cẩn, Nguyên Thu, Nguyễn An Bình, Nguyễn Châu, Nguyễn Đình Phượng Uyển, Nguyễn Đức Bá, Nguyễn Đức Nam, Nguyễn Hàn Chung, Nguyễn Lê Hồng Hưng, Nguyễn Minh Nữu, Nguyễn Nguyên Phượng, Nguyễn Thái Dương, Nguyễn Thanh Sơn, Nguyễn Văn Điều, Nguyễn Văn Gia, Nguyễn Vy Khanh, Nhật Quang, Nhật Uyển, Như Hoài, Phạm Cao Hoàng, Phương Tấn, Quan Dương, Song Thao, Tiểu Lục Thần Phong, Tiểu Nguyệt, Thái Tú Hạp, Thanh Thanh, Thanh Trắc Nguyễn Văn, Thiên Di SG, Thiên Hà, Thục Uyên, Thương Tử Tâm, Trang Châu, Trần C. Trí, Trần Doãn Nho, Trần Thanh Quang, Trần Thị Cổ Tích, Trần Thị Nguyệt Mai, Trần Thị Trúc Hạ, Triều Hoa Đại, Trúc Lan, Trần Trung Thuần, Trần Vấn Lệ, Trần Xuân Thụy, Trung Chính Hồ, Trương Xuân Mẫn, Vinh Hồ, Võ Công Liêm, Võ Kỳ Điền, Võ Phú, Võ Quê, Vũ Khắc Tĩnh, Vương Hoài Uyên.

BÌA: Uyên Nguyên Trần Triết

TRANH BÌA: Cẩm Tâm

DÀN TRANG: Lê Hân

PHỤ BẢN: tranh thơ Luân Hoán

ĐỌC BẢN THẢO: Trần Thị Nguyệt Mai

LIÊN LẠC:
Thư và bài vở mời gởi về:
- Luân Hoán: lebao_hoang@yahoo.com
- Song Thao: tatrungson@hotmail.com

TÒA SOẠN & TRỊ SỰ:
Lê Hân: (408) 722-5626 han.le3359@gmail.com

MỤC LỤC
NGÔN NGỮ 27

THƯ TÒA SOẠN

Kính thưa tất cả quí anh chị,

Chúng tôi thật vui gặp lại tất cả quí anh chị, mừng chúng ta đang an bình trong cuộc sống, cùng thích thú làm thơ, viết văn, đọc báo. Ngôn Ngữ số mới nhất đã đến với các bạn đúng kỳ. Lần thứ 27 này nằm trong mùa hè, không khí chung vẫn giàu thân tình ấm áp.

Nhà văn Hồ Đình Nghiêm, một cây bút khởi nghiệp từ một trại tỵ nạn trong những năm đầu của sự trốn chạy bi thương thứ hai của dân tộc chúng ta. Ông thành danh mau chóng và vững vàng tại hải ngoại. Chúng ta sẽ biết được chi tiết hơn về nhà văn này, qua các bài viết đi trong số báo 27 của những nhà biên khảo, nhà văn, thi sĩ: Trần Doãn Nho, Đỗ Trường, Nguyễn Vy Khanh, Hoàng Xuân Sơn, Song Thao, Quan Dương, Trang Châu, Võ Kỳ Điền, Ngô Nguyên Dũng, Phạm Cao Hoàng, Nguyễn Minh Nữu, Cao Thanh Tâm, Hồ Đình Nam, Võ Công Liêm, Trúc Lan, Trần Thị Nguyệt Mai… (1)

Sau số 27 này, vì tư liệu về một tác giả chưa có đủ, nên chúng tôi tạm thời ngưng phần giới thiệu này ở số tới, và hy vọng sẽ xen kẽ ở những số tiếp sau. Thật tình xin lỗi.

Phần thơ văn trong số 27 này của quí tác giả:

Cao Nguyên, Châu Quang, Chu Nguyên Thảo, Chu Vương Miện, Dan Hoàng, Dung Thị Vân, Đặng Hiền, Đặng Kim Côn, Đặng Xuân Xuyến, Đoàn Phương, Hồ Chí Bửu, Huỳnh Ngọc Thương, Kiều Giang, Kiều Huệ, Lâm Băng Phương, Letamanh, Lê Chiều Giang, Lê Hân, Lê Hứa Huyền Trân, Lê Hữu Minh Toán, Lê Thanh Hùng, Lê Thị Ngọc Nữ, Lữ Quỳnh, Lương Thiếu Văn, Ngàn Thương, Nguyên Thu, Nguyễn An Bình, Nguyễn Châu, Nguyễn Đức Bá, Nguyễn Đức Nam, Nguyễn Hàn Chung, Nguyễn Lê Hồng Hưng, Nguyễn Thái Dương, Nguyễn Thanh Sơn, Nguyễn Văn Điều, Nguyễn Văn Gia, Nhật Quang, Nhật Uyển, Như Hoài, Phương Tấn, Tiểu Lục Thần Phong, Tiểu Nguyệt, Thái Tú Hạp, Thanh Thanh, Thanh Trắc Nguyễn Văn, Thiên Di SG, Thiên Hà, Thục Uyên, Thương Tử Tâm, Trần C. Trí, Trần Thanh Quang, Trần Thị Cổ Tích, Trần Thị Trúc Hạ, Trần Trung Thuần, Trần Vấn Lệ, Trần Xuân Thụy, Trung Chính Hồ, Trương Xuân Mẫn, Vinh Hồ, Võ Phú, Võ Quê, Vũ Khắc Tĩnh, Vương Hoài Uyên.

Lâu lâu xin được phép ghi danh quí bạn viết cùng vui chơi trong một số báo, hy vọng lực lượng người viết đến với Ngôn Ngữ sẽ giàu thêm trong tương lai.

Thân chúc tất cả quí bạn đọc, bạn viết thật vừa lòng với cuộc sống riêng, trong cõi chung chúng ta.

Luân Hoán

7-2023

(1) nhớ đâu ghi đó không theo thứ tự nào.

PHẦN ĐẶC BIỆT VỀ
HỒ ĐÌNH NGHIÊM

HỒ ĐÌNH NGHIÊM

Nhà văn. Tên thật **Hồ Đình Nghiêm**, sinh ngày 20 tháng 10 năm 1957, tại Huế. Tốt nghiệp Cao Đẳng Mỹ Thuật Huế năm 1978. Vượt biển tới Hồng Kông 1981. Hiện cư ngụ tại thành phố Montréal Canada. Khởi viết sau 1975 trên các tạp chí Sóng, Làng Văn, Văn, Văn Học, Hợp Lưu, Thế Kỷ 21, Nắng Mới, Sóng Văn, Gió Văn, Việt, Trăm Con...

Tác phẩm đã xuất bản:

Nguyệt Thực (truyện ngắn, nxb Văn Nghệ 1988), Tờ Mộng Rách Rồi (truyện ngắn, nxb Tân Thư 1991), Vầng Trăng Nội Thành (truyện ngắn, nxb Văn Mới 1997), Mùi Hương Trên Đồi (truyện ngắn, nxb Văn Mới 2005), Kẻ Âm Lịch (truyện ngắn, nxb Lotus Media 2017), Ngoại Vực (truyện ngắn, nxb Lotus Media 2018).

Hồ Đình Nghiêm
par Đinh Cường (Virginia 1995)

Phác thảo chân dung Hồ Đình Nghiêm
đinh trường chinh • 2016

Hồ Đình Nghiêm trong trí nhớ
Đinh Cường (5/2012)

Chân dung Hồ Đình Nghiêm
by Đinh Cường (12/1993)

HỒ ĐÌNH NGHIÊM

MÔ PHẬT

1.

Lên năm thứ hai, lớp tôi có được một người mẫu mới. Một người con gái. Áng chừng hai mươi bốn hai mươi lăm, và như thế chị ấy lớn tuổi hơn bọn tôi. Chị còn trẻ, rất trẻ, nhưng nhìn chị, không là thầy bói, tôi vẫn biết người ấy có một cuộc sống chẳng mấy vui. Điều gì đó hiển hiện quanh người chị, bao phủ lên, tác động rõ trên gương mặt làm kẻ ngắm nhìn phải bật ra một nhận xét ban đầu: Buồn.

Tôi chưa là họa sĩ, tôi còn là sinh viên trường Mỹ thuật. Phải thêm ba năm nữa mới thi tốt nghiệp. Và từ giã ngôi trường cổ kính ấy, không chắc tất cả học viên đều trở thành họa sĩ. Khi ngó sâu vào đôi mắt chị, ngắm trọn vẹn khuôn mặt có hơi gầy kia, tôi biết sẽ khó mà lột tả, vẽ lên mặt giấy cái hư hao phiền muộn luôn ám trên dung nhan kia. Nhưng giờ hình họa của bọn tôi chỉ đặt nặng ở phần tổng thể. Chị sẽ ngồi trên bục, giữa căn phòng luôn đóng kín cửa. Tùy góc cạnh khi dựng giá vẽ, bạn sẽ tóm gọn cái nhân dáng kia, cân đối, hoàn chỉnh, đặt giữa khung giấy hình chữ nhật. Khi đo đạc, bạn sẽ dùng cái đầu người mẫu làm đơn vị chuẩn. Chị ấy không cao, khoảng một thước sáu hai, từ đỉnh đầu tới gót chân sẽ cho ra một kết quả: dài 6 đầu rưỡi nếu đứng thẳng.

Giống như một lề luật chẳng cần soạn thảo, người mẫu mới sẽ không khỏa thân toàn phần thời gian đầu. Chị ấy tần ngần cởi áo, rụt rè cởi quần, ái ngại ngồi xuống chiếc ghế đã được định vị đánh dấu bằng phấn trắng. Đồ lót chị dùng có vẻ như hàng nội địa, thô, dày, rẻ tiền; nói chung là xấu. Tựa như ta dùng kéo để cắt cụt cái quần đùi, xẻo bớt cái áo thun. Mặc nó chắc không có cảm giác thoải mái dễ chịu. Nhưng cởi nó ra, trước mười lăm cặp mắt luôn nheo luôn ngó luôn tọc mạch luôn muốn lột truồng sự vật, e sẽ mang cái cảm tưởng mình đang bị tra tấn. Yêu cầu đặt ra: Ngồi yên càng lâu càng tốt, tối thiểu thì mười lăm phút. Ngạc nhiên thay, chị ngồi không cục cựa gần cả nửa giờ. Ngồi chẳng vọng động, hơn cả thiền giả. Bởi vì ngồi im re và phơi bày ở dáng vẻ một sự cam chịu, nhẫn nại trong câm lặng.

Mùa đông ở Huế, không nói bạn cũng mường tượng ra được cái tái tê kỳ lạ của nó. Không gian luôn ẩm thấp, gió luôn xao động trên hàng lá cây mù u cây nhãn cây bàng cây phượng cây sầu đông mọc suốt chiều dài con đường bên ngoài cổng trường. Tất cả chúng đều loáng ướt, sụt sùi, run rẩy. Màu trời thì âm u, ẩm đục, ám tối. Nó xuống thấp để nuốt chửng hình dáng lá cờ treo rủ trên đỉnh cột. Tôi luôn để ý đến cái xô sắt dùng đựng than. Tôi sẽ quạt, thổi, để nó cháy lên những ngọn lửa nhỏ bé hầu giúp chị ấy chống đỡ cái lạnh chút nào hay chút đó. Cái "máy sưởi" kỳ quái ấy đặt cạnh chỗ chị và nó có vẻ yếu đuối luôn để cho heo may hàn khí trấn áp. Da chị tái xanh, vú chị có lẽ sẽ đang thu nhỏ lại với da nổi hột. Mắt chị đặt để vào khoảng không, đâu đó ở góc phòng. Thỉnh thoảng tia nhìn quét vội ngang tôi. Chẳng lâu, nhưng tôi cũng cảm nhận được nó ngầm nhắn gửi một lời cám ơn.

Một hôm, khi lên văn phòng để ký nhận tiền học bổng, tôi thấy chị cũng đứng đợi lãnh tiền. Người thư ký phụ trách gọi tên và đó là lần đầu tôi biết cô người mẫu luôn rụt rè kia mang tên Hoa. Không dọ hỏi, nhưng tôi hình dung được số tiền khiêm nhường mà chị sẽ nhận cho công việc làm người mẫu. Tôi lấy xe đạp rón rén bên chị và mạnh dạn đưa ra lời đề nghị:

- Chị đi mô, tôi sẽ chở. Về nhà hay ghé chợ?
- Đừng… Không đi chợ. Mà nhà thì ở chỗ xa lắm.

Trời thương, trời tạnh, trời không mưa. Nếu mưa tôi sẽ bỏ mặc chị. Trời chẳng nắng, nhưng khô ráo. Thứ thời tiết khiến người ta thèm ngồi cùng nhau bên cốc cà phê, nhất là người ta đang có rủng rỉnh chút tiền trong túi.

- Không chợ mà chẳng nhà, như rứa là chị rảnh. Cứ leo lên đi, tụi mình tìm quán cà phê. Chị Hoa tính sao?

Hoa không biết tính làm răng. Tôi nghĩ vậy. Dùng dằng nửa muốn nửa không. Tôi đoán thế.

- Một người đi bộ, một đứa đạp xe quờ quạng bên hông. Có phí cả một buổi chiều không?
- Uống cà phê để làm gì?

Từ nhỏ tới lớn, tôi chưa bao giờ đón nghe một câu hỏi kỳ cục như vậy. Ở lớp mẫu giáo, có thể nghe hỏi: Ăn cơm để làm gì? Dạ thưa cô, ăn cơm để sống.

- Không cứ là cà phê, uống thứ khác cũng được. Người ta vào quán vì khung cảnh ở đó có vẻ hợp cho những tâm sự.
- Nếu chẳng có tâm sự thì vào đó có phí không?
- Không phí. Tuyệt đối không.

Mái tóc làm che gương mặt. Một cái đầu luôn cúi gằm khi bước, làm như con đường nhiều chông gai, sợ chân giẫm phải. Và sau cùng cái đầu ấy gật nhẹ. Tôi để Hoa toàn quyền lựa chọn địa điểm. Hoa chẳng nặng, tôi chẳng nhọc khi thồ cái nhân dáng tôi vẽ cả mấy chục lần. Nhắm mắt, tôi có thể mường tượng ra vị trí những nốt ruồi ẩn hiện thầm kín trên da thịt Hoa. Tôi đã dời đổi giá vẽ ở đủ mọi góc cạnh. Tôi đã "ăn tươi nuốt sống" cơ thể Hoa từ trước ra sau. Tôi ngủ, vắng những mộng mơ. Thảng hoặc, chiêm bao rất đỗi ngắn ngủi sật sừ: Tôi ôm Hoa ghì môi hôn đứng trên ngọn đồi trọc, cỏ cây cằn cỗi và ở đường chân trời thì sắc sảo một nhát cọ đỏ bệt ngang, chảy máu.

2.

Tựa vết dầu đang chảy loang, người ta đồng loạt bỏ chạy, tôi cũng chạy. Người ta hốt hoảng, tôi cũng mặt cắt chẳng còn giọt máu. Người ta bồng bế nhau chất chồng lên xe đò, tôi vác mạng không bám đu như thằng lơ xe chính hiệu: Tới luôn bác tài! Người ta khản tiếng ơi ới gọi nhau xa bầy lẻ bạn, tôi ngậm câm lòng rất chặt những hoang mang. Người ta ngó lui, như ngó những cột mốc kỷ niệm đang gắn xuống Quốc lộ 1. Huế ơi, tạm biệt hay vĩnh biệt? Tôi cũng ngó lui, "tha hồ mây trắng bay"!

Vào Đà Nẵng tôi ở đậu nhà bà con, đường Hùng Vương, gần chợ Cồn. Tôi hay ra ngồi quán cóc ở lề đường ngó sự hỗn loạn luôn thay đổi bộ mặt quanh chỗ ngồi thường trực những tiếng động điếc con ráy. Tôi ngồi như một kẻ bị chứng bệnh mộng du. Trầm kha, nhợt nhạt. Tôi ngồi, tôi uống cà phê bít tất, uống nước trà nguội, uống câu giờ tựa kẻ dọn lòng chờ đợi một biến cố. Tôi ngồi, như bức phù điêu đang hồi ẩn hiện rêu xanh. Ba hồn chín vía lộn lui khi tai vọng dội tiếng ai vừa gọi tên tôi, mơ hồ. Đã ba ngày vất vưởng, giờ mới có người nhận diện. Giọng vỡ ra, ôi êm ả biết dường nào!

- Nghiêm, vô đây khi mô?

Tôi hoàn hồn và tôi chết điếng. Đứng rất sát, rất gần, rất kề cận bên tôi là Hoa. Hoa của một áo quần lụa là có phần tươm tất.

Hoa của một che đậy kín đáo giữa chốn ta bà. Gần quá, tôi rất muốn ôm Hoa, đưa tay ra là đụng phải, để hiểu, hoàn toàn nó không là ảo ảnh.

- Vô đã ba ngày. Đã ba ngày, cứ ngồi như ri đây!

- Nói nghe thảm. Uống thêm ly cà phê nữa hí? Hoa đãi.

Tôi đùa: Uống cà phê để làm gì? Hoa mắng: Con khỉ. Hoa ngồi xuống ghế đẩu, sát tôi. Lưng dựa vào tường một công sở đã di tản nhân viên, cửa đóng then cài chờ người đến cạy, hôi của. Tôi ngửi được mùi một hương hoa. Có thể Hoa vừa gội đầu xong, hoặc thứ mùi đó từ cơ thể, từ nách Hoa phát tiết ra. Tôi không biết. Tôi u mê ám chướng. Tôi vẫn luôn là đứa con trai lạc loài. Hoa vuốt tóc tôi, ngó tôi lâu, rồi bình phẩm: Hốc hác quá!

Hoa dắt tôi về chỗ Hoa ở, đâu đó gần cầu Vồng. Lối đi quanh co, con nít mình trần đứng đầy đường với bụi vàng đất cát. Nhà nhỏ, những phòng không gắn cửa, lay động ở đó là tấm vải buông rủ làm màn. Hoa vén màn, phòng kê chiếc giường, thêm cái tủ nhỏ, sít sao, vừa đủ diện tích. Muốn ngồi, chỉ có giường là nơi đặt đít. Giường trải chiếu, một chữ Phúc in lem nhem nằm chật chội trong vòng tròn. Chữ Phúc bốc mùi, không là mùi của ẩm mục thiếu nắng mốc meo. Một đứa bé chạy ào vào, hộc tốc. Môi khô, hơi thở gấp: "Chị Lệ, chị Lệ... có khách đợi". Hoa ngó tôi, Hoa dùng tay đẩy thằng nhỏ ra khỏi phòng: "Em nói lại với họ là bữa ni chị không đi. Chị bị cảm, nhức đầu chóng mặt, buồn nôn. Hiểu không? Mai mốt hẵng tính". Hoa trút bỏ áo quần. Tôi quen thuộc với cơ thể ấy, nhưng vùng kín đáo của Hoa là nơi chưa một thằng sinh viên mỹ thuật nào được ngắm nhìn, ngoại trừ tôi, hôm nay.

- Để Hoa chỉ cho xem cái ni.

Hoa kéo tấm màn. Phía sau, dán trên ô kính cửa sổ là tấm giấy cứng vẽ hình một thiếu nữ mặc đồ lót ngồi trên ghế. Bản vẽ vụng, chẳng mấy đẹp kia có viết tên tôi bên dưới. Đó là bài làm cách đây đã hai tháng và bài tập ấy mang điểm B. Tôi ngây mặt ra. Hoa kéo tôi đi từ ngờ vực này đến ngạc nhiên khác. Khi chạy trốn, tôi chỉ mang theo cái mong manh của một phận người. Đã di tản, sao Hoa còn nhọc lòng toan tính, ôm đồm mang theo đồ đoàn những thứ vô bổ?

- Không biết nữa. Hoa nói với người trưởng lớp, xin bức này để làm kỷ niệm. Mỗi tối, trước khi ngủ, Hoa đều ngắm nó khoảng năm phút. Hoa tự hỏi: Bao lâu nữa thì mình sẽ tàn tạ, chẳng còn được như trong tranh?

Hoa ôm cứng lấy tôi. Hoa bảo: Hãy yêu Hoa đi. Nắng buổi chiều chiếu rọi xuyên qua bản vẽ làm rách nát từng đường trên cơ thể Hoa. Tôi nằm dát người trên chiếu, nghe tiếng súng nổ và hiểu Đà Nẵng đang cơn hấp hối.

3.

Có thể, tôi chấm dứt chuyện kể ngang đây. Nhưng còn điều này tôi muốn thưa thêm: Cách đây hai tuần, người bạn cũ, một họa sĩ tự do đang sống ở Huế, có viết trong email: "... mày còn nhớ cô người mẫu 6 đầu rưỡi năm xưa không? Người đẹp đang là ni cô, mặc nâu sồng lam lũ, mùa lụt bão vừa rồi, em làm việc thiện phân phát thực phẩm giúp đỡ những kẻ bất hạnh..." Lúc đó, tôi đã ngồi nhắm mắt lại trước màn hình rất lâu. Tai tôi như nghe được giọng nói nhỏ nhẹ của Hoa hôm nào, một ngày của quá vãng: Tên hai đứa mình ghép lại sẽ tựa như tên một cuốn kinh: Hoa Nghiêm.

Phải, tôi nhắm mắt ngồi rất lâu. Lâu gần bằng một mộng mị khi thiếp ngủ. Tôi tắt computer. Tôi đi đốt thắp một cây hương. Tôi cúi đầu: Mô Phật!

Hồ Đình Nghiêm

HỒ ĐÌNH NGHIÊM

CHỜ IN CHIN, SẮC

Ông nội em tuy con nhà võ nhưng không biết món Cửu Chỉ Thần Công. Bà nội em cho hay: Sở dĩ đếm lui đếm tới trên hai bàn tay của ông chỉ có chín ngón là tại vì thời trai trẻ ông mắc phải lỗi lầm với đại ca, tự cắt rời ngón út gói vuông vắn trong khăn trắng để thế một lá thư ăn năn, xin tha thứ, xin xóa bỏ giùm những vụng dại nhỡ mang.

Họ ngồi trong một quán ăn. Họ tính đi lên chùa nhờ vị sư già thông hiểu thuật tử vi tướng số định giúp cho họ ngày lành tháng tốt để an tâm in thiệp cưới tựu thành cơn mộng uyên ương liền cánh. Chỉ ngốn mới một phần ba đoạn đường thì trời đổ mưa, thứ mưa dông tùy tiện rơi mà chẳng cần đưa biểu hiện nhằm thông báo trước. Mây đen vụt qua, thoáng chốc trên cao biết bao thùng nước đồng loạt giội xuống, thịnh nộ, hung hãn, vuốt mặt không kịp.

Họ tạt vào quán vắng trú mưa. Mái tôn thấp nghe vũ lượng rầm rộ trong khi giữa trũng ngực người con gái, sự ướt át phập phồng từ tốn bốc hơi, khô dần sứa vải ép sát thịt da. Khi đợi thức ăn mang ra, người con gái có kể qua một chút gia phả giòng họ mình cho tình nhân nghe. Dù gì thì cô được sinh đẻ và lớn lên ở Quy Nhơn, vùng đất mà người tình cô thắc mắc: Chả rõ con gái bây chừ có còn biết "cầm đao nhảy ngựa múa roi đi quyền"?

Lạ lắm nghe. Người con gái nối lại mạch chuyện ngắt rời. Đến khi ba em vào tuổi mười tám ông cũng chịu thương tật ở tay. Má em nói: Ba mày sợ cầm súng ra chiến trường nên ổng "tự xử" rồi ngụy tạo rằng do bất cẩn, chỉ là tai nạn nghề nghiệp. Ông giở hạ sách chơi đòn hy sinh để trốn lính.

Tình nhân đưa tay qua rờ rịt những ngón bút tháp của người yêu. Anh giả bộ làm con nít ngu ngơ học việc đếm số: Một hai ba bốn năm. Anh vuốt ve cho tới hồi giải xong bài toán cộng, chấm dứt bằng số mười. Điều mà anh hân hoan chẳng phải bởi sự toàn vẹn có ở đôi tay ngọc ngà kia, anh tự hào vì ngón số chín nuột nà của cô có tròng vào chiếc nhẫn vàng hai chỉ. Nó tựa thứ giấy chứng minh ngầm thông báo hoa đà có chủ, thằng nào ngó thấy hẳn phải e dè đôi phần bỏ thói ghẹo nguyệt giỡn hoa.

Nhẫn này của má em cho, cho thêm sợi dây chuyền và đôi bông tai nhằm chưng diện trong ngày trọng đại. Má em nói vàng Kim Thành lúc xưa tốt hơn vàng bi chừ. Hơn hai lượng "đánh" ra được ba món đủ bộ sậu. Nhà em đâu có tài sản gì ghê gớm vậy chứ cũng nằm trong diện tư sản bị uýnh tối tăm mặt mũi một dạo xất bất xang bang.

Họ ăn hủ tiếu Mỹ Tho uống cà phê sữa nóng chẳng rõ gốc gác. Cứ lần khân trong quán rỉ rả cho tới hồi mưa dứt hạt. Người con gái mở khăn mù-soa, không phải dùng nó lau miệng mà để lôi ra mấy tờ giấy bạc nhằm chi trả thức dằn bụng cho cả hai. Chiếc xe gắn máy Honda chính hãng và chính chủ dựng ngoài bậc thềm cũng do cô đứng tên, người tình giữ chìa khóa và anh ta chỉ có một việc là đóng tròn vai người lái xe ôm. Anh ấy luôn dẻo miệng "mấy sông cũng lội mấy đèo cũng qua". Tuy việc trèo đèo vượt suối nọ đâu có hóc hiểm giống thuở xa xưa. Phẻ re, nào cam go gì, nhưng nghe ảnh ví von, cái bụng cũng thấy thinh thích. Ôm thật sát sao rồi thích thú hô hoán: Tới luôn bác tài.

Cha cô từng "lời thật mất lòng": Tao chẳng hiểu nó có cái quái gì để mày đâm phải lòng. Mày tuy không chim sa cá lặn nhưng nào phải hạng đui què mẻ sứt cho cam. Gấp gáp làm chi, cứ thong thả ắt sẽ gặp chán khối thằng ngon cơm hơn nó! Cô dằn lòng, suýt vọt miệng: Ảnh biết làm thơ đó tía!

Má cô xem chừng trong héo ngoài tươi: Hồi đó má cũng dại khờ y vậy mới lấy ông chín ngón làm chồng, cuống quýt đẻ ra mày. Ai có ngờ đâu, mày chính là phó bản của má, như hai giọt nước. Giọt nước cuối làm tràn ly, đã lỡ trao thân cho nó, đã lỡ mang bầu chịu tiếng thì thôi đành lấy mẹ nó cho xong, tần ngần để bụng phình to đâm xốn con mắt chúng sanh ưa ngứa miệng tán hươu tán vượn này nọ. Mày lớn bộn bề chớ đâu còn ngây thơ gì nữa, mày dư sức qua cầu chuyện suy tính thiệt hơn. Mai này tụi bây có cạp đất thì chớ trách cha mắng mẹ. Ở ngoài đời lắm khi quân sư cũng bó tay thất nghiệp đâu biết cách bày binh bố trận. Quân sư như tao đây thiệt mất linh! Còn trông mong chi mà hưỡn đãi!

Việc gì tới rồi cũng phải tới. Không lâu sau bữa ra mắt quan viên hai họ được đăng ký tổ chức trong một cái sạp thuê giữa vuông đất trống có che chắn những tấm ny-lông xanh đỏ y như một gánh cải lương đang lưu diễn, nương nhờ cắm dùi, hai nhân vật chính liền xuống sáu câu lâm li tượng hình bằng một hài nhi chào đời tấp lự, ngôn ngữ đời thường kêu bằng "ăn cơm trước kẻng". Hài nhi có biệt tài cất tiếng khóc rất to, dài hơi, nấc cục, mặt tím tái, tay chân run rẩy quờ quạng cào cấu vào hư không. Ông nội bây bi bình phẩm: Thằng này lớn lên e đi hát karaoke cho mấy cái đám cưới thuê bao mà chẳng cần nắm micro, bi đát hơn anh ca sĩ nghiệp dư hôm nào lên bục diễn bài Tâm sự loài chim đa đa. Coi cái bản mặt kìa, lạ hoắc lạ huơ giống như người ngoài hành tinh!

Làm mẹ buộc phải bênh con, cô ôm giọt máu biết ngu ngoe động đậy vào lòng vạch áo lên nhét đầu vú cho miệng nó chút chít bú, mút, măm: Ba nói khó nghe quá, siêu sao bóng đá đẳng cấp như Ronaldo, CR 7 cũng được dân mình ví là người ngoài hành tinh vậy. Và Rô-nan-đồ thì đẹp trai phát khiếp!

Vậy chớ ông già nó đi đâu hổm rày tao hổng thấy? Dạ, ảnh kêu đi buôn nhằm đắp đổi thêm sở hụi có đồng ra đồng vào. Nội thôi nhìn vào mặt cháu: Tao ù tai khi dân tình tám chiện là hắn biết làm thơ? Vậy thì hắn có nghe ngoài Hà Nội từng bày trò thả thơ lên trời đậm đà bản sắc hai câu này chưa: "Đêm ôm vợ thấy lòng giật thót, thương con thuyền đầu bãi đứng bơ vơ". Để tao xem mày bơ vơ tới hồi nào mới chấm dứt. Con rể kiểu gì kỳ cục quá mạng! Mày rầy la nó một bận thử xem nó có biết giật thót không?

*

Người đàn ông ăn chưa hết tô thì ngoài quán Phở Quát có ba cậu thanh niên chống xe máy bước vô, mang theo tất cả vẻ bặm trợn. Chỉ ngó qua đã ngửi thấy tình hình coi mòi không êm, lạnh cẳng. Tuy thương hiệu là Phở Quát nhưng sự xuất hiện đường đột của ba đấng coi trời bằng vung nọ đã khiến không khí trong quán quánh lại, lặng ngắt, có thể nghe ra tiếng đập cánh của đám ruồi xanh đang bay chập chờn, vô ngại, hơi bị vô tư. Chốn này, ruồi chê rác, ruồi thích giỡn mặt người.

Phải thằng này không đại ca? Một đứa chỉ mặt ông thực khách ngồi mình ên. Tái nạm gầu, sợi phở lòng thòng, ngò gai húng quế vẫn nằm giữa hai hàm răng, chưa đay nghiến, nguyên trạng. Nhai gì được, chỉ mong nuốt trôi "sự cố" ngồm ngoàm. Một đứa khác nói: Thưa ngài, có phải ngài là nhà thơ mang bút hiệu A Còng không ạ? Người bị điểm danh thôi phồng má trợn mắt, bỏ đũa xuống, láo liên thăm dò đối tượng lẫn ngoại cảnh. Cảnh này xa quê cũ những năm tiếng đường chim bay, nắng không có vậy mà chạy trời cứ không khỏi. Nếu ta làm thơ nổi danh như cồn thì kẻ sính thơ đã không hỏi kiểu mất dạy tựa thế. Hết phở quát đến hỏi quát ư? Tình ý gì, chỉ toàn cả răn đe dọa dẫm!

Đứa được cả hai gọi là đại ca dáng vẻ rất mực bình thường, trông sáng sủa như sinh viên là đằng khác, chỉ bất thường ở chỗ da thịt đều xăm trổ đầy đặc chẳng chừa một phân ly, dị hợm, chả dám đặt mắt nhìn đểu. Mặt hắn nom hiền từ đến lạ, một sự hiền dễ gây ngộ nhận chết người. Hắn có nét phảng phất giống ai đó, tạm thời chưa rảnh trí để nhớ ra. Thủy chung từ khi bước vào nơi xa gió bụi, hắn vẫn đứng vòng tay. Và hắn lên tiếng khi xét thấy đã đến lúc: Tôi mà như ông thì việc đầu tiên là đem luộc chiếc xe kia trước, phi tang. Hắn nói thong thả với chất giọng đậm đặc của con dân Bình Định: Ngoại hình, kiểu dáng, màu sơn, bảng số xe ấy là riêng chị tôi đứng tên sở hữu lấy. Chị tôi ngất lên xỉu xuống khi nghe má kêu trời không thấu, bị cạy tủ lấy đi tám lạng vàng, năm trăm đô la, chín mươi chín triệu đồng, máy tính bảng và cái di động iPhone 7. Sao, phở ở đây có ngon miệng không? Cớ mần răng chẳng kêu thêm bia cho hào sảng việc phung phá?

Thực khách miệng láng lườm cả mỡ gióng được câu hỏi: Anh là ai? Từ khi quen với Thị Bình, từ lúc lập gia đình, từ hồi ở rể tôi nào có nghe ai kể là vợ tôi có cậu em trai...

Đại ca cười trong cổ: Ở đời thường người ta luôn tốt khoe xấu che, thằng Cẩu này lưu lạc giang hồ từ nhỏ, nhân thân xấu xa rất mực, hắn quen sinh hoạt đầu đường xó chợ hoặc vào đồn ra khám như cơm bữa nên mọi người, dù cật ruột chẳng ai dại dây tới hủi, nhắc đến thêm hổ thẹn những muốn đoạn lìa lánh xa.

Một tên đàn em lộ vẻ bất bình: Vậy chứ đến hồi gặp hoạn nạn, chẳng nhờ đến bọn hủi như chúng mình thì lấy đâu mà dò ra thằng cùi tâm địa xấu xa ấy. Xử nó lẹ đi anh Cẩu à. Cho nó biết giang hồ vẫn còn một thứ gọi là công đạo.

Điện thoại trong túi quần nhà thơ A Còng chợt réo kêu từng hồi. Đại ca Cẩu biểu: Hãy trả lời kẻo người ta đợi người ta chờ người ta mong... Diện mạo hắn trông hiền từ là thế mà sao khi nói, lời lẽ chừng mang nhiều uy lực. Trên ra chỉ thị, dưới e nên chấp hành nghe theo. A lô. Ừ, thì anh cũng định gọi cho em... Anh ngồi ở phở quát, nhưng em đừng lại, giải quyết việc này xong anh sẽ đến nhà nghỉ đón em...

Đại ca tính sao? Bọn mình hành động thường theo phương án đánh nhanh rút gọn. Để em xin nó chút huyết nhé? Có máu chảy ra cũng giống như một món ăn chơi trước khi nhập tiệc chính, nôm na là khai vị.

Cái rõ ràng không tốt do phở mang lại cho đứa xơi phải là mồ hôi mồ kê tự dưng tuôn ra hột nhỏ hột to, chảy thành dòng. Nhưng điểm nổi bật là khi ăn phở, dù chưa xong, nó giúp người húp đâm sáng dạ. Những đứa chán cơm thèm phở thường lươn lẹo giỏi đặt điều ngụy biện chối bay chối biến là một ví dụ. Không kịp xỉa răng A Còng liền uốn lưỡi: Nếu anh Cẩu đúng là em của chị Bình thì rõ là mình như người cùng một nhà. Tôi là người luôn phục thiện và ai trong chúng ta mà không từng mang phải lỗi lầm. Khi đã lâm vào trường hợp hết đối thoại thì khi ấy có thượng thủ tay hạ cẳng chân cũng chưa muộn, đang tâm nào mà nỡ lòng xin tí huyết?

Tốt, vào trả tiền cho chủ quán lẹ lên không thì bị quát đấy. Xong thì chúng ta về nhà nghỉ nơi có con bò lạc đang nóng lòng. Hiện kim tài sản của má tôi anh lỡ phung phí tới ngang đâu? Thằng Cẩu này sẵn lòng chừa cho anh một con đường nhắm tới chiêu hồi. Muốn thế buộc lòng tôi phải tiện đi một ngón tay của anh làm bằng cớ mang về trình má tôi. Ông nội cũng như tía tôi nào có ai lành lặn đâu, chớ vội ú tim thót ruột. Đồng hội cùng thuyền thì e dễ thông cảm cho nhau.

Khi thông cảm người ta thường xí xóa "chín bỏ làm mười". Anh Cẩu hết cách chơi rồi sao?

Cách mà Cẩu này muốn là nhằm đổi ngược lề thói cũ: Mười bỏ làm chín. Tại mười sinh sự, tại mười gieo rắc thương đau cho kẻ khác đấy thôi. Cẩu mà có máu lạnh thì sẽ ngôn: Mười bỏ làm tám. Nên mừng vui vì hoạn nạn ấy quá nhỏ nhoi. Nhà nghỉ ở đâu?

Dạ, nằm trên khúc đường 2 tháng 9 ạ!

Hồ Đình Nghiêm

HỒ ĐÌNH NGHIÊM

MƯA BAY NGÀY TẾT

O tròn như quả trứng gà. Không, o không tròn, o mỏng người ốm nhom. Ô thời đội mũ ơ thì thêm râu. O không có râu, dĩ nhiên. O không có mũ, o chỉ đội chiếc nón lá cũ chẳng đọc rõ bài thơ giấu che. O cắp cái bị lát lỏng lẻo, thứ hành trang nhẹ hẫng dù trước đó o run tay nhét vội vào hai bộ áo quần Mạ may cho.

O đi ba bước ra vuông sân ngập nắng, nghĩ sao o quay lui, lạc hồn như để quên bên hiên nhà một vật hệ trọng. O quỳ gối cho ngang tầm đứng nghệch mặt của thằng người gỗ. Chị đi hí, em ở nhà mạnh giỏi. Mắt o đỏ, lấy tay áo lau vội bên ngoài con ngươi sầu muộn. O có chiếc khăn tay thêu chỉ hồng một cánh én đang bay ở góc, nhưng nó lỡ thế cái bóp để cuốn chặt những tờ giấy bạc Việt Nam Cộng Hòa in hình Lê Văn Duyệt, Quang Trung. O nhét đồng tiền liền khúc ruột ở lưng quần, sợi dây thun luồn vào làm thắt lưng có hơi chặt chịa khiến da quanh bụng o phải chịu hằn dấu, y như có con rết nhiều chân ửng đỏ bám chặt, không rời. O ôm lấy thân tôi phỗng đá dại khờ. Ngực o rung động, chểnh mảng để lộ phần da thịt làm tôn tạo vẻ đẹp nơi sợi dây chuyền bằng vàng có luồn vào miếng ngọc Phật Bà Quan Âm mà Mạ tôi dùng làm món quà trao trước phút tiễn biệt. Em đừng buồn nghe. Miếng ngọc xanh lên nước, giọng o cũng úng nước khiến mắt tôi ướt át. Một khúc củi mục vướng mắc bên con nước chảy xiết, xuôi đổ về hạ lưu.

Mạ tôi từng nói: Hắn còn dại ngỗ lắm, tiếng là 16 rồi nhưng thậm thụt có biết chi mô, rứa chơ cũng bày đặt đi lấy chồng như thiên hạ. Ở ngoài làng tình hình loạn lạc bom đạn tơi bời, nói dại miệng điệu ni chẳng chừng hết còn ngó ra nhau. Làng quê o ở xa, o thủ thỉ bên tai tôi: Chị đi đò nửa ngày quá giang rồi lên bờ bắt xe đi tới chạng vạng mới đụng đầu lũy tre xanh. Tâm tình nhỏ xíu rứa mà Mạ tôi nghe được: Cái con ăn nói mới lạ, ưa nhảy lò cò bỏ băng, mi phải đội nắng đi qua một cánh đồng cát trắng nổ con ngươi, băng ngang một đồi sim, hết một bãi tha ma còi cọc mới đặt chân vô làng. Lũy tre xanh mọc ở chỗ mô? Được trớn, Mạ tôi vây khốn: Rứa mi đã thấy mặt hắn chưa? Vẫn nắm lấy đôi bàn tay tôi, o ấp úng: Dạ chưa, mặt ngang mặt dọc ra răng con chưa từng chộ qua. Nghe ba con nói anh là địa phương quân, củ mỉ cù mì thiệt thà như đếm, ít ăn ít nói sáng tối chỉ biết súng là vợ đạn là con. Mạ tôi phán: Cả gan! O thưa: Dạ nhờ trời.

O sẽ lấy chồng, o sắp bỏ tôi đi mất biệt. Tôi ghét những chữ như người ở đợ, đầy tớ, con sen, vú nuôi... Trước sau o vẫn là người chị thân thuộc sớm tối kề cận tôi, van lơn tôi ăn cơm lạy lục tôi đi tắm. O biết giấu những món ngon dưới đáy chén cơm để tôi òa vỡ tiếng cười hiếm muộn. O thức canh khuya để kể chuyện đời xưa, o sẵn sàng dẹp hết mọi công chuyện để lấy kim chỉ may vá áo quần tôi lỡ gây tai nạn toạc rách. Và o độ lượng chẳng la hét khi tôi bất chợt ngó ra cảnh o thay đổi xiêm y lụa là da thịt ngời sáng. Sao người o luôn biết thu cất một bí mật để biến nó thành một hấp lực khôn nguôi. Căn bản, đó là những khác biệt rạng rỡ mà con trai tuyệt không sở hữu được. Và tôi đang hụt hẫng ngó dáng o mờ xa. Tôi khóc mà o không nhìn nhận. Tôi buồn chạnh lòng mà chẳng ai hay.

Có dạo anh tôi, người đóng vai gia sư quyền huynh thế phụ đã khiển trách khi nhìn ra bài luận văn "đầy sai lạc" của tôi với bút mực đỏ mà cô giáo khó tính phê: Lạc đề. "Hãy tả một người em thương yêu và trình bày những cảm nhận của em về người đó". Có buồn cười không khi tôi đã sa đà đem hình bóng o ra để thêu dệt mộng mơ? Dạ thưa cô, dạ thưa anh, rứa em bị lạc đề ở chỗ mô? Một người từng kề cận mình, ăn cùng mâm ngủ cùng chiếu, bất kể người đó đóng vai vế gì, không khiến lòng dạ mình đâm quyến luyến sao? Thương yêu có năm bảy đường và đường nào cũng đáng trân trọng nếu người ta còn biết mang tâm tưởng để nói ra đôi lời ngợi ca chân tình.

Dần dà theo năm tháng lớn khôn tôi đã bội bạc quên bẵng o. Trí nhớ như một bến nước cứ mãi bị phù sa lấp đầy, biến dạng. Sự phủ lấp chẳng cưỡng lại được khiến mỗi hồi ức tựa công dã tràng khi muốn gợn đục khơi trong. Mù mờ một nhân ảnh, một bờ vai gầy, một đầu tóc rối, một đôi vú nhỏ, một tượng ngọc xanh biết nhảy múa, một giọng nói thiết tha, một vỗ về đêm hôm trái gió trở trời, một... cơn gió thoảng. Lau sậy ven sông xao động, xác xơ, ngớ ngẩn trông theo dòng nước đục trôi băng, nhấn chìm một khoảng trời xanh đầy an lành thuở niên thiếu.

Bạn học cùng tôi dạo ấy đa số đều chóng trưởng thành, chúng chai mặt lì lợm đi ve gái, chúng biết nhín tiền quà sáng để mua thuốc hút sành điệu thổi khói vòng tròn xuống mặt bàn thành hình tim vỡ, chúng ưa ngồi ở quán cà phê mặt đăm chiêu suốt buổi. Chúng hát theo bản nhạc phổ thơ Nguyễn Tất Nhiên vừa trỗi lên: "... thi hỏng tú tài ta đợi ngày đi...". Chúng lập ngôn một câu nghe chẳng mấy thuyết phục: Học tài thi phận. Và đứa nào cũng rất tin chuyện dị đoan, chúng nhất quyết ngó lơ quán bún bò mụ Rớt để đổ xuôi tìm tới quán mụ Đỏ chuyên trị bánh bèo bánh bột lọc bánh nậm. Chúng không ăn chè nhãn bọc hạt sen, chè bắp mà lựa toàn chè có dính tới chữ đậu. Đậu xanh đậu đỏ đậu ván đậu ngự. Mười thằng như chục sợ thi hỏng tú tài, sợ vào quân trường sợ xa kiếp sách đèn và sợ xa người yêu "đau lòng ta muốn khóc". Trong mười thằng, có thằng mết tôi nhất để rồi hắn không ngớt nhồi nhét vào đầu tôi một thứ lập luận rất đỗi phản động: Hai đứa mình phải để dành tiền để làm cuộc cách mạng bản thân. Mi biết không, đi chơi đĩ là một cách xả xui linh nghiệm nhất. Sắp tới ngày thi rồi, gạo bài hoài cũng phờ râu, đợi một đêm trăng thanh gió mát tau dắt mi chui vô động hoa, chuẩn bị tinh thần là vừa đó mi. Đôi ba bữa sau, cóp nhặt nguồn tin thất thiệt nào về, hắn to nhỏ: Mi phải mở con mắt ra dòm chừng, con gái mà chỗ chết người kia không có mọc tóc thì liệu kiếm cớ bai bải khước từ, dính vô là xui tận mạng đó nghe mi. Bao nhiêu kinh sách bài vở mãi tụng tự nhiên mất sạch sành sanh, đã thuộc nhừ như cháo bỗng trở chứng biến thành miếng cơm cháy cạy hoài không ra, thi hỏng là cái chắc, không lôi thôi trời ơi đất hỡi than thân trách phận gì ráo trọi. Hắn không cảnh báo an toàn bệnh tật chấn thương giang mai hoa liễu mà một hai cứ vẽ vời chuyện râu ria trắng da dài tóc.

Đêm nọ, trời chẳng trăng thanh gió mát, nực nội và đen tối là đằng khác, hắn tới trước cổng chõ mỏ vào hú lên tiếng ám hiệu nghe như mèo gào khẩn thiết. Cơm nước chi chưa, thời cơ đã tới, leo lên yên tau đèo đi. Hắn nói, tau vừa giải một phương trình toán học và kết quả cho ra, đúng ngày tháng này sẽ rất thuận lợi nếu muốn hoán chuyển dạng thức từ con trai ra đàn ông. Đừng lo, chắc chắn tụi mình sẽ thi đậu, cho dù chỉ vừa đủ điểm để đậu vớt. Tuy là xe đạp nhưng vận tốc có thể sánh ngang với xe gắn máy, điều này xác quyết chuyện hệ trọng: hắn phấn chấn đặt để niềm tin vào việc xả xui, sớm mong thoát xác. Hắn quên chuyện hệ trọng khác: dồn hết năng lượng vào cặp giò để đạp tóe khói, liệu kẻ đó có bủn rủn tay chân? Trong khi tìm tới động hoa, "sụm bà chè" là chữ tuyệt đố kỵ, chưa đánh đã vội nghe mỏi gối chồn chân e đành kíp cởi giáp quy hàng. Hắn thở hổn hển, giờ ni có hơi sớm, nhưng phàm làm việc vụng trộm chớ nên đợi giờ cao điểm. Đông đúc chộn rộn vốn không thích hợp cho bọn mình.

Xe chui vô động hoa, hắn run tay khóa chiếc xe đạp đang muốn trật cóc sút dây sên bên giàn hoa thiên lý. Khung cửa hắt ra sân đất một hình khối xanh lét ánh điện néon. Tuy được đèo chở chẳng nhọc sức nhưng tôi nghe rõ vía mình đang yếu, hoang mang lo ngại. Mùi hoa thiên lý nồng nàn quá chừng, sao xông hương mùi ma quái liêu trai? Rụt rè bước qua khỏi ngạch cửa thì đụng đầu một người đàn bà, chắc đúng là bà Tám chủ động như lời thằng bạn sớm thông tin. Đứa vẽ đường cho hươu chạy thì thầm trình bày lý do sự hiện diện và tôi hoàn toàn xuội lơ giao trứng cho ác. Đã trót leo lên lưng cọp thì việc duy nhất cần tuân thủ là ngồi im re chớ vọng động. Hãy nhủ thầm, qua khỏi cánh rừng hoang dại cọp sẽ vất ta xuống, chẳng đoái hoài xơi mạng con cáy đang niệm thầm tội lỗi tội lỗi.

Sau cùng thì nghe giọng bà Tám trầm bổng: Có hai em ni dáng người thanh cảnh tuổi đời chưa trải e hợp tạng với hai cậu nho sinh. Bước vô mà chẳng hùng hổ bặm trợn thì tui cũng biết lựa ra đối tượng nhu mì đặng vui vầy cho êm thắm canh khuya. Phàm việc đời bất luận nói tới việc mua sắm thì nên đặt tiêu chí tiền trao cháo múc để sau đó được thuận buồm xuôi gió. Học trò học bè tiền bạc không có mấy hột, tui quyết công bằng chẳng đành tâm chặt chém. Con Mộng con Tiên mô rồi, đi ra cho hai cậu coi mặt. Tấm màn vải được vén lên, giống như trên sân khấu từ cánh gà bất thần vụt hiện hai nhân vật chính chuẩn bị diễn tuồng. Thằng bạn dạn dĩ nắm tay lôi đi cô gái vóc vạc đẫy đà, kẻ còn lại mình hạc xương mai ít thịt thà đưa mắt ngó chăm tôi. Đôi mắt buồn, đôi mắt của kẻ luôn chịu thiệt thòi, đôi mắt của kẻ đầu hàng số phận. Đôi mắt biết nói thầm: Cha mẹ sanh em trời bắt xấu. Đôi mắt không biết nhắm trong phút giây, cô mãi nhìn tôi như thể kiếm xem trên dung mạo kia ẩn chứa chút gì quen thuộc. Cô cười với tôi, không cứ là môi, hai mắt cũng biết cười. Đã tới đây sao còn làm bộ làm tịch, vô trong này đi, có ai ăn thịt anh đâu mà phải điếng hồn. Coi cái mặt kìa. Lần đầu tiên hả? Không biết là Mộng hay Tiên? Tiên hay Mộng đã nắm tay dìu tôi vào một địa phận của trần gian tù mù, và chật hẹp. Chỉ có chiếc giường nhỏ nằm cô quạnh, duy mình nó bị vây khốn giữa bốn bức vách gỗ, ngạt thở.

Như một người luôn thực thi đúng với châm ngôn "thời giờ là vàng bạc", chẳng nói chẳng rằng cô trút bỏ toàn bộ áo quần chỉ trong một sát na. Sát na sau là Tiên là Mộng nằm xuống giường với một chân duỗi một chân co. Không cứ là môi là mắt, toàn thân trần của cô dường cũng biết cười vào sự lúng túng vây bọc lấy tôi. Thôi được rồi, để em giúp cho một tay, anh cởi áo em phụ cởi quần. Vạn sự khởi đầu nan, nếu đã ăn quen bén mùi thì vận sự lại đổi khác, chẳng chừng chính tay anh lột truồng em ra bất kể van lơn. Nói rứa nghe có lọt lỗ tai không? Người chi mà hiền lành, thương hết biết! Đêm hè nhưng tôi nghe lạnh, mát mẻ thì đúng hơn. Như mang vào người thứ võ công cái thế, thoắt cái, cô ảo thuật gia đã thổi biến y phục tôi bay đi. Cô dìu tôi nằm xuống. Thủy chung tôi vẫn là hiệp sĩ mù, nhớ lời thằng bạn từng ra thông cáo quan trọng: Hãy tập trung nhãn tuyến vào chỗ ấy, nếu nó không có tóc thì nghỉ chơi. Tôi mở lớn đồng tử, như quang khẩu có trên máy chụp hình, tự điều chỉnh khoảng cách trông sao cho rõ mười mươi vật thể được nhắm tới. Tôi thấy rõ nét vật chẳng muốn thấy: Sợi dây chuyền vàng có móc tượng Phật ngọc đong đưa toòng teng giữa trũng ngực. Quen thuộc quá. Lạ lùng quá. Đúng rồi, là của o. O, giờ này o ở đâu? Tôi nói: Tui hỏi chuyện ni chút? Người bán hoa đáp: Nếu anh ngại, em sẽ cho anh cái áo mưa. Tôi thưa: Tui muốn biết vì răng mà cô có được sợi dây chuyền ni? Cô gái áng chừng nhỏ thua tôi năm bảy tuổi nói giọng đàn chị: Cắc cớ, lộn xộn, nhiều chuyện, không lo nhúc nhích cho sướng thân mà đè chuyện tào lao ra hỏi. Nếu tui muốn mua thì cô tính răng? Tầm bậy, nó vô giá, không đủ tiền mua đâu. Vật gia bảo à? Ừ, của mạ tui cho, đã thỏa mãn chưa?

Tôi ngó sâu vào mặt đứa con o để mong thấy lại o ngày cũ. Tôi dùng tay vuốt lại những sợi tóc rối vướng che và với tất cả những động thái nhằm biểu lộ lòng thương yêu, tôi kể cho cô ấy nghe chuyện ngày cũ, về xuất xứ sợi dây chuyền, về nguyên cớ o bỏ căn nhà tôi ở để về làng lập thân. Mạ em chết như rứa là đã bốn năm rồi, nhà cửa sa sút lắm... Tôi ngó giọt nước mắt chẳng tượng hình nằm lấp ló bên khóe, chẳng cầm lòng tôi ôm siết lấy thân cô.

Năm đó, cả hai đứa chúng tôi đều thi đậu, dò thấy tên họ in trên tờ giấy niêm yết trước cổng trường có lắm đứa chen chân. Phải đi ăn mừng, hắn nói. Đã qua truông lọt thì thôi kiêng cữ, tà tà tấp vô quán mụ Rớt quất hai tô bún bò danh trấn giang hồ, nhớ bỏ ớt cho nhiều vào, cay thấu trời cho nước mắt trào đi bao dòng lệ cảm xúc. Tôi nói cho hắn nghe, chỉ với một hậu ý, những gì người ta thêu dệt đều xằng bậy cả: Nguyễn thị Tiên, chỗ ấy không mọc tóc. Sau khi nghe hết ngọn ngành, hắn đi tới kết luận: Do đâu mà mi thi đậu? Ấy là do bởi linh hồn O nớ đã về gần, phù hộ độ trì cho mi đó thôi. Ở cuộc đời khó hiểu này, mi nên tin tới một thứ gì siêu nhiên xa ngái chẳng thể giải thích được để an lòng khi gặp vấn nạn. Nhưng mà hiện tại, thi đậu rồi chừ mi tính đơm mộng ước ngày mai ra sao? Tôi nói, tôi chỉ có duy một cơn mộng rồ dại, là làm thế nào có thật nhiều tiền để làm thay đổi cuộc sống của Tiên, mang Tiên ra khỏi vòng vây của chiếu giường. Chỉ ngần ấy thôi. Nói tôi yêu Tiên thì nghe có điên không?

Thằng bạn nhìn tôi trân tráo, có phải là hắn đang đối mặt với kẻ sống ngoài hành tinh? Cận kề, thân thiết mà cũng quá đỗi xa ngái khó hiểu. Hắn hỏi: Ăn xong mi làm chi? Tôi nhai một trái ớt hiểm, rau ráu: Tau tới động mụ Tám, tau có trình bày lý do và được mụ ấy đồng ý cho phép Tiên dắt tau đi thăm mộ O. Chỉ nhổ cỏ chỉ thắp nhang chỉ khấn vái sơ sài vậy thôi, mai hậu mới tính chuyện cúng kiến hậu tạ tri ân tưởng nhớ. Ừ, nói cũng đúng, sẵn, thưa với mụ ấy: Học trò học bè tiền bạc mô có mấy hột mà sớm tối nướng thân vào động hoa. Cái chi cũng rứa cả, tập đều đặn thì luôn tốt cho sức khỏe: Cơm ba bát thuốc ba thang, ngày làm đêm nghỉ thầy lang khỏi mời.

Tôi vẫn nuôi mộng cuồng cho tới mùa xuân năm ấy, Tiên đổ bệnh, mời thầy lang nhưng ổng lắc đầu. Phút giây bàn giao cho tử thần, Tiên trao vào tay tôi sợi dây chuyền, Phật Bà Quan Âm xanh mét màu ngọc. Ngọc mát, chừng như đá quý biết rịn nước. Tiên muốn được tôi hôn cô lần cuối, được tôi vuốt mắt cô, được chính tay tôi lấy khăn đắp mặt. Tôi ngoan dại nghe lời, mừng thầm là Tiên ra đi nhẹ nhàng, thoát khỏi cái thế giới ám chướng trì nặng. Tôi cũng nhẹ người, thoát khỏi ám ảnh đội đá vá trời quyết giúp Tiên hoàn lương.

Tết run sụt sùi, mưa suốt trên thành phố xám đục. Hai hàng cây dẫn về nghĩa trang câm lặng gục đầu rơi rụng những cánh hoa tím, nhỏ li ti. Mưa rải đều hạt xuống ngày tháng chẳng còn vẹn toàn, ngày ngắn lại đêm dài hơn hoặc đêm ngày đồng lõa hóa thân thành mũi tên, cắm sâu từ O, xuyên thâu lút cán tới Tiên, đứa con gái bị đày ải xuống trần gian vắn số. Trời buồn, trời khóc? Tôi ướt nghe ngói, rùng mình.

Hồ Đình Nghiêm

HỒ ĐÌNH NGHIÊM

BA ĐOẠN KINH

Người hỏi Phật được gì khi ngồi thiền định?
Phật mỉm cười nào được chi chỉ có mất thôi
Mất giận hờn mất bực tức
Mất so đo mất tị hiềm
Mất đôi co mất vấn vương
Mất hoài nghi mất khổ lụy.

Em hỏi anh bày giấy bút thì được gì?
Anh gãi đầu e rằng chỉ có mất thôi
Mất thời gian mất sức lực
Mất giấc ngủ mất thực tế
Mất bản thân mất bạn bè

Em cau mày vậy là chưa thấu hiểu
Được vô số điều mà chẳng nghe ra
Được trắng mắt được tự ái
Được hờn mát được nóng nảy
Được lên voi được xuống ngựa
Được mộng mị được đu dây
Được cả những điều không tưởng.

Đời là bể khổ phải Phật nói không?
Đường chúng sinh đi dưới mưa dầm
Và giông bão chẳng ngừng xô giạt
Giấy bút này có là chiếc áo ngăn che

Ông Tú Xương từng hối tiếc khi mất ô:
"Lấy gì đi sớm về khuya với tình!"

Hãy cho anh sân si cuộc lữ cuối
Chữ nghĩa này tuyền xưng tụng yêu thương
Được rồi mất đừng quan hoài thua thiệt
Phật chỉ trăng bóng nguyệt cũng khôn cùng
Duyên hoặc hiểu nằm ngoài tầm đốn ngộ

Người xưa từng khắc thơ lên đá
Có hoài công nhầm trải hết cuộc chơi?
Tấm lòng này xin em đừng đoạt
Tình dại khờ hãy đội giúp vòng kim cô.

*

Tạt vào am tự giả đò
Luyện chữ đúc truyện thăm dò hoang mang
Trắng lòng trang vở chịu tang
Mưa run lay cửa cưa ngang giọt sầu
Bút tích đọng vũng vô cầu
Chạy ra dầm thủy nhạt màu họ tên
Dạ thưa kinh kệ chìm quên
Bần tăng đắc tội cho nên ở truồng.

*

u-23 ra sân tuyết ướt giày
hớn hở chạy quyết tâm cày
u-60 chân đất dính thẻ vàng
khóc ngoài biên ải cỏ úa màu
trọng tài xử ép thổi việt vị
trước vùng cấm địa đổ mồ hôi
chân sút lung lay nghe mỏi gối
dù cầu thủ lén ực viên thuốc xanh
trả bài ạch đụi không ghi được bàn thắng
cảm tình viên cuốn cờ hết cuồng điên
thôi để yên cho người ta ngủ cha nội
bóng đá kiểu gì mà ngoài khung thành những hai trái banh
cầu thủ kiểu ông chỉ được tài vẽ bản đồ
vi phạm luật vờn bóng bằng hai tay
rường cột quốc gia chỉ vin vào phi công trẻ
máy bay này ớn tận cổ đời 60

sức vóc đâu mà lăm le đòi chơi hiệp phụ
hổng nghe người ta ngôn
lao động là vinh quang sao?
tưởng hưởng bơ thừa sữa cặn là ngon hả
về thiên đường xhcn mà thực tế đi cha
có kim chi chánh hiệu park hang seo
chua nồng đưa cay giấc mơ thần thánh
ôi mẹ duỵt-nàm suýt nữa con thành rồng châu á
anh bạn môi hở răng lạnh nghe thế có buồn không!

Hồ Đình Nghiêm

TN

HỒ ĐÌNH NGHIÊM

BẮC NAM HAI NHÀ

Tôi ở phương bắc giá lạnh hai mùa, anh ở phía nam quanh năm nắng ấm. Một cục thịt giấu trong ngăn đá hoặc thi thể con người đút trong hộc lạnh thì bảo quản được dài lâu, không thối rữa; nhưng để "nó" trần như nhộng, ơ hờ chả ngó ngàng tới, giao mạng cho thiên nhiên hành xử thì sẽ chóng bốc mùi. Trật một li sai một dặm cho lối so sánh vụng về kia bởi chúng ta nào phải tử thi! Năng động với nắng nôi, với biển cả, so ra anh "tươi nhuận" hơn tôi vạn lần, đứa mãi co ro với khí hậu khắc nghiệt. Bốn mươi năm tôi xa vùng nhiệt đới, cũng chừng ấy năm tôi chưa thấy lại biển và ngó ra anh.

Cuộc hội ngộ nào cũng mang tới ít nhiều cảm động, sóng gào ngoài xa để vồ vập từng đợt vào bờ chào đón tôi không mỏi mệt. Anh thì không, tính khí trời sinh vốn vậy, ít biểu tỏ, ít để lộ ra ngoài cảm xúc, cô lại một sự dửng dưng. Tôi đã dự cảm ra "tình hình" đó nên không lấy thế làm điều. Cứ nghĩ hôm nay còn nhìn thấy nhau, chuyện mai này thì khác gì sóng xô cát lún rong rêu tấp đầy. "Vui là vui gượng đấy mà", tôi chẳng buồn nhớ câu sau in trong truyện Kiều.

Biển không ngừng rì rào như dẫn bắt trí nhớ tôi lục lạo về những hồi tưởng. Cao ủy đặc trách vấn đề những người tỵ nạn của Liên Hiệp Quốc cho hay, có gần triệu thuyền nhân, những linh hồn lạc lối phải chịu "định cư vĩnh viễn" dưới lòng thủy mộ hoặc thất tung trên các hoang đảo nào đó. Biển mang tôi tới phương bắc, Hương Cảng trong khi sóng bạc đầu xô anh tấp vào Mã Lai, hướng nam. Rồi tôi đổi đời trú thân ở Canada, phương bắc và anh lại thiên di về đậu Mỹ quốc, phương nam. Da dẻ anh rám nắng có thể ngay từ khi khoác áo chiến binh chứ không mới thay hình đổi dạng nhờ sóng nước vùng Tampa hiền hòa này. Các ông quan xưa khi về già thường vui thú điền viên, ở đây sáng tối anh mang tơi đội nón ra biển ngồi trì chí buông cần câu cá. Thú vui lành mạnh chưa kể công việc làm ngư ông ấy là niềm hãnh diện cần tỏ bày, tự mãn: Đời nào tao tốn tiền chợ, sẵn "cây nhà lá vườn" tội gì không săn bắt thụ hưởng! Anh giỏi chế biến thực đơn, với đôi ba con cá tươi rói, với dao thớt với củi lửa anh có thể nghĩ ra tới sáu bảy món khác biệt. Anh mời tôi đánh chén nhưng tôi chẳng mặn thứ "sơn hào hải vị" kia. Cơm hàng cháo chợ e tiện cho đứa đi bụi như tôi, chính hiệu Tây ba-lô đầu đường xó chợ. Liên tưởng ra thành phần "Tây ba-lô" bởi vì chốn tôi ở người ta sử dụng tiếng Pháp, Anh ngữ tôi gà mờ, chất lỏng lẻo trong ba lô bèo nhèo khi xâm mình sang đây. Ngán chi chuyện ú ớ, bốn phương vô sản đều là anh em! Lo bò trắng răng?

Do một phần biết thắt lưng buộc bụng, anh để dành được hơn trăm ngàn. Anh cho hay và tôi phải vận dụng chất xám để giải trình một bài toán đố. Tôi không tin đâu, tôi nhủ thầm. Bên xứ lạnh tôi làm công nhân đầu tắt mặt tối cũng chỉ tay làm hàm nhai. Chưa rơi vào cảnh "chạy ăn từng bữa toát mồ hôi, van nợ lắm khi tràn nước mắt" như cụ Tú Xương là đã sướng trong bụng rồi. Một trăm ngàn tiền "In God We Trust"? Nằm mộng cũng chẳng ngờ. Không dám đâu! Mạ tôi dùng chữ rất hay để bình phẩm tôi: Đồ mạt máu! Cảm rằng hay nhưng hiểu cho thông thì bù trất. Không hiểu rõ nhưng nói nào ngay, tôi mạt máu thật.

Anh nào là thầy bói, giỏi chấm số tử vi, biết xem mặt mà bắt hình dong; tuy vậy anh khẳng định là anh sẽ chết trước tôi. Chứ gì nữa? Đứa nào sinh trước một năm thì về gặp ôn mệ sớm một năm, cứ theo thứ tự như vậy mà xuôi tay. Tôi không nói gì, giá mà gần đây có một nghĩa trang tôi sẽ xúi anh cùng vào để nhìn mặt từng tấm bia. Bọn hưởng dương vắn số chết trẻ nằm hà rầm ra đó. Có đọc báo không? Nhiều sản phụ sinh con gặp ca khó, bác sĩ cùng y tá quyết định có sự đồng ý của ông chồng, vì muốn cứu sinh mệnh của người mẹ buộc lòng phải để hài nhi tắt thở. Anh mà làm bác sĩ trưởng khoa, với thứ quan niệm "lá rụng về cội" kiểu phản khoa học đó chắc anh sẽ hạ đao không khoan nhượng, giết phăng người đàn bà đi biển mồ côi? Hài nhi lớn lên ai nuôi? Thọ được bao lăm khi vắng tình và thiếu tiền?

Anh không rượu bia, chẳng thuốc lá, chỉ hơi bị ham mùi đàn bà. Anh có khiếu viết văn, hồi ký tự thuật chuyện đời đã lên tới con số 600 trang nhưng muốn dùng kính lúp để soi, có là tài thánh mới phát hiện ra chuyện "mèo biết giấu cứt". Theo thông tin chùng vụng của bạn bè anh đưa tin: Chừng một tá bóng hồng từng đi qua đời ổng. Chao ôi! Giá mà tôi được phân nửa chất hào hoa, sát gái của anh nhỉ? Chí ít thì con người anh cũng khiến tôi ba phần tâm phục bảy phần khẩu phục. Một gã đàn ông thân này ví xẻ làm đôi sống với hai vợ, chừng đó cũng khiến tôi nhất bộ nhất bái rồi. Gã có hao tâm tổn trí không? Gã làm sao đơn thân đương cự và dẹp yên cùng lúc hai mặt trận lúc nào cũng dầu sôi lửa bỏng? Ba đầu sáu tay chăng? Mưu thần chước quỷ chăng? Giỏi giương đông kích tây chăng?

Có lúc buồn miệng anh bộc lộ quan điểm: Miền Nam mất nào lạ gì, bởi đó là guồng máy của tham nhũng, vận hành từ trung ương xuống địa phương... Tôi ngồi nhấp nhổm trên ghế khi nghe thứ bán trời không văn tự kiểu đó, hoặc khi nói anh quên đưa tay rờ lui sau ót. Không phải anh từng là quan tham nhũng một thời đó sao? Tiền khi đó vào nhiều như quân Nguyên. Bạn đếm lá trên rừng được không? Tôi cũng lắc đầu giống bạn vậy. Tôi làm thinh, vác mặt ngó những cánh cò cùng đôi ba loài chim biển bay dật dờ bên bãi vắng. Vì nghĩ mình "ra đi" trước tôi nên anh có ý định xuất bản một cuốn hồi ký cho con cháu nó tường cảnh sinh hoạt thời đó đầy bom rơi đạn lạc mà cha ông từng cầm cự đối kháng. Vì nghe người ta đồn đãi rằng tôi từng in ra đôi ba cuốn sách nên anh tỏ vẻ tín nhiệm khi trao thứ niềm riêng, vật bất ly thân ấy cho tôi nhuận sắc trước khi trình làng. Mày tuyệt đối không được sửa, không được cắt bỏ, nhớ chưa? Chỉ thay đổi chấm phết sao cho văn cảnh được trơn tru thôi, ô-kê? Viết cho tao lời dẫn nhập sao cho lôi cuốn để dụ người đọc. Tao đưa trước cho mày 250, một nửa tiền thù lao, số còn lại tao sẽ thanh toán sau. Hãy luôn nhớ câu "huynh đệ chi binh", ngày xưa mày đứng nghiêm kính cẩn chào tao đến gãy tay, mấy khi mà được, bởi gặp mặt "phượng hoàng" đâu phải dễ. Tôi gật đầu, dạ đại bàng nói vậy thì em xin nghe. Hô xung phong phải xung phong, bảo cố thủ thì quyết không chạy làng. Bắn tới viên đạn cuối cùng rồi buông súng, an tâm đi cải tạo như lời chúng nói.

Nhận hai trăm rưỡi tiền ông thầy lè lưỡi đếm từng tờ, tôi mạnh bạo đi thử các quán ăn ở vùng này. Thật mấy khi. Đời có bao lăm mà hững hờ! Nên thụ hưởng số tiền vừa từ trên trời rớt xuống. Nằm thư giãn dưới gốc sung thế nào cũng có lúc sung rơi vào mồm khi đang hả miệng ngáp vặt. Quán phở hôm ấy đông thực khách, nhiều người ăn thì ắt ngầm thông báo là đầu bếp cao tay nghề. Vào quán vắng ngắt như chùa bà Đanh thì ngay cả nước trà mang ra cũng lạnh nhạt mất hương mùi. Ế ẩm thì thực phẩm phải tồn đọng, hai ba ngày cứ xào đi nấu lại chừng ấy thứ, ngán lắm. Tiệm vắng thì vui chân muốn ngồi ở đâu xin tùy hỉ, nhưng đông như này phải đứng ở cửa chờ nhân viên trong quán dẫn lối. Tôi được dắt vào trong góc, sát cái mũi tên đỏ chỉ vào nhà vệ sinh nữ. Cạnh bàn tôi có hai mẹ con đang nắm tấm thực đơn chúi mũi vào săm soi. Người mẹ kiên nhẫn trả lời những dọ hỏi mà cậu con trai cỡ sáu bảy tuổi luôn thắc mắc. Mẹ nghĩ là con nên thử cái số 4 ấy, bởi con thích ăn gà. Thế mẹ chọn số mấy? Số 3. Khi người phục vụ cầm giấy viết đến gần han hỏi, tôi nói gọn: Số 3. Tôi chẳng biết đó là thức gì, tôi chờ một bất ngờ và tôi tin người đàn bà ngồi sát tôi đã bỏ công cân nhắc, quyết định. Bà khởi sự lau muỗng đũa cho đứa con, ý tứ liếc xéo về đứa vừa cất cao giọng chọn món giống y như mình. Tôi rất dốt việc định tuổi đàn bà, nhưng biết chắc bà này chưa qua ngũ thập tri thiên mệnh. Vì sao ư? Vì nhan sắc bà còn tươi, lại nữa đứa con bà đâu đã lớn khôn. Mặt thằng nhỏ có thứ gì khiến mắt tôi phải đậu lại khá lâu, hơi soi mói, hơi sỗ sàng, hơi bị bất lịch sự. Trước khi biết cái số 3 là bát phở tái chín gân thì tôi đã phát hiện kịp: Thằng nhỏ ngồi gần có khuôn mặt giống anh quá, tựa một bản sao mà độ chính xác lên tới 90%. Không biết cách đưa ra một giải pháp khả dĩ làm ổn thỏa nỗi tò mò, tôi bèn mở túi ny-lông đựng xấp bản thảo của anh, cố ý gây tiếng động và giả bộ vụng về đánh rơi trang đầu xuống đất. Người đàn bà cúi xuống nhìn, tôi cũng cúi xuống, tờ giấy không che hết những ngón chân có bôi sơn hồng ở móng. Tờ giấy có ghi đủ đầy tên họ tác giả và cái tựa rõ to: "Bắc Nam Hai Nhà".

Bát phở chẳng ngon, tôi đồ vậy vì người đàn bà chỉ ăn phân nửa rồi gác đũa. Chừng như có thứ gì đã làm bà no ngang. Tôi biết bà muốn bắt chuyện với tôi nhưng mãi ngại ngần, sau cùng bà quyết định dắt con rời khỏi quán trong khi tôi làm như bị chữ nghĩa của anh ấy quyến rũ, xem say sưa. Không quá năm phút tôi cũng đứng dậy, tiến tới quầy trả tiền. Dự cảm tôi có là mình sẽ gặp lại hai mẹ con, đâu đó bên ngoài tiệm phở đầy bát nháo và tọc mạch của vô số thực khách vào ra.

Chiếc xe Nissan hai cửa sơn xám để máy nổ nhưng chưa rời chỗ đậu. Tôi bước lại gần cửa, phía người lái, nơi có cánh tay vừa đưa ra. Chào chị. Tôi nói trong lúc cố nhìn rõ khuôn mặt của thằng con trai. Ba tôi lỡ dại gây hậu hoạn để có một người con ngoài giá thú và lạ lùng thay "đứa em xấu số" ấy nó giống ba tôi hơn hẳn những thằng con ruột của ông. Mạ tôi lập luận, ông trời có mắt, rằng chạy trời không khỏi nắng, rằng đó là thứ "lạy bà tôi ở bụi này". Bụi nào mà che được với thứ hình dong quá sức lộ liễu kia? Anh là chi với ông ấy? Người mẹ khởi sự lên tiếng. Đó là chất giọng pha tạp vùng miền, không rõ Nam Trung Bắc. Cần gì gốc gác chánh quán, miễn người Việt là đã đủ, đủ cho hơn một lần phải chịu lưu lạc. Dạ, ngày trước tôi là đệ tử của ông ấy, là lính thuộc hạ, dưới trướng. Tôi ở chốn khác sang đây đi thăm các bạn cùng đơn vị cũ và xui khiến bắt được liên lạc với thẩm quyền. Chị có gì thắc mắc thêm? Do đâu anh có được xấp giấy coi bộ dày nặng kia? Ồ, thưa thật với chị là tôi có viết lách lăng nhăng nên ông ấy nhờ tôi ôm về chỉnh sửa lỗi chính tả và nhuận sắc đôi chỗ. Có nghĩa là ông ta dự định in thành sách? Vâng ạ. Anh đã đọc xong? Chưa ạ, gấp gì, ngày dài tháng rộng, bởi tác giả cho biết đợi Giáng sinh năm nay mới phát hành, nhằm kỷ niệm một mối tình vụt mất.

Người đàn bà nói: Mình không thể đứng ở parking của quán phở trò chuyện dông dài như thế này được. Anh chạy xe gì? Có rành đường không? Mình tìm tới Starbucks tôi mời cà phê. Tôi làm bộ ho hen: Sang đây tôi không thuê xe, bạn bè lo việc đưa đón cả. Thế à! Người mẹ quay sang nói nửa tiếng Mỹ nửa tiếng Việt với cậu con trai: You lui ngồi phía sau cho mom chở mít-tơ này đi nhờ tới quán cà phê, ok? Tôi ngồi vào ghế thằng nhỏ, con ai mà dễ ghét, nói biết nghe! Cách người đàn bà chạy xe ra, cách đổi đường, cách quay chữ U ngược hướng khiến tôi lé mắt, bọn Mỹ chưa chắc điệu nghệ có tay lái lụa cho bằng. Lái với tâm thức đời nhẹ như mây và cõi đời đó tuồng không có mặt bọn cảnh sát siêng ẩn nấp rình phạt. Nãy giờ sao chưa nghe anh hỏi tôi một câu nào cả? Trông anh chẳng lộ ngờ vực khi ngồi chung xe với hai mẹ con tôi? Tôi thắt dây an toàn. Thực ra thì tôi có rất nhiều câu hỏi dành cho chị nhưng vẫn ngại ngùng sợ chị phật lòng. Người mẹ trẻ, nhỏ tuổi thua cả tôi cười gằn. Ông ấy nghĩ tôi làm tiền khi nghe tôi bảo đang cấn thai. Có tin được không, khi mà người đàn ông thứ hai của tôi thương thằng Michael này hơn cả con ruột. Tôi không có ý bảo rằng "ông thầy" của anh là hạng tiểu nhân, chỉ nhằm tô son vào người đại trượng phu mà tôi đang sống với. Những ngày nhằm xoa dịu bớt nỗi đau, tôi ra biển vắng và bình tâm ghi lại đủ đầy những diễn tiến vụ việc, những thứ khiến tôi nhúng chàm. Tôi không giấu người chồng mới, anh ấy đã đọc hai trăm trang giấy vở học trò và tôi mang ơn lòng độ lượng khoan dung của anh ta.

Chúng tôi ghé vào Starbucks, tôi ngồi với thằng bé cho mẹ nó rảnh tay đi mua thức uống. Tôi ước tôi có được sự hồn nhiên giống nó khi chẳng nề hà trước mình mang họ này, nay mang họ khác. Kêu một thằng đàn ông xa lạ bằng dad với chất giọng thương yêu tin cậy. Tôi tự giới thiệu tên với Michael, tôi bảo tôi ở Canada thường hằng lạnh giá vừa đi giang hồ sang đây. Tôi nói mẹ của chú mày là một người đàn bà mà thằng tôi luôn nể nang, ưa được làm bạn, thứ tình bạn đúng nghĩa, chẳng vẩn đục. Vẻ mặt thằng con rơi của đại bàng chẳng lộ buồn vui. Theo sách vở nghiên cứu của các nhà khoa học, phải đợi tới 10 tuổi, chúng nó mới nghiệm được sự trống lạnh đáng sợ của cái chết. Mới ý thức rõ niềm đau cũng như hạnh phúc mà con người vật vã muốn chống chọi hoặc thụ hưởng. Nói quanh co gần xa một hồi, Michael mới cho hay mẹ nó tên Hồng. Nó phát âm không chuẩn nhưng tôi thừa trí khôn để hiểu ra. Like Pink? Yeah.

Hồng trở lại, ly kem cho cục cưng và cà phê đá cho thằng người xa lạ. Anh có muốn làm một cuộc thương lượng với tôi không? Hồng hỏi tôi. Tôi khuấy đường đến sủi bọt. Tôi chẳng biết văn tài của anh đến đâu nhưng khi lọt vào mắt xanh của ổng thì cũng nên tin cậy. Anh có thích đọc cuốn nhật ký của tôi không? Tôi chẳng tin tính trung thực của cuốn hồi ký mà tác giả là người nhiều thủ đoạn kia viết ra, nhưng cần khẳng định những gì tôi trải lòng hoàn toàn là cả một sự thật. Nghe một nguồn tin, quan trọng là ta nên nắm bắt càng nhiều thông tin càng tốt, để gạn lọc lấy cốt lõi hư thực. Tôi muốn anh dùng nó, có quyền chỉnh sửa để in vào cuối tập như một thứ phụ bản hiếm quý của loài uyên ương đã gãy cánh. Anh nghĩ sao? Tôi lắc đầu quầy quậy. Tôi nghĩ e không xong, tác giả sẽ điên loạn kiện tôi ra tòa vì vấp quá nhiều lỗi lầm sơ đẳng. Ông ta đã ủy thác cho tôi, thậm chí bắt tôi không được tùy tiện mang cảm tính vào để vẽ chuyện. Vị tình tôi đã nhận lời, cũng như đồng ý với hợp đồng là 500 đô la trả công.

OK. Hồng nhún vai. Từ đây tới Giáng sinh anh có bận rộn việc gì không? Có lên kế hoạch nào không? Cuốn vở học trò tôi để sau cốp xe, tôi trao cho anh để nếu có hứng thú, dựa vào những tình tiết ghi sẵn, anh có thể biến nó thành một cái truyện đầy toan tính, đầy hàm oan, đầy tráo trở, đầy nước mắt. Tôi sẽ ký ngân phiếu 2000 cho anh và mong nó chào đời ngay sau cuốn hồi ký của ổng xuất hiện. Mùa

Giáng sinh cũng gợi nhắc về một kỷ niệm đớn đau của tôi. Tôi từng làm con dã tràng hăm hở xe cát... Tôi đưa tay chống đỡ lấy đầu mình, tôi ngó vào khuôn mặt dễ nhìn của Hồng: Không phải tôi hám tiền nhưng tôi xin bằng lòng được góp tay vào để vực dậy một sự thật bị lãng quên đã 6, 7 năm. Tôi hứa sẽ trình bày câu chuyện mang đầy tính văn chương nghệ thuật nhất, nếu có thể. Và như thế, công tâm mà nói tôi sẽ viện lý do để từ chối, không buồn đọc hết bản thảo tập hồi ký kia, và trả lại số tiền ông ấy vừa ứng trước.

Tôi phải về, phút chia tay đã gần kề, Hồng ghi số điện thoại, địa chỉ email vào cuốn vở học trò dày nặng chất đống những hàng chữ mực xanh có đoạn hoen mờ vì nước mắt. Chưa gì tôi đã vẽ ra được một cái sườn và cả tin đó là một tiểu thuyết đáng đọc. Hồng mở ví, nhặt ra một tấm ảnh chụp hồi còn son trẻ. Thời hai kẻ mù quáng yêu nhau. Hồng phụ chú khi đưa cho tôi, để in vào bìa sau cuốn sách, Hồng nói. Bà ta ý tứ kín đáo nhét hai tấm ngân phiếu 1000 đô vào cuốn vở: Cho anh dễ đổi, chứ hai ngàn một lần lắm lúc lại lôi thôi.

Tôi bắt tay người mẹ, cám ơn về lòng tín nhiệm vô điều kiện. Bắt tay thằng con trai chắc không còn nhớ mặt bố đẻ là ai. Ông thầy của tôi mang nhiều lỗi lầm quá, từ độ làm quân nhân cho tới hồi gãy súng rã ngũ vẫn sân si tạo nghiệp chướng. Tôi gọi điện thoại cho người bạn, loan báo là tôi hiện đang ngồi trong quán cà phê góc đường 39 đụng 40. Cứ thong thả, tôi chưa tính ra là mình sẽ tấp về đâu. Tôi mở cuốn vở học trò, bắt đầu đọc những con chữ mềm mại đầy nữ tính. Chữ như run lên bởi người viết đang cố đè nén bao phẫn hận trong lòng. Tôi nhớ dáng Hồng vén tóc khi ngồi vào tay lái, nói vọng ra: Trao cho anh quyền được đặt tên một câu chuyện buồn. Tôi dong cao bàn tay vẫy, đứng nhìn chiếc Nissan nhỏ bé khuất dần trước một con đường mở rộng, quá đỗi thênh thang.

tháng 6 ở Tampa Bay.

Hồ Đình Nghiêm

TN

HỒ ĐÌNH NGHIÊM

XIN NÍU LẠI GIÙM

1.

Tôi bỏ học ngày thứ hai. Có thể luôn thứ ba tư năm. Tuần trước, tôi là kẻ gây nhiều tiếng động trong lớp vì những cơn ho khan. Một người bị ho, cơn bệnh ấy đôi khi dây dưa kéo dài đôi ba tuần lễ là lẽ thường. Và tôi nghĩ, dầu sao mình cũng có được lý do bệnh hoạn để trả lời khi trở lại lớp học. Nga luôn nói với tôi chẳng có sự gian dối nào đáng yêu cả và người ta sẽ phải đối mặt với hối hận, có khi đeo mãi suốt đời niềm dằn vặt khôn nguôi. Có thể Nga nói đúng, nhưng tùy thuộc vào mức độ dối gian mà người ta ngụy tạo, tôi bỏ học một hai hôm, điều đó đâu có nghĩa lý gì khi Nga sẽ phải đi xa; giả như biểu tôi trốn nhà trường đi theo Nga cả năm tháng dài thì tôi chẳng có lòng hối hận nào để đối mặt cả. Tôi không sợ ông hiệu trưởng, mấy vị giáo sư, cùng những kỷ luật buộc họ phải nghiêm khắc đối với kẻ tự tiện bỏ học. Mấy thứ ấy chẳng ngán bằng nỗi trống vắng mà sắp sửa Nga sẽ vất lại cho tôi ôm.

Huế đang co mình lại trong mưa. Mùa đông, Nga ơi, bây giờ cái thời tiết ấy nó giá lạnh biết bao! Nó đang cau có đi tới và Nga sẽ bỏ nó lại sau lưng. Chuyến xe lửa đầu tuần hôm nay mang Nga đi sâu vào phía trong, xa cách. Ở đó là nắng đầy, là phố phường chật cứng tiếng động, rậm rật như chẳng bao giờ mệt mỏi ngưng đọng. Ở đây, chỉ có cóc nhái ễnh ương kêu ca suốt trong đêm mưa rồi sau đó, tôi sẽ buồn thối ruột nát gan. Đêm qua, bọn chúng sớm tụ tập ngoài vườn tối hát hò sướt mướt, cái tiết tấu giàu nhạc điệu của chúng phát ra như dùng để đệm cho một đoạn phim thật nghèo nàn chiếu tới lui trong đầu tôi duy nhất một hình ảnh: Nga sửa soạn hành lý. Nga ra sân ga. Nga đứng ló mặt bên ô cửa kính đục màu thời gian và qua nhiều những sự di chuyển. Mặt gương đọng chảy nước mưa, lệ của trần mây xám cứ sụt sùi tuôn đổ vây quanh tôi, chôn tôi đứng giữa sân xi-măng có nhiều vũng nước đang lấm tấm rỗ mặt những nỗi buồn im tiếng. Cái khăn quàng cổ màu xanh của Nga mờ dần, hình như có bàn tay Nga vẫy, hoa mắt. Tiếng còi tàu nghe nhỏ lại và Nga xa khuất, mất hút.

Buổi sáng, tôi thức giấc vì tiếng đập cánh của con gà trống đi loanh quanh trốn mưa ở hàng hiên. Mặt trời không có nên nó chẳng buồn gân cổ lên gáy. Cái đồng hồ báo thức cũng chẳng làm tròn nhiệm vụ, nó đã già nua và hơn một lần nó đã bị từ chối dưới tay một con mẹ đứng bán ở chợ trời. Đêm qua tôi đã cho nó quá nhiều mạch sống, sững người vặn hoài hủy cái chìa khóa nhỏ đằng sau lưng và có lẽ điều này khiến những dây thiều dây tóc đã tê cứng chết tiệt. May mà tôi đã bừng con mắt, mở cửa sổ nhìn trời ngó đất bần thần thay đổi áo quần. Cặp bồ câu đứng trên chuồng cao ở ngoài sân đang âu yếm rù quến thứ ngôn ngữ ấm cúng cho nhau nghe. Chúng có vẻ luôn hạnh phúc, kể cả trường hợp vẫn thường xảy ra là cái thằng người nuôi chúng đãng trí quên mang lại thức ăn. Cũng dễ hiểu và chẳng có gì đáng phàn nàn, đúng không? Ai cho tôi sống với Nga, giam đói tôi một hai hôm thì tôi cũng vui vẻ đứng gật gù bên Nga chăm chỉ rỉa lông rỉa cánh.

Nga đi chuyến mười giờ. Tôi lười biếng không đánh răng rửa mặt. Tôi dành thời gian đó để bọc ny-lông món quà nhỏ và vội vàng nhảy thót lên yên chiếc xe đạp. Vấn đề vệ sinh? Nó chả là cái quái gì cả để buộc tôi phải chấp hành nghiêm chỉnh ngăn ngừa nạn sâu răng. Tôi là một trong số những đôi tình nhân buồn rầu nhất thế giới, rằng đó là kẻ yêu một người mà chẳng bao giờ biết môi hôn là gì cả. Là một nhắm mắt cụng đầu và đồng thời ở ngực đón nhận một bàn tay Nga lạnh nhạt đẩy xô ra. Sự từ khước làm tôi tự giải thích trong câm nín, chắc tình yêu chưa chín muồi? Chưa có muồi, nên tôi giận lẫy lơ là việc tốn kém thời giờ mỗi sáng tối. Nếu như công ty chuyên sản xuất bàn chải đánh răng hoặc kem Pepsodent, Colgate hùm bà lằng chi đó một hôm phải đóng cửa giải nghệ thì phải hiểu rằng ngoài thị trường bấy giờ lúc nhúc một bọn thất tình cô đơn. Trời ơi, cái bọn đau khổ mạt hạng kia đâu có rảnh mà súc miệng với rửa mặt chớ. Thiếu chi việc quan trọng hơn phải làm. Ngồi nhăn nhó ủ dột suốt ngày trong quán cà phê chẳng hạn... Tôi thấy thèm cà phê nên thẳng đứng xe ngay một quán cóc vỉa hè ẩm ướt. Cho tôi tách cà phê đen với ba điếu thuốc lẻ. Tôi gọi ông chủ đang lui cui sau một đống lu hũ ám tối. Ấm nước bắt trên lò và củi lửa làm sáng tỏ, chiếu đọng sắc màu trên những khuôn mặt còn ngái ngủ. Có ngay. Ông nói. Những cái răng cáu bẩn hiện ra. Độ tuổi ông thì đã mang hia bảy dặm bỏ lại tình yêu từ khuya. Suy ra: Những kẻ ham buôn bán, mê muội với đồng tiền e có thể làm đồng minh với bọn thất tình? Đôi môi nứt nẻ kia suốt cả cuộc đời nào biết gì về một môi hôn!

Tôi bọc tách cà phê bằng hai bàn tay lạnh những ngón. Tôi mượn khói bốc từ chất nước sóng sánh đen để hơ vào đôi mắt vừa thoát qua một đêm mộng mị. Nga có lần vui miệng quở mắt tôi buồn, hai hột nhãn màu nâu như hai hạt cà phê nướng cháy. Lời bình phẩm chẳng mấy thuyết phục. Buồn là hồi nào ngóng trông người mà hổng thấy, mắt đục câm đóng vảy hoặc tròng trắng toát tợ kẻ mù lòa. Mắt nâu là do bởi nhãn tuyến ấy còn thu cất hình dáng người tình đang kề cận. Nó thoáng gợn chút buồn là vì môi miệng chẳng được hôn, giản dị có thế thôi.

Có một thằng bạn đã trông thấy tôi. Tên tôi được xướng lên, như hai kẻ lạc nhau giữa sân ga chộn rộn, thảng thốt, mừng vui chẳng che giấu.

- Còn ngồi nhâm nhi. Không sợ trễ học hả mi?
- Không.
- Còn tiền không?
- Hết rồi.
- Tính cúp cua hả?

Hắn ngồi xuống bên tôi. Hơi lạnh từ người hắn mon men qua làm tôi tỉnh táo.

- Mấy giờ rồi?
- Tám. Hôm nay là ngày khởi đầu buổi học mới.
- Thì đã sao?
- Thì phấn khởi vì bắt đầu được vọc sơn dầu. Mày có sẵn khung bố chưa?
- Chưa. Tao quên...
- Quên?

Hắn cười với cái dấu hỏi vừa đặt ra. Hắn ôm vai tôi lắc mạnh như một cảnh tỉnh muộn màng, và tay kia với lấy một điếu thuốc đặt trên dĩa. Hắn uống chung tách cà phê của tôi làm khẩu phần "điểm tâm" của tôi vốn chẳng giàu có đâm hao hụt một cách đáng phàn nàn. Tôi tránh nhìn xuống mặt bàn, đưa mắt dõi trông phố xá tuồng vẫn muốn ngủ nán. Bên kia đường, trước một cánh cửa đóng kín, có người bán bún gánh ngồi chăm chỉ quạt than và khói của nồi nước quyện bay dưới mái hiên nhà rỏ nước từng hàng. Có chiếc xích lô đạp ngang và người đàn ông điều khiển xe đưa tay cầm cái vật bắt giữa háng kéo ngược lên. Ai nghĩ ra chiếc xích lô để thiết kế bắt một cái thắng xe vào chỗ cắc cớ ấy? Thằng bạn tôi đang ngồi đây đã có lần nham nhở đùa trong lớp: Hôm nay tao cầm lộn cây cọ những hai lần. Giọng cười sống sượng trong khi cô người mẫu ngồi trên bục gỗ nhẹ nhàng khép lại đôi chân. Nga từng hỏi tôi, một câu hỏi rất... đàn bà: Đứng trước người mẫu khỏa thân toàn phần cảm giác của tôi như thế nào? Tôi trả lời, cũng rất đàn ông: Mê đắm và nóng mặt, nhưng chẳng được lâu dài cho lắm. Nếu đó là người mình thương thì vấn đề sẽ khác. Khi ấy tôi định hôn Nga và cô đã đẩy tôi ra. Câu chuyện giữa chúng tôi thường bế tắc một cách bâng quơ như vậy. Nó không đi hết đường, ngã ngũ thỏa đáng cho bất kỳ một nghi vấn nào cả. Thật vu vơ và thật con nít. Nga có vẻ ghen tức với việc học của tôi là quen nhìn những vùng da thịt kín đáo của kẻ khác phái luôn phô bày...

- Mi đem cái bao ny-lông chi đó?

Tôi giật mình giằng lại món quà tặng Nga khỏi tay kẻ tò mò.

- Mấy giờ rồi?
- Đã trễ, nếu còn quan tâm tới chuyện học.
- Sao mi còn ngồi đây?
- Tao sẽ vào trường xin nghỉ để đi điều chỉnh lại giấy tờ.
- Chuyện chi?
- Thẻ hoãn dịch của tao họ ghi lộn. Thay vì hoãn dịch vì lý do gia cảnh họ lại đánh máy là lý do học vấn. Một mẹ già, một con côi mà mi!
- Ừ. Quan trọng thế thì chạy u đi cho rồi.
- Công chức họ làm việc khác với giờ học sinh đến trường. Còn sớm nhăn.
- Có vào trường đừng nói gặp tao ở đây.
- Im lặng là vàng?
- Ừ, là vàng... Mà nếu chuyện trò ồn ào là kim cương thì mày bảo gặp tao ở cổng bệnh viện.
- Yên tâm đi. Mi có vẻ là người đang mang bệnh thật đó.

Tôi hít một hơi thuốc thật đầy. Tôi nghĩ là cổ họng sẽ phản ứng bằng một chuỗi ho hen. Thật lạ lùng như phương ngôn của mấy ngài thầy thuốc cổ điển: Dĩ độc trị độc. Tôi đã thông đàm, buồng phổi ngon lành chẳng có gì vướng mắc ngứa ngáy. Người bạn gọi một bình trà, tự tiện múc muỗng đường khuấy trong ly. Những xác trà quay như vụ đảng sau lớp thủy tinh chợt vẹt. Nga đã từng là cái muỗng và tôi là xác trà chóng mặt lao đao. Tôi nói, tình yêu của tôi không thể cầm chân Nga ở lại đến sang năm? Nga cúi đầu làm thinh, chỉ hành động bằng cách cho tôi xem lá thư của người chị ở tận Sài Gòn gửi ra: "... tùy em quyết định, nhưng chị tin là vì việc học của em, em sẽ có một ý nghĩ sáng suốt. Ngoài Huế thật có lắm tai ương biến động, vì lẽ đó mà ba mạ viết thư gửi gắm..." Tôi muốn ôm lấy Nga. Căn nhà lúc ấy chìm trong quạnh quẽ. Mạ Nga đi chợ chưa về. Ba Nga đi gặp những người quen để lo giấy tờ thuyên chuyển trường ốc cho Nga. Cái đồng hồ quả lắc đi lui tới với bước chân tuần hành đều đặn, lặng lẽ êm thắm hơn nhịp tim rộn ràng trong người tôi. Tôi sẽ đi theo Nga cho có bạn đường. Nga giãy nảy lên với lời đề nghị đó. Đừng, việc học quan trọng hơn. Bỏ học thì phải đi lính. Và vào trong kia, có quen biết ai đâu mà mạo hiểm? Tôi yêu chữ mạo hiểm Nga dùng chi lạ. Tôi rụt rè ôm giữ bàn tay ấm áp của Nga. Tôi sẽ tới mấy rạp chiếu bóng, mấy gánh hát cải lương xin làm nghề vẽ poster, trang trí phông màn bích chương biểu ngữ cờ quạt các thứ. Hoặc giả tôi sẽ làm thợ vẽ, phóng đại ảnh chụp của những kẻ vắn số cho thân bằng quyến thuộc mang về dựng trang trọng trên bàn thờ mà khói hương thờ phượng. Tôi sẽ kham được những khó khăn, nếu khó khăn ấy là chông gai muốn đo lường tấm lòng tôi mãi mong gần kề bên Nga. Nga rụt tay về và nói một câu đáng ghét: "Đừng có điên!". Tôi ủ rũ cúi mặt nhìn con ốc sên bò chậm chạp ở bậc tam cấp đọng nhiều rêu xanh. Phim ảnh, tiểu thuyết ngoại quốc, tình yêu lãng mạn... Tôi thật không hiểu, đâm hoài nghi về những gì đã đọc, đã xem. Con ốc sên khi bò đã để lại đằng sau nó một đường ướt run rẩy. Việc Nga đi học phương xa, tôi linh cảm như đó là một hòn sỏi ném xuống giếng sâu, mặt nước loang sóng đồng tâm rồi chẳng lâu, nó khép đóng lại nỗi an nhiên phẳng lặng. Khi ta ngẩn ngơ cúi nhìn, chỉ bắt gặp bóng mình chao đảo lung linh trên tấm gương soi diệu vợi. Và hết. Viên sỏi ngủ yên dưới bùn lầy giếng nước. Cái gầu hoen rỉ như vết tích thời gian, những xác lá mục rữa tựa chứng nghiệm về sự lãng quên, rằng nỗi hằng cửu của tình yêu chỉ là một cợt nhả chẳng hề có trong đời sống. Nga biểu tôi về, trời khi ấy chẳng có dấu hiệu một cơn mưa sẽ thịnh nộ trút xuống. Để làm sáng tỏ câu trước, Nga thêm thắt: Giờ này ba sắp đến nhà. Tôi đứng lên, nhẹ hẫng như mặt đất chẳng còn trọng lực sức hút. Tóc tôi để dài, đôi khi nhờ tấm thẻ Sinh viên trường Cao đẳng Mỹ thuật cứu nguy khi ngang qua những trạm kiểm soát của cảnh sát làm nút chặn đột ngột trong thứ chiến dịch họ gọi là làm đẹp thành phố (?). Nhưng tôi biết nó muôn đời vô giá trị dưới tia nhìn nghiêm khắc của ba Nga. Ở thời điểm tôi sinh sống, giá trị nhân phẩm của con người được nhìn nhận qua vỏ bọc bên ngoài và những người "thầy bói" sắc sảo kiểu đó thì nhiều vô số kể, nhiều tới độ ngột ngạt. Họ luôn cổ vũ cho cái luận cứ bắt hình dong để nghiệm ra lòng dạ. Ba Nga có thể nghĩ tôi là thằng con trai có cõi lòng bê bối rối rắm luộm thuộm dơ dáy như tướng tá hình hài đói cơm hắn mãi khoác vào người. Tôi bước xuống thềm. Con ốc sên đã lặng lẽ rời đi mất biệt. Đôi giày bata bằng vải thô của tôi để lại trên nền đất ẩm những bước chân không đều khoảng cách. Nga nói đuổi theo: Nếu ưa thì tụi mình sẽ gặp mặt lần cuối ở sân ga. Nga đi chuyến mười giờ. Sáng thứ hai.

2.

Tôi bỏ làm ngày thứ hai. Thứ sáu tuần trước, tôi man khai với Mike: Cho tôi nghỉ việc đầu tuần nghe. Tôi phải đi tuyên thệ nhập tịch làm thằng điên. Ca-na-điên. Mike, đại diện chủ, quyền hành rất mực đang đứng rửa tay nơi cái lavabo dơ bẩn mực in cười cười không nói. Dòng nước nóng từ vòi mở lớn tuôn chảy xè xè. Tôi nhìn trong gương để thấy mặt mình như có đeo mặt nạ, trân tráo ngó Mike. Sau cùng hắn rảy đôi bàn tay hộ pháp, ô-kê không thành vấn đề. Mấy năm rồi? Sao chóng thành dân điên thế? Tôi còng lưng xuống rửa tay, những ngón lấm lem một công việc chẳng bao giờ ưng ý. Cũng là màu sơn, nhưng không nặn ra trên palette mà đổ đầy trong chậu để cho mấy cái rouleaux nó quay rần rần và rồi thì nhả ra từng chồng giấy quảng cáo. Những Hamada, những Multilith offset 3, 4 màu. Chỗ này gà bán sale 99 xu một cân. Chỗ nọ vente 1.49 cả tá quần lót đàn bà. Cực rẻ, không nhanh chân, không giỏi tay e bù trất giá hiếm có. Mike bỏ quên cái đồng hồ nên lật đật trở lui. Tao quên chúc mừng mày được vào quốc tịch. Cuối tuần tốt đẹp nhé.

Cuối tuần, quả có tốt đẹp thật. Đường dây điện thoại viễn liên từ chốn xa gọi về nhắc nhở và xin cố gắng giữ tròn lời tới phút cuối. Tôi nhủ thầm, ừ, bằng mọi giá, ba vạn cũng bỏ. Hỏi: Đi bằng gì? Tới mấy giờ để sắp xếp việc đón tiếp. Tôi vui và bàng hoàng như phút giây đó chẳng nằm giữa thực tại. Có vẻ mơ hồ, xa vắng. Không gian là Việt Nam. Thời gian là những tháng ngày cũ của một người từ Sài Gòn gọi về ù ù tai nghe một xúc cảm đằm thắm. Nga. Cuối cùng là Nga. Giọng nói ấy chẳng hề suy suyển hao mòn một phân ly. Tôi thử nhìn ra bầu trời chớm thu bên ngoài xem có cơn mưa nào bất chợt đổ? Không. Huế của tôi đã chết. Đã chìm rồi những cơn mưa bay nghiêng. Sự trầm mặc nơi chân dung nó mang đã như người đóng tuồng mệt mỏi lui về hậu trường cởi bỏ son phấn, đoạn tuyệt đèn màu và kịch bản. Tôi mang ác cảm về mưa từ hôm Nga bước chân lên tàu. Tôi sẽ bước chân lên xe đò nhưng giờ đây lòng thầm mong có sự can dự đầy ướt át do mưa giăng bủa. Một kẻ lữ thứ lầm lũi tới chốn lạ, không tơi không nón chẳng áo ngự hàn. Hắn vuốt đầu tóc đã cắt cụt, gần như một tân binh và giữa nhạt nhòa của màn mưa, hình dáng người bạn thuở đầu đời sẽ từ tốn hiện ra, nhỏ tới lớn, từ xa thu lại cận kề.

Tôi mua một ly cà phê trong khi chờ chuyến xe khởi hành. Tôi tin là ở bất cứ bến xe nào cà phê cũng đều ngon miệng đậm đà trước mỗi một lên đường. Bến xe Huế, bến xe Nha Trang, bến xe Đà Lạt chẳng hạn. Tôi lầm, cà phê ở bến xe Montréal là thứ dở nhất thiên hạ, uống chẳng hết. 3 đô một ly giấy có chạy hàng chữ: Coi chừng, nóng phỏng tay. Tôi ngờ vực, chẳng lẽ Nga của một cuối đường chờ đợi đã khiến tôi đảo lộn những vị giác, thính giác, xúc giác, thị giác... Hai ba hôm nữa thằng Mike sẽ đến chỗ làm, hắn sẽ giải thích với đám thợ về sự vắng mặt của tôi, rằng cái thằng người mà bọn bây luôn ngộ nhận là Tàu biết kung-fu ấy đang cà lăm ấp úng tuyên thệ rồi nhóp nhép mồm miệng hát bài quốc ca: Oh Canada... Thật khờ khạo cả tin, tôi làm dân "điên" đã lâu rồi. Và tôi đang chìa tấm thẻ bọc nhựa đó để trình cho nhân viên kiểm soát: Đi đâu vậy? Đi Boston. Ở nhà ai? Địa chỉ? Ở nhà người vợ cũ. Tôi đùa, đưa mẩu giấy ghi vội cái chốn Nga ngụ mà cô đã đánh vần chậm rãi trong điện thoại. Mặt tôi tỉnh queo. Và tôi nghĩ một thằng Ca-na-điên có quyền trân tráo như thế. Tính đi bao lâu? Hai ba hôm, cùng lắm chỉ một tuần. Đang làm việc chi? Công nhân, điều khiển máy in. Người mặc đồng phục màu xanh nước biển vẫy tay cho tôi qua. Tôi không rõ Nga đi diện đoàn tụ gia đình hay cũng vượt biển? Ba Nga đã thôi đời công chức mẫu mực và tôi đã hết một thời ngông nghênh tóc dài học đòi nghệ sĩ. Tất cả bị xua đuổi về một thiên đường hoang lạnh có thật nhiều trái cấm, và điều này khiến người ta sẽ thân ái hơn, cởi mở hơn, cảm thông và độ lượng khi mặt đất mà mình đang đứng không còn nỗi nghiệt ngã tranh giành máu thịt của anh em. Tôi có lạc quan? Hay người ta vẫn còn nghi kỵ để đưa ra những câu hỏi trần trụi: Qua năm nào? Ở tiểu bang nào? Học xong chưa hay đang làm hãng xưởng? Lương khá không? Mua nhà rồi chứ? Mẹ kiếp, xứ này hái ra tiền mà...

Những cánh đồng trơ trụi lướt qua, lạ mặt. Những ruộng bắp vàng hoe. Những con chim đen bay từng đàn, lặng lẽ như mũi tên chưa tìm ra đích cắm. Một vừng trời hừng đông và lá đỏ đuổi theo tôi suốt cả con đường đi gặp Nga.

3.

Nga hỏi, giọng ân cần: Đi có mệt không? Nga quan sát tôi, hơn cả tia nhìn đầy tra vấn của người bảo vệ giữa lằn ranh biên giới. Không thay đổi gì nhiều. Thấy Nga ra sao? Chẳng đợi một nhận xét đưa ra, Nga kéo tay tôi lôi tới bên một chiếc xe màu đỏ. Cửa mở, đóng. Nga như đang đối mặt với vô vàn xúc cảm, và thường thì nó sẽ khiến bạn đâm vụng về, lóng cóng. Xe chạy ra con đường sáng ánh đèn. Tôi nhẩm đọc tên đường, hình như đó là danh xưng của người nhạc sĩ nổi tiếng. Những tác phẩm được thai nghén và chào đời trong quá trình ông ấy bị tình phụ tưởng có thể chết đi được. Vẫn còn vẽ vời? Nga hỏi. Tôi thành thật: Không. Đã lâu rồi... Có thể nói từ khi Nga bỏ đi. Nga đạp thắng trước khi đèn chuyển màu đỏ. Một ngã tư nhiều gió. Tôi cũng từng bị thất tình, và tôi thất học sau đó. Mà nếu tôi giữ được sự thủy chung với hội họa, những đứa con nghệ thuật kia cũng sẽ chết cháy chết chìm trôi nổi theo sự phiêu bạc của tôi từ khuya. Vượt biên hả? Nga ngó tôi, vẫn là lối nói trống không, chẳng ngôi thứ. Tôi thích nghe như vậy, trước sau như nhất. Ngày cũ và hôm nay, giờ đây ở xứ lạ. Ừ, vượt biển, có giấy chứng nhận: thuyền nhân. Thuyền nhân, ai đặt tên thật hay ho, lâm ly bi đát! Con đường bỗng trở nên dằn xóc một hồi. Sự rung động đi kèm với bóng tối đậm đặc. Quanh co, váng vất từng chùm lá cây đen thẫm như cọ quẹt vào xe, và rồi xe thắng lại, một cuối đường. Nga mở cửa xe, tôi bắt chước làm theo. Có tiếng kẽo kẹt của chiếc xích đu ai đang ngồi đong đưa trong vườn tối. Tôi lạnh, chẳng nhìn rõ cảnh vật. Tới rồi, đi theo Nga. Chiếc áo ấm màu vàng nhạt của Nga lay động dẫn lối, nó như bị lấm lem bùn đất khi ánh sáng ở đâu đó chiếu lướt lên, in loang loáng từng cụm lá đen nâu. Tiếng rên rỉ của chiếc xích đu đã không còn. Ngọn đèn vàng trước cửa nhà bật sáng, hắt ra sân cỏ cái dáng đứng khẳng khiu như sẵn sàng ngã quỵ của bóng đen nào chờ chực. Đi chi mà lâu... Đã gặp chưa? Tôi nhìn lên, bóng điện chẳng chói lòa nhưng hoa mắt. Một đầu tóc búi cao, đặt để trên nhân dạng ốm, thấp. Giọng Huế khan, yếu, có vẻ trách móc. Gặp rồi mạ. Tôi bước theo Nga lên hai bậc gỗ và tần ngần đứng ở bậc thang thứ ba. Người đàn bà nghiêng người để nhìn cho rõ mặt kẻ vừa mới tới. Mặt tôi hứng đầy ánh sáng. Tôi thấy hai ba con vật bay chập chờn quanh ngọn đèn vàng. Tôi ngửi được mùi dầu nóng và sau cùng là khuôn mặt xanh xao. Ừ, đúng rồi. Đừng khinh đôi mắt người già nghe. Bác cũng còn nhớ mà. Mấy mươi năm? Tôi luôn mỏi mệt với những con số, tôi sợ một sự hồi tưởng. Tôi chẳng tài nào nhận ra mạ Nga nếu giả sử người ta vất tôi vào một nhà dưỡng lão để đi nhận diện từng khuôn mặt có nhiều nét thất thường tựa nhau. Tại sao mạ Nga lại có được một ký ức kinh khiếp như vậy? Mạ còn ngồi ngoài sân làm chi cho lạnh? Mạ ở trong bếp cứ bị xe của thiên hạ đánh lừa hoài nên trở ra ngồi ngó chừng. Cứ sợ hai đứa không tìm thấy nhau... Tôi thoáng nghe cảm động. Tôi dằn nó xuống để đón chờ cái ló đầu của ba Nga. Căn nhà yên ả ở phía trong, mùi thơm của một thức ăn dâng ra, tỏa nhẹ. Nga đứng ở cửa rộng mở với tư thế đợi khách vào. Lòng tôi bồi hồi, cánh cửa đóng ập sau lưng để tôi bị vây bọc trước một cảnh sắc ấm áp lạ thường. Tôi để cái xách tay xuống nền nhà có trải thảm, nếu có một đứa học sinh trọ học phương xa mỗi năm chỉ cho phép về thăm nhà trong dịp Tết thì nỗi niềm mà nó mang chắc cũng ngập đầy như tôi giờ này.

Nga hỏi tôi có cần rửa mặt rửa tay chi không? Mạ Nga góp tiếng: Cứ tự nhiên, xem như con cháu trong nhà, rửa mặt cho tỉnh táo rồi bác sẽ dọn cơm. Tôi không nghe lời, đôi chân tôi bỗng dưng mỏi. Xúc cảm thường làm biến tướng cơ thể, nó khiến anh trở nên hùng dũng, nó cũng xúi anh rũ liệt tựa ốm đau và tôi đi nhẹ tới bàn ngồi xuống ghế bằng tất cả sự cẩn trọng. Hơi ấm từ bếp điện đặt gần đó từ tốn đến vây tôi. Tôi nhìn hai cái ghế trống còn lại, màu sơn trắng của chúng khiến tôi hình dung rằng, ở mặt bàn này đã từng diễn ra những bữa ăn tẻ nhạt im tiếng. Mạ Nga già đi trông thấy và Nga ốm xanh hơn những ngày cũ, điều này có nhằm chứng minh cho sự suy diễn của tôi? Tôi tính nói lên một đôi lời cho căn phòng ồn ào chút đỉnh nhưng chưa biết sẽ nói điều gì trước tiên. Nỗi niềm gì đã vây khổn tôi? Lý ra mình đang là kẻ hạnh phúc, và điều này khiến mình sẽ cười nói huyên thuyên...

- Mạ có cần con phụ một tay không?
- Không. Ngồi nói chuyện đi. Mạ làm hết rồi, chỉ cần hâm nóng lên thôi.

Nga cũng vậy nữa, chẳng hỏi han gì tới tôi cả. Vụng về qua lại, lăng xăng một cách không chính đáng. Sau cùng thì Nga đến cúi người nhấc lên cái túi xách của tôi rồi biến mất sau một cánh cửa. Căn phòng thủy chung vẫn o ép sự tĩnh lặng.

- Thiệt tội nghiệp...
- Dạ thưa chuyện chi?
- Bác rót nước cho uống hí? Có khát không?
- Dạ không.
- Nó coi báo bổ chi đó, biết con có viết truyện gửi đăng nên lật đật xin xỏ người ta dọ hỏi cho ra địa chỉ của con. Con cũng oai hè, dạo ni viết lách như rứa chắc thu được khá nhiều huê lợi?

Tôi cúi đầu, cảm thấy hổ thẹn. Cuộc sống luôn đẻ sinh những ngộ nhận. Có ngộ nhận làm mình bứt rứt đớn đau, có ngộ nhận làm mình chỉ biết cười trong câm lặng. Và suốt đời, tôi là kẻ bất lực không biết cách giãi bày, minh oan trước những ngộ nhận kia.
- Răng mà làm thinh làm tịnh như rứa?
- Dạ... Cũng nhờ trời.
- Chuyện chi mà nhờ trời?
- Dạ, thì nhờ vậy mới có ngày này, được gặp lại bác và Nga.
- Nói cũng phải!

Mạ của Nga rót cho tôi tách nước trà. Thơm, đậm đà. Đắng và ngọt. Cái tách men có vẽ những cánh hoa xanh tím nhỏ nhắn đan liên kết quanh vòng tròn liền lạc. Tôi xoay cái tách trông quen thuộc rồi chợt nhớ sực lại ngày xưa mạ tôi cũng có đủ một bộ giống hệt thế dùng đãi khách.
- Chớ bây giờ ở với ai?
- Dạ một mình.
- Hai bác còn bên nhà hay răng?
- Dạ mất lâu rồi.

Tôi đón nghe một tiếng thở dài trong khi tôi lẩn thẩn tự hỏi, chẳng biết những cái tách của mạ tôi đã vỡ tan hay đang lưu lạc trong tay kẻ khác? Những kẻ lạ mặt đi chiếm đoạt nhà người ta với cả một sự ngông nghênh quyền thế. Hệt như họ đã chiến thắng và những của cải từng đánh đổi bao mồ hôi nước mắt của chúng sinh thua cuộc ấy tựa như phần thưởng tự trời cao rơi xuống nhằm trả công cho họ. Cuộc xâm lược thần thánh kia cho tôi ý niệm sâu sắc thế nào là lòng thù hận. Đó là thứ kinh nghiệm buồn rầu vô tả. Nó đến muộn màng và nó tước đoạt tất cả một đời hồn nhiên của thằng học sinh vô sản. Tôi chẳng có gì để phàn nàn, người có đủ điều kiện để ta thán là ba mạ tôi và giờ này, họ đã xuôi tay thực sự dưới vùng đất khô cằn, kề cận một công trường làm thủy lợi chẳng bao giờ khơi mở một mạch nước. Những con quạ đen về đậu trên cây trụi lá kêu khản tiếng và ngày cuối cùng tôi lên thăm mộ song thân có cơn gió Lào thổi về xoắn bụi đỏ lên cao làm tôi chảy nước mắt.
- Tứ cố vô thân như vậy mà không biết buồn hay răng?
- Dạ, thì nhờ trời từ từ cũng quen.

Mạ của Nga cười. Một hai cái răng sún trong miệng phụ họa làm tiếng cười nghe vui tai.

- Nói nghe hay quá, chuyện chi cũng nhờ trời! Răng không thử nhờ trời kiếm cho ra một mụ vợ.

Tôi có ý đợi Nga trở ra. Có lẽ Nga bận sửa soạn chỗ nằm cho tôi, có thể Nga đang tắm rửa thay đổi áo xống trước khi dùng cơm tối? Tôi hỏi:
- Con hút thuốc được không?
- Được. Để bác mở hé cánh cửa cho thoáng khí. Ừ, có sẵn bật lửa cho bác thắp nhờ cây nhang. Con Nga đã kể lể nhiều chuyện chưa?

Sau bức vách ngăn chia giữa hai phòng có bắt cái trang thờ. Tôi cầm bật lửa đi theo mạ Nga. Một đĩa trái cây, một tách nước trà, ba cái chung nhỏ đựng nước lạnh, hai ngọn nến giả tạo sáng tù mù bóng điện yếu watt và đằng sau những thứ đó, dựng đứng khung ảnh giam chặt khuôn mặt nghiêm nghị của ba Nga. Người đàn bà nói thì thầm điều gì với người khuất mặt. Tôi bật nắp cái zippo và cứ để ngọn lửa bỏng cháy trên tay run. Mùi khói hương xông lên, nó lạ lùng và nó quen thuộc đến độ không hiểu nổi. Nó được thắp lên, chẳng hề nhắc nhở điều gì cả nhưng buộc người ta phải cúi mặt nghe lòng rưng rưng buồn.
- Hai bác mất bên nhà là có phước đó. Ba con Nga thì thê thảm hơn, bị chôn thây ngoài trùng khơi. Ông bà ơi! Cái bọn chi mà thiệt ác ôn rùng rợn... Làm cha thì ai mà không ra sức bảo vệ con gái chứ?

Tôi thấy một đôi mắt long lanh. Hai bàn tay da nhăn đang khó nhọc cắm đứng cây hương cho ngay trên trang thờ.
- Từ khi Nga bắt được liên lạc với con nó có vẻ vui tươi trở lại. Cố ở đây trò chuyện với nó cho dài ngày một chút nghe. Trời Phật ạ! Răng mà nhà bác gặp toàn chuyện đau khổ chi mô. Bởi vì lòng đoái thương tới bác côi cút chứ không con Nga e cũng quyên sinh theo ba nó mất rồi!

Mạ Nga lấy tay áo để chấm nước mắt. Tôi đứng chết lặng hết nhìn bà xong đến ngước trông tấm ảnh trắng đen. Ngày xưa tôi từng khóc vì những cuốn phim có kết cuộc sầu thảm, sao bây giờ mắt tôi ráo hoảnh và miệng tôi bị khóa cứng, hết xuýt xoa. Hoang phí làm sao những giọt lệ tuổi xuân thì! Tôi nghe chân đi của Nga lần ra và tôi cố tập, chuẩn bị một gượng cười.

4.

Buổi tối, tôi không ngủ được. Tôi đi nhẹ nhàng ra mở cửa và ngồi xuống bậc cấp ẩm lạnh đốt thuốc hút. Đêm vẫn có sự dịu dàng đi lặng lẽ băng qua những vườn cây rung nhẹ lá. Một vài con đom đóm làm tín hiệu hẹn hò cho nhau sáng lập lòe dưới bãi cỏ mềm sương. Đầu óc tôi căng ra dù cố không hình dung về hình ảnh một chiếc ghe bị bạo hành dã man trên biển cả, mà chỉ nói riêng tới sóng cuồng nộ thôi, nó đã là một hiểm họa luôn muốn vồ chụp những kẻ thất thế... Tôi ném mạnh điếu thuốc vào bãi cỏ, bực dọc nghĩ tới những gì liên quan tới số phận. Nghĩ suy và thật sự choáng váng: Tôi chẳng biết làm gì, sẽ nói những gì với Nga suốt thời gian cố kéo dài bên nhau? Tôi đi vào nhà, tìm tới nơi đặt để khung ảnh ba Nga. Tôi moi túi quần lấy bật lửa để đốt cho ông một cây hương. Tại sao vậy bác? Hồi nãy vào phòng tìm hành lý để thay đổi áo quần bất chợt tôi đã bàng hoàng khi ngó thấy bức tranh màu nước treo trên vách. Đó là món quà hôm nào tôi trao cho Nga trước một di dời uể oải của con tàu chuẩn bị rời đi khỏi sân ga Huế. Bản vẽ xấu, vụng về, tuyệt chẳng mang một giá trị nào cả và giờ này thì nó đã xỉn màu, đã vàng phai, đã oằn cong, đã dâu bể. Nga giữ nó mà làm chi? Tại sao lại nhọc lòng mang nó theo, dập dìu, vướng bận thêm ở mỗi bước chân lưu lạc? Trong khi... trong khi cả một đời con gái, Nga chẳng tài nào giữ được. Và bác cũng vậy, bác chẳng chịu lượng sức mình. Bác đừng có nóng nảy biện hộ, rằng một con gà nó còn biết xù lông xòe cánh che chở bảo vệ đàn con dưới bụng huống chi làm người... Tại sao? Bức tranh non yếu của một đầu đời đã mười mấy năm chảy vội. Nó được lồng trong khung gương, ưu ái treo bên chỗ nằm, trong khi dưới nó Nga co quắp với một hư hao muôn đời không thể bù đắp. Tại sao? Tại sao???

5.

Tôi sẽ bỏ làm ngày thứ hai ba tư năm sáu. Và có thể tôi bỏ việc suốt tháng năm dài. Tôi đã lơ là cây cọ từ lâu nhưng tôi cố sẽ vẽ cho Nga một bức tranh mới, hy vọng hoàn chỉnh để thế chỗ cái vuông giấy lem luốc kia. Ngày dài tháng rộng? Tạm thời chỉ có vậy thôi. Tôi biết làm gì hơn? Tôi biết nói những gì khác nữa? Đêm đã khuya, đã tàn lạnh. Vườn mù sương vẫn còn đốm sáng lân tinh ma mị của đôi đom đóm hẹn hò, sáng tối thì thầm. Có ai đốt lửa thắp giùm cho linh hồn tôi một cây nhang?

Hồ Đình Nghiêm

HỒ ĐÌNH NGHIÊM

NHÂN THÂN

Chính quyền cắm cọc sở hữu một khu đất rộng, tương lai sẽ hiện diện ra ở đó nhà máy thu hoạch sàng lọc cát dưới sông. Vì thế họ xua đuổi bến đò đi chỗ khác. Có tấm bìa máng ngoài hàng rào lưới chắn viết chữ cẩu thả: Địa điểm tập trung ở cây đa già tuổi. Người ta cho hay, chỉ ngần ấy. Không một tên gọi nào khác. Sẽ thừa thãi bởi suốt bờ sông này hiện hữu duy chỉ mình cây đa, lẻ bóng đổ thân để thu cất dưới lòng nó bao thâm u bóng tối. Có cái miếu nhỏ hoang phế tàn lạnh trú ẩn khiêm nhượng và sóng mãi vỗ về vào làm dung mạo nó thêm tồi tàn. Không cọng khói nhang, cô tịch ba chiếc lá khô bầu bạn cùng gió lùa lao xao trên mái sồi sụt gạch ngói. Cây đa và am miếu dường như luôn là đôi bạn hài hòa. Đa mọc trước miếu hay miếu già đầu hơn đa, có thể bộ sậu kia sẽ đòi một song hành cùng thời điểm. Phong ba, chiến tranh, bão tố, lụt lội vẫn không thể cướp đi mối tình son sắt kia. Muôn đời nó chẳng lẻ bóng. Chúng an phận đứng đó, nhằm đánh đổ một hoài nghi: Cuộc đời này luôn hữu hạn?

Năm giờ sáng, khói sông vẫn thân vô trú trên con nước còn đắm đuối mộng. Sông đoạn này an nhiên, ít khi nhìn ra vẻ cau có. Nước ấm khi đông về và ngọt mát khi hè tới. Những kẻ đi câu cá trầm mặc bên triền cỏ bày vẽ một kinh nghiệm: Cá bên dưới nhác ăn, ngồi cả ngày chỉ được một đôi con, nhưng bạn chớ tiếc công, bởi thịt nó rất ngon, không tanh dù bạn gia công thay đổi chiên hấp rán canh chua ngọt các thứ. Nôm na, thịt cá rất lành, đặc biệt nó trị được chứng mất ngủ. Khi nói, kẻ ấy ngước nhìn tới cái miếu hoang và đáng trách cho kẻ ấy, sao lòng không rung động để thắp vào chốn kia ba cây nhang cho ấm áp một tri ân. Rồi mai hậu, khi nhà máy hoạt động, cá hẳn hoảng loạn bỏ thượng nguồn phiêu giạt tìm chốn lành náu thân.

Năm giờ sáng có người con gái vào miếu đốt đỏ cả bó nhang. Cô hơi ái ngại trước đó nhưng gã đàn ông như đọc được ý nghĩ cô, đã hỗ trợ bằng cách luôn đứng kề cận. Tôi cũng cần đốt cháy một điếu thuốc cho ấm râu. Gã ấy nói. Bình minh ở đây sao gai lạnh. Những cây diêm quẹt ra lửa, vách vôi tróc vỡ thu nhận bóng đen họ ám lên dị dạng hình thể. Mùi hương khói, mùi nhang đèn và một thứ gì đối chọi với tàn lạnh bùng lên. Cô gái lầm bầm trong miệng điều phân bày chỉ cốt cho người khuất mặt nghe. Cô còn trẻ nhưng hiện thân y như một người đàn bà quen việc trò chuyện cùng thần linh. Tin vào đã có một đời sống khác bên ngoài cảnh giới này, điều ấy sẽ làm người ta ưa thân thiện với cô. Đợi cô cắm nhang xong, gã đàn ông hỏi: Cô cũng qua bên kia sông? Cô gái thôi chắp tay, sửa lại cái túi vải đeo một bên vai: Dạ, cũng sang sông.

Họ cùng bước ra. Có con đò vừa ủi cái mũi dài qua sạn sỏi rồi đâm vào bờ cỏ, tiếng kêu khó chịu nghe như dao xẻ thịt, như làm rách toạc vẻ trầm tịch một sáng nhọ mặt người. Đò sẽ xuôi chèo mát mái nếu chở được tối thiểu năm nhân mạng quá giang. Ông chủ đò nói. Quen trôi nổi trên sông, cả con đò và chủ nhân ông đều phát mùi tanh như rong rêu. Mặt trời chưa ló đầu nên hương vị phồn thực của đêm chưa bị xua đuổi, chưa bị tước đoạt. Mọi vật sẽ bị lột truồng dưới ánh dương quang, vì thế nên con sông vẫn còn đắp mặt nét diễm ảo đầy hư thực. Trưa đứng bóng, lửa đổ xuống sẽ gột rửa thứ phấn son kia khiến chúng bày ra những nông sâu đậm nhạt từng phân thủy. Một yết thị ngầm có thể tắm gội ở đoạn này nhưng chớ bơi quờ quạng ra phía kia. Miếu nọ không khéo lập nên để hoàn tất lời chứng giám, rằng con cháu của thủy thần tâm tính cũng buồn vui bất thường. Rong níu cẳng, chân vọp bẻ chuyện ấy nào lạ gì cho đứa thích trững giỡn cùng nước nôi sông hồ.

Mọi người thôi đứng trên bờ, lục tục trước sau nối gót nhau lên đò. Anh Nhân. Một tiếng gọi giật giọng, vút cao, có thể làm gợn sóng xao động. Gà gáy sáng chưa hẳn đủ nội lực để lay người thoát khỏi triền mộng tật ngủ nướng, nhưng giọng người thiếu nữ kia đường đột vất ra giữa bờ bãi này khiến tất cả những cái đầu đều không hẹn mà cùng nhìn về hướng xuất phát. Sao chưa bảnh mắt anh đã bỏ đi? Sao anh đi thầm lặng chẳng để lại một lời chào? Gã đàn ông tên Nhân đứng yên đón nhận lời trách cứ. Gã chẳng phân bua như thể hồng tâm vừa bị cắm lút hai mũi tên. Khoảng cách thu hẹp dần, Nhân gắng nở nụ cười tựa một hối muộn. Tóc người thiếu nữ rối, dung mạo còn đọng vũng nét ngái ngủ. Cô ra được tới bờ sông này mà tuyệt chẳng dư phút giây để kịp sửa soạn trang điểm. Người chạy xe ôm vẫn còn phía sau, tiếng động cơ chiếc xe thồ cứ râm ran thứ nhạc nền đầy hối thúc. Em biết là anh sẽ ra đi, nhưng ít ra chúng ta nên ngồi ở một quán cà phê nào đó để chuyện trò lần cuối. Anh không thích tiễn đưa nhưng em thích chính mắt nhìn ngó cảnh anh rời xa. Em có mua sẵn một tặng vật cho chị ấy, anh mang tiếng sang sông mà khi trở lại không sắm cho chị ấy chút quà thì có kỳ không? Em mong có ngày sẽ được gặp gỡ hàn huyên cùng chị và khi đó, kẻ sang sông là em chứ không là ai khác. Bao giờ hai người làm đám cưới thì nên nhắn với em một tiếng. Chỉ chừng đó thôi.

Gã đàn ông nhận quà. Nụ cười không còn đậu trên môi, quanh gã chờn vờn vây bọc sự lúng túng vụng về gần như khờ dại. Thủy chung gã chẳng thốt được lời nói nào hết. Sông luôn ngăn chia đôi bờ, lòng người đôi khi cũng úng thủy một con nước trào dâng. Bằng vào con mắt thôi còn tinh anh, gã cũng nhìn ra cái quay lưng đầy rung động của người thiếu nữ. Chiếc xe thồ cô đi, chìm vào khoảng cách nhợt nhạt của bình minh chưa giỏi chân về. Và Nhân, gã đàn ông là người lên đò sau rốt. Gã đi như mặt đất thôi còn sức hút. Đò tròng trành, trên băng ghế gỗ bắt giữa lòng đò còn một chỗ trống, cô gái đốt nhang trong miếu nhích mông sang thế cho sự đồng tình, hãy ngồi xuống đây. Dầu gì thì ban nãy họ đã có lời qua tiếng lại với nhau, đi đường xa dễ nhạt mồm nếu thiếu bạn đồng hành. Lại nữa khuôn mặt gã tên Nhân tiềm ẩn thứ nỗi niềm dễ xúi người nhìn ngắm khó dằn lòng một gạn hỏi. Anh qua huyện Đồng Tử? Đúng thế, đồng tử. Chúng ta cùng chết một lần, bà con trong huyện làm đơn xin lãnh đạo thay tên nhưng họ gạt phắt: Rườm lời, sao láo lếu dị đoan tới mức ấy. Đổi thành đồng khởi chưa chắc đã cải thiện được vấn đề.

Mặt trời nhú lên, và Nhân, gã đàn ông thấy rõ gương mặt xanh xao của người thiếu nữ. Màu nắng mới còn làm cho tóc cô mướt đen. Gã đàn ông đặt câu hỏi, cô hẳn không phải người địa phương? Người thiếu nữ nhìn con nước trôi: Tôi tới Đồng Tử để chu toàn một lời ủy thác. Ba tôi mất, ông muốn tro cốt rải trên núi Đồng Vọng. Gã đàn ông nhìn vào lòng cô, hai tay đang vòng lấy, ôm giữ gói hành trang nhỏ nhắn. Chung cuộc một kiếp người, mừng thay khi cảnh giới này còn sót đứa con hiếu thảo thuận nghe theo di chúc. Cô biết đường lên núi không? Hơi nhiêu khê. Nếu cô chẳng ngại tôi có thể làm hướng đạo. Người con gái nghiêng thân để ngó sâu vào mặt Nhân. Tôi hiểu, gã đàn ông nói, tôi trốn chạy cô gái hồi nãy và đã ngụy tạo, vụng về dối gạt rằng mình đã có vợ cho yên thân.

Gã bắt đầu mở gói quà cô gái trao: Một xấp vải lụa, một đôi dép nhựa. Nếu chẳng phiền hà, xin cô thu giữ giùm tôi, có được không? Sao lại là tôi? Vì những thứ này đều dành cho đàn bà con gái. Nếu nói rằng tôi đã có chồng, anh tin không? Tin, và như thế có nghĩa là tôi sẽ quẳng cái gói này xuống sông? Tùy anh. Hay là thay vì ném đi tôi sẽ trao nó cho ông lái đò khi tới bến? Tùy anh. Nói chung là tôi không có lý do gì để nhận lấy nó.

Họ thôi đối đáp cho tới hồi đò hết dật dờ trên mặt sông. Đò cập bến. Trên bờ nhộn nhạo đám người đứng chờ quá giang. Trong đám đông có bốn thanh niên mặc thường phục hăm hở nhảy lên đò, chúng vây lấy gã đàn ông tên Nhân. Đứng yên, dong hai tay lên trời. Một đứa la lớn, trong khi ba đứa còn lại quật ngã Nhân xuống. Thủ pháp nhanh nhẹn thượng thừa. Người trong nghề gọi là nghiệp vụ cao. Nghề gì? Nghề an ninh, nghề công an nghề cảnh sát. Mẹ mày, chúng ông theo dõi đường đi nước bước của mày đã sáu tháng nay. Đối tượng bị bẻ quặt tay lui sau, còng số tám bằng kim loại khóa cứng hai cổ tay lại. Người quyền hành đưa mười ngón ra lùng sục sờ nắn tất cả những túi quần, rà soát ở thắt lưng, xong mới để mắt tới bao ny-lông. Đại ca, nó giấu cả nạm thuốc trong xấp vải lụa. Cái này có phải là ma túy tổng hợp không? Hả, mày còn gì để nói? Tang chứng vật chứng lồ lộ thế kia.

Nó đi mình ên hay sao? Không, ông lái đò trình báo nó cứ nhỏ to với cô gái này suốt, tuồng là đồng bọn. Những con mắt đồng loạt đổi hướng, tập trung săm soi lên nhân dạng người con gái. Mặt cô thoáng tái tựa hồ suốt đời chưa quen ngồi đò, dật dờ say sóng. Cô co rúm thân thể khi có năm ngón tay bấu chặt vào vai. Túi vải cô mãi ôm khư khư bị cướp đoạt, giật thót như thể ai vừa bứt rời ruột gan. Cái gì đây? Dạ, tro cốt của ba tôi. Tro cốt hay bạch phiến? Tôi lên núi Đồng Vọng... Chốn ấy khá xa, tạm thời đi theo chúng tôi về trụ sở trước rồi hẵng tính.

Ủy ban nhân dân huyện Đồng Tử. Ba ơi ba, điệu này không khéo mà con chết chung cùng ba. Gông giữa đàng sao có khi biết tròng vào cổ. Oan cho tôi quá. Người con gái thút thít. Trưa đứng gió, lá cờ treo trên cột tuy không bay nhưng đủ sức để dội xuống sân đất một vạt đỏ nực nội. Trụ sở huyện đường phô trương vẻ bề thế của nó khiến cô gái chùn chân. Ba ơi ba, con sẽ quyết làm tròn lời nhắn nhủ của ba. Nhưng khi bọn họ đổ ra xét nghiệm phân chất thì coi như ba phải chịu sứt mẻ ít nhiều. Như đang lành lặn không dưng bị tàn phế, như đủ tay đủ chân khi không bị tật nguyền.

oOo

Rất khó nhọc, sau cùng tôi cũng cắm được chân vào trụ sở công an. Tôi đã lê thân đi dọ hỏi và một đôi người thương hại đã chỉ đường bày lối. Trước tiên là màn vấn đáp: Quan hệ với cô Nguyễn Thị Ẩn Nguyệt? Thưa, đó là vợ tôi. Người đầy tớ của nhân dân nhìn vào một ống quần phất phơ: Thương phế binh à? Bộ đội giải ngũ à? Không, tôi chạy xe ôm, vô phúc bị xe điên cán qua người. Thế cơ à? Được bồi thường tiền viện phí chứ? Không, hoàn cảnh tay lái xe rất khốn khó. Chẳng có tiền, ông ta hứa sẽ mang sức ra phụ đỡ tôi, những chuyện mà kẻ tàn tật khó bề xoay trở vén khéo. Chẳng hạn? Chẳng hạn như khi bố vợ tôi mất, ông ta bỏ việc ba ngày đến xắn tay rửa ráy tẩm liệm nhập quan chỉ bày các thứ. Tốt nhỉ? Vâng, chỉ tội cái nghèo, ông ta luôn coi trọng lời hứa. Thôi, bây giờ ta đi vào cốt lõi vấn đề, hôm nay muốn đề đạt nguyện vọng gì nào? Thưa cán bộ, vợ tôi bị bắt oan. Đã ba ngày trôi qua, tôi nghĩ cán bộ đã đọc qua những tờ khai. Bố vợ tôi mất, ông mong được hỏa thiêu rồi mang tro đi rải trên núi Đồng Vọng. Vợ tôi nghe lời, vừa sang sông đã bị trói ké vu khống tàng trữ mua bán hàng quốc cấm... Đừng nhiều lời, có đọc thấy khẩu hiệu treo đằng bức vách kia không. "Chí công vô tư". Mình ngay thẳng thì chả có gì phải ngán cả. Cây ngay chẳng sợ gió. Thủng thẳng, chờ đấy, đôi ba hôm nữa rồi cô ấy cũng được tại ngoại thôi. Trước, tôi chạy xe ôm, như đã thưa, buộc phải giải nghệ sau tai nạn. Hôm trước tôi đã bán chiếc xe máy ấy đi, gộp chung vô khoản tiền ông bố vợ để lại. Và đây là phong bì, mong cán bộ đoái lòng can thiệp vào vấn nạn của vợ chồng tôi gặp phải. Tôi cũng xin nộp cho cán bộ tờ giấy chứng nhận ở địa phương, để thấy là vợ chồng tôi mưu sinh hoàn toàn lương thiện, chưa từng bị điều tiếng trong khu vực.

Tôi chống nạn ra khỏi đồn công an, tôi đổ thân vào ngồi hàng quán đối diện trụ sở, gọi cốc nước mía uống cho thông cần cổ. Chừng ba tiếng sau thì vợ tôi xuất hiện, người sa sút thoát được ra khỏi cánh cổng sắt bề thế án ở mặt tiền. Tôi run rẩy đứng lên, cố tập trung ý chí để đứng cho vững chãi hòng đón đợi tấm thân tiều tụy của người vợ đổ ập vào. Anh ơi, em ra mạng không. Bất hạnh thay, tro cốt của ba bị vung vãi đâu đó trong ngục tù mất rồi.

Vợ tôi khóc to tiếng. Tôi câm lặng và thầm mong, khi nước mắt đổ cạn vợ mình sẽ tìm được chút nguôi ngoai. Không riêng tôi, chúng sinh giờ này ai nấy thảy đều tật nguyền. Thiếu cái này, mất cái kia, cam lòng sống với sự bóc lột tới mãn kiếp.

Hồ Đình Nghiêm

TN

HỒ ĐÌNH NGHIÊM

ĐẤT CÂM ĐÁ NÍN

- Giống chúng ta, những người nằm không ngay ngắn dưới này hầu như đã trải qua bao phiêu giạt mới tìm ra chỗ an nghỉ sau cùng. Khác với thây ma, chúng ta vẫn còn dật dờ chân bước, dời đổi truân chuyên. Họ có địa chỉ thường trú, tôi thì không, sống tạm bợ vất vưởng đó đây, ăn nhờ ở đậu.

- Trước, hẳn chú chẳng phải là người coi ngó mộ phần trong nghĩa địa?

- Không, tôi là lính chế độ cũ. Tôi bị lãnh đạn vào giờ thứ hai mươi lăm. Không ai xem tôi là thương phế binh, đời tôi tàn phế tự mùa xuân u ám ấy.

Trời nắng, mới sáng sớm đã chóng oi ả, bức bối. May mà quanh đây hiện diện thưa thớt bóng lá xanh. Không biết cây tên gì, thân trắng mốc, ốm o xo bại chẳng tỏa rộng vũng im râm. Chùm lá rung từng hồi, đôi ba con chim sẻ kêu chiêm chiếp chuyền cành, sửa soạn bay. Tiếng chim nghe sắc nhọn giữa những ụ đất thấp cao, kêu là kêu vậy chứ chẳng mang gửi niềm vui nỗi buồn nào cả, chỉ khuấy động chút âm thanh cho đất đai đỡ trầm mặc. Người đi trước dẫn đường chân hơi cà thọt, vành mũ rách xơ vải bạt, vai gầy, thấy xương bả vai nhô ra sau áo thun bẩn màu.

- Đừng trách tôi tò mò, tuồng như cô là Việt kiều?

- Dạ, có đi kèm với chữ hồi hộp không chú?

- Là sao? Tôi không hiểu. Tâm cảm của người đi thăm mộ? Cô xa xứ e đã bộn tháng năm?

- Dạ, mười ba tuổi lúc đi, giờ về đã gần bốn chục rồi.

- Thiệt sao, trông cô đâu khoảng chỉ ba mươi.

- Ba mươi tuổi tôi đã tay bồng tay bế rồi, chú tin không?

- Có mang các cháu về theo?

- Chúng ở lại, đường quá xa xôi và cha chúng không ưa về thăm quê. Chẳng có nhu cầu.

Gió thẳng hoặc tạt ngang, hiếm muộn, mang theo mùi hoa héo tàn rữa nát. Chút khói hương lẩn khuất trộn với mùi đất vỡ. Chúng góp lại, tỏa lan chất đặc thù. Kẻ khiếm thị đui mù nếu sử dụng khứu giác sẽ hít thở rồi nhìn nhận được bàn chân đang giẫm vào lãnh địa của người chết. Và đứa sáng mắt dẫu không ngó ra xương cốt bày biện vẫn cảm nhận cái gai gai như chạm phải những oan hồn đang cút bắt giữa lối đi hẹp trồng sánh đôi những mộ phần.

- Tươm tất quá, xem chừng ở đây luôn có người chăm sóc hộ.

- Thì những kẻ đi viếng thăm, họ nhờ vả tôi nhổ cỏ hốt rác quét dọn. Sẵn, tôi cũng xắn tay áo cho những chỗ hương đèn tàn lạnh chẳng có ai ngó ngàng. Cô sẽ khó chịu nếu nhìn thấy nơi thì thừa mứa lễ vật nơi thì xiêu vẹo hoang vu.

- Cám ơn lòng tốt của chú. Nơi xiêu vẹo hoang vu nói rõ được một điều: Những đứa liên hệ còn sống kia là những kẻ bạc lòng, bất hiếu...

Người đàn ông quay đầu. Mắt thiếu phụ đỏ, ứa ra một giọt nước, lặng lẽ, long lanh.

- Hoàn cảnh. Cô nghĩ vậy sẽ thấy nguôi đi. Cũng do hoàn cảnh, tôi mới chôn đời mình chốn này. Dầu sao thì đây là thế giới an lành nhất.

- Tôi nói điều không phải thì chú bỏ qua cho. Chú không sợ ma?

- Cô nhìn con người tàn tạ của tôi đi. Tôi như thế này thì còn gì để sợ hãi một điều vớ vẩn nào khác! Điều khiến tôi ngán ngao là đôi khi phải chống chọi xua đuổi một bọn người, và có khi tôi đã thua cuộc.

- Sợ người chứ ai lại đi sợ ma, phải không chú?

- Bọn ấy là ma quỷ, yêu tinh thời đại đấy chứ. Chúng còn rất trẻ, đêm hôm tùng tam tụ tứ vào đây, đứa thì chích xì-ke, cặp thì cởi áo xống làm chuyện vợ chồng; chưa nói tới hạng người kinh khiếp hơn, mang cuốc xẻng đi đào xới những ngôi mộ mà chúng tin là có giấu chôn tư trang đồ vật quý giá. Thời buổi này xảy ra lắm chuyện khó tin, so ra ma hiện hồn lên, mếu máo khóc, thì ngó dễ chịu hơn.

Người đàn ông đứng lại, cong lưng để dùng tay xoa bóp ở một bắp đùi, chỗ tóp teo thương tật. Khuôn mặt cố giấu những biểu cảm.

- Phạm vi này là nơi có số tuổi già nhất, có nghĩa là họ qua đời đã lâu. Hy vọng cô tìm ra người muốn tìm.

Người đàn ông cởi mũ vải vày vò trong đôi tay để mặc cho cô Việt kiều ngần ngại đi dòm mặt từng tấm bia khắc vết nông tên tuổi của những căn phần rêu bám. Cô đi loanh quanh, cô đi lòng vòng. Tóc rối trước trán, mồ hôi đổ khiến khuôn mặt ấy trông mệt mỏi. Vành môi khô, da mặt tái xanh, và thoáng chốc chỉ còn trông rõ mái tóc đen lẩn lút sau một tảng xi-măng. Im lặng, bờ vai run, dáng xiêu đổ. Nắng như xô cô xuống, làm thành bóng đen gãy gập trên ngôi mộ. Người đàn ông đọc tên chủ nhân: Nguyễn thị Nghĩa Ân. Một chủ nhân cô quạnh chẳng bà con thân sơ hôm nay đỡ tủi có người ở xa về nhìn nhận. Mạ... Cô Việt kiều chỉ thốt có một chữ. Một chữ thôi mà cây lá xao xác cựa mình. Gió ngoài đường lộ khoắng bụi thổi vô, mắt cay để rồi mắt ướt chảy trôi bụi đường.

Cô rời quê hương năm cô mười ba. Mười ba tuổi mà thuận thảo với những ảnh hình xưa cũ. Khư khư giữ lấy để sau này có điều kiện thì trải lòng chứng minh. Mấy đứa già đầu e chẳng sánh bằng. Người đàn ông nói khi trao bó hương. Như quen việc, ông thắp cháy nó đều đặn, thoáng chốc. Mạ ơi... Khói vật vã trên đầu nhang, như lòng ai đầy trắc ẩn. Người trông coi mộ phần quay lưng, bỏ người đàn bà ngồi lại với những tâm sự mà cô sẽ giãi bày với kẻ khuất mặt. Âm dương luôn cách biệt, vọng ngôn sẽ trôi trên những thước đất lạnh, nhưng kỳ cục thay, người sống mãi tin tấm lòng mình sẽ được xương cốt cát bụi chứng giám. Họ an lòng với điều diệu kỳ nọ và như vậy, quanh ta vẫn còn đó những con người tử tế. Đôi lúc người ta phạm tội với tha nhân nhưng họ sẽ hoàn lương khi gục đầu thổn thức trước một mộ phần thân thuộc mong nhìn nhận chút lòng thành.

Ở chốn này thời gian hầu như ít lai vãng tới, ngày tháng năm chỉ là con số của quá khứ khắc ghi trên bia đá. Người ta chẳng quan ngại sao mới sáng đã trưa, chưa chiều đã tối mịt. Người đàn ông đôi khi cũng chẳng nhớ rõ số tuổi của mình. Điều ấy nào có gì hệ trọng? Ông chết bụi chết bờ chết giấm chết giúi thì cần quái gì một tấm bia ghi đủ ngày sinh ngày tử cầu chứng một thây ma vô danh bạc phận. Khi ông hút xong điếu thuốc thì cô Việt kiều trở ra. Áo quần bảnh bao đã nhăn nhàu, mặt hoa da phấn đã đôi phần hư hao. Cô ngó mông ra phía đường lớn, nắng gắt gao phía đó ùn đẩy với khói xe bụi mờ. Những tấm bia đứng án đã phần nào ngăn chặn được thứ âm thanh vỡ bờ ngoài kia xô giạt vào. Thế giới an lành không chỉ nói riêng tới vùng đất của người chết hết múa may quay cuồng đâm thọc chém giết lẫn nhau, nó còn tượng trưng rõ là nó cách ly với thứ cảnh giới điên đầu chộn rộn bên ngoài đường ranh mong manh của cỏ dại với nhựa đường. Kẻ cắm cúi chạy xe máy có đội nón an toàn kia có thể sẽ lọt hố tử thần và đôi ba hôm sau khi hoàn tất xong mọi thủ tục kẻ ấy sẽ vào đây an nghỉ thực thụ. Gã đàn ông ngồi nhậu trong quán bia nọ đặt mắt nhìn đểu ai đó rồi ánh đao của đứa nực gã vung lên. Mang gã từ đời thường say xỉn qua bên này đường ăn nằm với dế giun xong một kiếp người vô vị.

Trước khi bước qua biên giới chia hai thế giới đối cực, cô Việt kiều giúi vào tay người đàn ông hai tờ giấy bạc 50. Tôi đi tay không vì chẳng hy vọng được nhìn ra chỗ mạ tôi nằm, xin chú mua giúp giùm tôi chút hoa quả bày ra cho đỡ lạnh lẽo. Mai mốt rồi tôi cũng trở lại viếng thăm. Người đàn ông không nói, nhìn lưng áo rịn ướt mồ hôi bước đi. Mang mỗi lúc một xa chút hương thơm kỳ lạ. Cũng là Việt kiều, nhưng cách trở về của họ đa phần chẳng giống bọn đàn ông. Họ "tử tế" vạn lần cánh mày râu và người đàn ông chợt hiểu do đâu mà cô hỏi: Việt kiều có đi kèm với hồi hộp? Hồi hộp có phải là trạng thái bất an khi ta đối mặt với một con ma?

Có được một trăm đô, thứ hiện kim lớn lao mà suốt đời dẫu mộng mị ông chẳng tài nào nắm bắt, sở hữu được. Nó làm ông rối trí, trong đầu tự dưng phân liệt ra những danh mục cần thanh thỏa cần tiêu pha. Dù sao, việc trước mắt là ông gọi một chiếc xe ôm biểu chở tới chợ và ôm về những thứ hoa quả tuyển chọn. Thấy lỏng lẻo, ông ghé hàng cơm bụi mua chén cơm trắng, đĩa thịt heo quay, muỗng đũa đủ bộ sậu tinh tươm.

Ông làm sạch một chu vi quanh mộ phần mà cô Việt kiều gọi là mạ. Ông bày hết những thứ ông vừa mua sắm rồi tự mình đứng nghiêm cẩn cúi đầu trước "căn nhà xiêu vẹo". Ông ngồi yên cho tới lúc nhang tàn. Cho tới lúc mây loãng tan về phía trời chiều. Ngày mai cô ấy sẽ trở lại, sẽ nhìn ngó để rồi nhìn nhận tiền cô trao chẳng phải rơi vào tay ác quỷ. Người ta không thể sống trong thế giới hồi hộp được, ít ra họ còn phát hiện một vài cá nhân hiền lương ẩn mặt quanh đây.

Hai ngày, ông cố lắng lòng chờ đợi cô Việt kiều xuất hiện. Ông dõi mắt ra cánh cổng sắt hoen rỉ không tài nào khép kín cổng nghĩa trang. Và nghĩa trang, tự thân nó, bất biến cái hoang vu cô quạnh ngàn đời. Những bông hoa đặt trước mồ bắt đầu tàn úa, chim chuột đã thay phiên tới dự phần đánh chén, thức ăn rơi vung vãi. Ông thu dọn vén quét. Và ông lại thắp nhang, thay chén nước mới.

Sang ngày thứ ba, cô Việt kiều xuất hiện, nhưng đớn đau thay, ảnh hình cô nằm khiêm nhường trên cột báo, trên đôi tay mãi run của người đàn ông tàn phế. Chỉ đôi ba dòng, chẳng có gì rườm lời như hầu hết những tin loan trong chuyên mục hình sự. Tóm tắt, nạn nhân Trần thị Như N. 40 tuổi. Việt kiều từ Mỹ về. Bị hiếp và giết trong khách sạn ở quận 3. Hành lý, vật dụng cá nhân bị lục lọi rơi vương vãi. Công an đang chính thức điều tra, giả định ban đầu do bị bọn tội phạm thuê ngụ phòng bên đã theo dõi và đi tới tình trạng cướp của giết người...

Người đàn ông đi khập khiễng ra trước nấm mồ của "Mạ". Ông xé vuông báo, phần có in gương mặt kẻ xấu số rồi đốt cháy nó. Ông muốn nói một vài lời cho "Mạ" nghe nhưng bất lực. Chỉ có đôi mắt, ngỡ đã khô cạn bỗng ứa từ tốn ra đôi hàng lệ. Từ 1975 đến giờ, lần đầu những giọt nước mắt lại tìm tới ông, nhoè nhoẹt. Ông gọi thầm tên N. Giọng sũng. N. ơi N. ơi...

Hồ Đình Nghiêm

HỒ ĐÌNH NAM

Hồ Đình Nghiêm, Em Tôi

Viết về Nghiêm ư? Tôi không biết khởi đi khoảng thời gian nào để bắt đầu. Là đứa con út trong gia đình gồm 9 anh chị em, Nghiêm thừa hưởng tình thương yêu, chiều chuộng của mạ tôi dành cho Nghiêm hơn bất cứ đứa con nào. Người ta thường nói: Giàu út no, khó út chịu, cũng không phải là lời nói bâng quơ cho có vần điệu. Khi Nghiêm lên 5, 6 tuổi, hai người anh lớn gia nhập quân đội, theo đơn vị nên không mấy khi về thăm gia đình. Anh chị em còn lại lo học, ham kết bạn, đàn đúm nhau dường như quên sự có mặt của đứa em út, trừ những bữa cơm trưa và tối quây quần bên nhau. Ngoài mạ tôi, chị Hường là người giúp việc cưng chiều Nghiêm lộ ra trong cử chỉ và lời nói khi bênh vực Nghiêm, là chỗ dựa tinh thần của Nghiêm tôi đồ chừng thế vì chị hay khóc để dỗ dành Nghiêm mỗi lúc: "Có la mắng, thì để tui chịu chứ đừng động đến em!"

Phần tôi, do tuổi tác chênh lệch tôi cũng không mấy quyến luyến với đứa em út cho lắm. Đến phiên tôi, đầu năm 1968, tôi cũng phải gia nhập quân đội. Lúc này chiến trận bùng phát dữ dội khắp bốn vùng chiến thuật, vậy là anh chị em không còn cơ hội sống bên nhau như trước.

Người chị duy nhất của tôi rời nhà xuống tận Mỹ Lợi dạy học. Em gái kế tôi, chị kế Nghiêm, vào Sài Gòn học Đại Học Sư Phạm. Thời gian này, anh chị em dường như ai lo phận nấy mà quên đứa em út từ nay sống trôi nổi khi Tuy Hòa, Nha Trang rồi Đà Nẵng theo gia đình mấy người anh. Năm 1972 tôi xin phép đơn vị trưởng vào Sài Gòn thăm mạ tôi đau nặng ở Bệnh Viện Hoàn Mỹ. Giờ phút trước lâm chung, Mạ tôi cố chống chỏi cơn bệnh với hơi tàn còn lại để mong nhìn mặt đứa con út trước khi nhắm mắt từ giã cõi trần. Sau tang lễ, Nghiêm theo người anh lên Đà Lạt một thời gian rồi về Huế học trường Cao Đẳng Mỹ Thuật đến ngày tốt nghiệp.

Tháng 6 năm 1975, tôi đi tù cải tạo dưới chế độ mới, mọi thông tin về sinh hoạt anh chị em hoàn toàn bế tắc. Chính bản thân tôi cũng phó mặc cho số phần đưa đẩy, nhưng lòng luôn trĩu nặng ưu tư đến vợ và 4 con thơ tồn tại ra sao trong cơn bão táp nghiệt ngã của thời đại.

Trong một lần thăm nuôi tại nhà tù trại Z.30A Xuân Lộc Đồng Nai, vợ tôi cho biết gia đình Nghiêm vượt biển thành công và hiện đang ở trại tạm cư Hồng Kông. Đêm đó tôi thao thức đến sáng. Qua song cửa sắt, nhìn những ngôi sao nhấp nháy trên trời, tôi mừng cho Nghiêm từ nay sống đời tự do như chim sổ lồng. Nói như nhà thơ Dương Kiền:

"Sống cho ra kiếp người...
... Nói em tôi đã vượt thoát ra,
đến Thái Lan rơi vào tay hải tặc,
tôi mừng nó một lần đớn đau ê chề thân xác,
nhưng trăm năm thoát kiếp ngựa người
tôi bỗng bật cười mà lã chã rơi hai hàng nước mắt".

Qua vợ, tôi còn biết thêm Nghiêm đã lập gia đình. Ngày hôn lễ được tổ chức đơn giản ở Huế với gia đình chị tôi có sự tham dự chia vui của nhà văn, dịch giả Bửu Ý, Trịnh Công Sơn, họa sĩ Tôn Thất Văn, Đinh Cường, nhà thơ Định Giang.

Năm 1982 được tha về từ nhà tù, tôi mới biết thêm gia đình Nghiêm hiện định cư ở Montréal Canada.

Một ngày giữa tháng 6 năm đó, sống trong khốn khó chạy ăn từng bữa, tôi nhận được giấy báo lãnh hàng của Nghiêm gởi. Đêm không tài nào nhắm mắt chỉ mong trời mau sáng đến Bưu Điện lãnh quà. Tâm trạng trăm mối tơ vò vừa nao nức vừa cảm động. Bóng dáng đứa em út hiện ra trước mắt như trước giờ chết tôi hồi tưởng lại lúc hai anh em sống bên nhau ngày tháng cũ.

Đầu năm 1985, những ngày đầu tiên sống đời lưu vong ở London, tôi thấy có nhiều tạp chí tiếng Việt trên bàn làm việc của cha vợ, nào là Văn Nghệ Tiền Phong, Phụ Nữ Diễn Đàn, Làng Văn, Lửa Việt, Quê Mẹ... Dễ chừng hơn 10 năm qua tôi mới thấy lại... chữ Việt, tạp chí Việt. Bao năm trôi qua cho một đời khổ nạn, tôi gặp lại đứa em út với cái tên nguyên con Hồ Đình Nghiêm trong mỗi truyện ngắn trên báo, có khi tên được ghi trang trọng trong Ban Biên Tập của Tạp chí cùng với Mai Thảo, Võ Phiến, Võ Văn Ái.

Tôi quyết định đi thăm Nghiêm cho dù phải trải qua những khó khăn, rắc rối để có visa của Canada. Tôi làm đơn xin Bộ Nội Vụ Anh cấp sổ Travel Document dành cho người vô tổ quốc, tôi phải đến Tòa Đại sứ Canada ở London để được phỏng vấn... Cuối cùng tôi đã gặp Nghiêm đón ở phi trường Mirabel.

Sau lần gặp nhau, khi trở về London, tôi nhận được rất nhiều tác phẩm của Nghiêm ra đời, dễ chừng hơn 10 tập truyện. Bạn văn cũng như nhiều nhà phê bình đều đánh giá cao những tác phẩm của Nghiêm đối với nền văn học hải ngoại.

Tôi nói lời thì thầm riêng mình: Cuối cùng số phận đã đưa đẩy: đứa em út tôi là nhà văn!

Hồ Đình Nam
London. Tháng 7.2023

Hồ Đình Nghiêm by Phan Nguyên

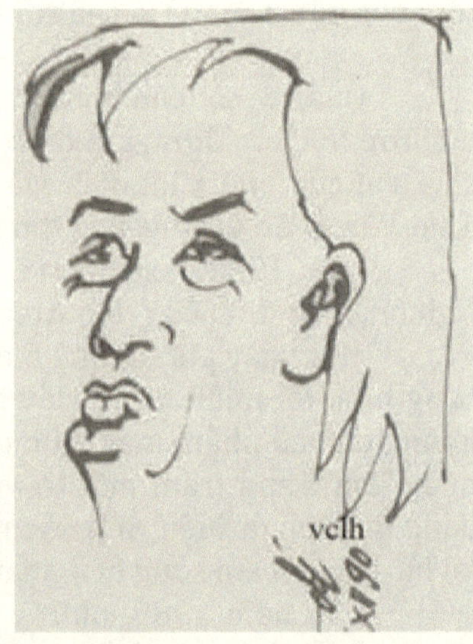

Hồ Đình Nghiêm – ViVi vẽ

BK

ĐỖ TRƯỜNG

HỒ ĐÌNH NGHIÊM CÙNG SỰ PHÁT TRIỂN VĂN HỌC VIỆT HẢI NGOẠI

Đỗ Trường

Khi đọc, nghiền ngẫm Văn học Việt Nam ở hải ngoại từ sau 1975 đến nay, tôi thường (tạm) chia ra thành ba giai đoạn để tiện theo dõi, đánh giá. Có thể nói, giai đoạn đầu từ năm 1975 đến cuối 1979 như một sự chuyển tiếp của Văn học miền Nam ra vùng đất mới, với những nhà văn, nhà thơ tên tuổi: Võ Phiến, Mặc Đỗ, Du Tử Lê, Viên Linh, Thanh Nam, Túy Hồng...

Giai đoạn hai, từ đầu năm 1980 đến 1990 sự khởi sắc Văn học hải ngoại. Bởi, có thêm sự góp mặt của các nhà văn, nhà thơ thuyền nhân, hay đoàn tụ như: Mai Thảo, Duyên Anh, Trần Hoài

Thư, Luân Hoán, Nguyễn Mộng Giác... Và đặc biệt sự xuất hiện của các nhà văn trẻ: Lê Thị Huệ, Hoàng Mai Đạt, Đỗ Kh. (Khiêm) hay Trần Vũ, Hồ Đình Nghiêm với giọng văn mới lạ, đưa sinh khí mới đến văn thơ Việt hải ngoại. Tuy nhiên, ở giai đoạn này, Văn học hải ngoại vẫn mờ nhạt dấu ấn của phê bình, hoặc chưa xuất hiện những cây viết phê bình thực sự, đưa các tác giả, tác phẩm đến gần hơn với người đọc, cùng khơi nguồn chảy cho Văn học hải ngoại.

Từ 1990 đến nay với sự xuất hiện các nhà văn H.O như: Phan Nhật Nam, Tô Thùy Yên, Thảo Trường... cùng những người lính, tù nhân cũng là chứng nhân của lịch sử buộc phải cầm bút: Phạm Tín An Ninh, Song Vũ, Trạch Gầm, Lâm Chương, Khánh Trường, Tưởng Năng Tiến, Cao Xuân Huy hay Vương Mộng Long... Do đó có thể nói, Văn học hải ngoại đã bước sang trang mới, với nhiều đề tài, đa sắc (màu). Song mảng phê bình vẫn ậm ạch, chưa thể song hành cùng sự phát triển đa dạng của thơ, văn. Thật vậy, ở hải ngoại có nhiều nhà lý luận, phê bình, biên khảo tài năng hàng đầu, với nhiều bài viết giá trị và tâm huyết. Tuy nhiên, (có điều đáng tiếc, thật khó hiểu) đôi khi các bác vẫn giữ lối viết chung chung, lừng khừng, chưa đi thẳng vào từng tác phẩm, tác giả một cách rạch ròi, né tránh những vấn đề mang tính thời sự, hoặc tác phẩm gai góc, va chạm. Nhất là đối với những nhà văn mới và các tác phẩm gần đây. Mà phần đông tác giả là những người lính thất trận, trải qua năm tháng dài tù tội.

Tuy nhiên, công bằng mà nói, đôi khi chúng ta (độc giả) vẫn có thể tìm đọc, và nhận ra những bài viết công phu, nhận định sâu sắc ở đâu đó của Nguyễn Vy Khanh, Bùi Vĩnh Phúc hay Nguyễn Mạnh Trinh...

Trong bối cảnh phê bình gà gật như vậy, thì thật may mắn Tạp chí Ngôn Ngữ ra đời, với sự chung tay của các nhà văn, nhà thơ tên tuổi, đầy tâm huyết: Luân Hoán, Song Thao, Nguyễn Vy Khanh, Lê Hân, Hồ Đình Nghiêm. Với 26 số đã phát hành từ hải ngoại về đến quốc nội, nói lên giá trị cũng như sự cần thiết của Tạp chí Ngôn Ngữ đối với Văn học hải ngoại nói riêng, cũng như Văn học Việt Nam nói chung. Và Tạp chí Ngôn Ngữ số 27 sẽ phát hành vào tháng 9/2023 sắp tới, với phần 1 đặc biệt giới thiệu nhà văn Hồ Đình Nghiêm. Do vậy, mấy ngày nay, tôi nhận được thư điện tử của các bác không chỉ trong nước, mà cả ở Hoa Kỳ, Úc châu hỏi về Hồ Đình Nghiêm. Có một số chưa được đọc, chưa từng nghe tên tuổi nhà văn này. Vâng, âu cũng một phần lỗi thuộc về giới thiệu, phê bình, dẫn đến thiệt thòi cho người đọc chăng?

Có thể nói, là một người chịu khó mày mò tìm đọc, song quả thực tôi cũng chỉ tình cờ đọc được vài ba truyện ngắn ở đâu đó của Hồ Đình Nghiêm, khi nghiền ngẫm về các tác giả khác. Do vậy, tôi buộc phải tìm đọc, và viết về ông. Hy vọng sẽ giúp được phần nào cho các bác hiểu hơn về tác giả Hồ Đình Nghiêm, cũng như Văn chương Việt hải ngoại.

Vâng! Hồ Đình Nghiêm sinh năm 1957 tại Huế, và hiện nay đang sống và làm việc tại Montréal, Canada. Sau khi tốt nghiệp Cao đẳng Mỹ thuật Huế (năm 1978) ông vượt biển. Ngay những ngày đầu ở trại tạm dung, cuộc sống đảo lộn, dẫn đến biến đổi tâm lý cùng cảm hứng bất chợt cho Hồ Đình Nghiêm cầm bút viết về những ước vọng, nỗi đau của con người trước thực trạng xã hội. Và vợ chồng nhà văn Thanh Nam, Túy Hồng chính là bà đỡ cho truyện ngắn đầu tay này của Hồ Đình Nghiêm (trên báo Đất Mới - Hoa Kỳ), cũng như thể đỡ cho một nhà văn ra đời vậy. Và có thể nói, hội họa là sự lựa chọn, song văn thơ đã vận vào cả cuộc đời Hồ Đình Nghiêm. Vì vậy, ông hoàn toàn không có sự chuẩn bị để trở thành nhà văn. Ngoài 6 tập truyện ngắn đã in: Nguyệt Thực (1988), Tờ Mộng Rách Rồi (1991), Vầng Trăng Nội Thành (1997), Mùi Hương Trên Đồi (2005), Kẻ Âm Lịch (2017), Ngoại Vực (2018), ta còn thấy, Hồ Đình Nghiêm làm thơ, tùy bút, viết chân dung, cũng như phỏng vấn phê bình. Lãnh vực nào Hồ Đình Nghiêm cũng cho người đọc sự rung cảm sâu sắc. Điều đó nói lên tài năng, vốn kiến thức, cũng như bút lực của ông. Đi sâu vào đọc, ta có thể thấy, hài hước, giễu nhại, cùng với sự liên tưởng, đan xen tình tiết cũ mới là một trong những thủ pháp nghệ thuật làm nên hồn vía trang viết Hồ Đình Nghiêm. Do vậy, ở khuôn khổ bài viết này, tôi đi sâu vào truyện ngắn, tùy bút với tính chân thực qua giọng điệu giễu nhại, dí dỏm Hồ Đình Nghiêm.

***Tư tưởng-tính chân thực qua giọng điệu hài hước.**

Thành thật mà nói, tôi chỉ mới tìm và đọc được vài ba chục truyện nằm rải rác trong 6 tập truyện ngắn của Hồ Đình Nghiêm. Một cách đọc không có hệ thống, do vậy thật sự khó khăn cho tôi khi viết tùy bút, cảm nhận này. Tuy nhiên, thật may mắn truyện ngắn nào cũng vậy, đều cho tôi thấy cái tư tưởng tự do thấm đẫm trang viết Hồ Đình Nghiêm: *"Mẹ mừng cho Mỹ đã thoát ra được cái công việc nọ. Hãy làm một người tự do, một nghề mình tự lựa chọn. Chớ dính dáng tới cái guồng máy kia, hãy đứng bên lề, có vậy con người mình mới thôi bị nhiễm độc, thôi bạo lực, thôi vô cảm, thôi sử dụng ngôn ngữ của loài chim két".* (Sông Không Trôi Ra Biển).

Với tư tưởng như vậy, nên mỗi đoản văn, truyện ngắn Hồ Đình Nghiêm đều đi sâu vào lột tả cái hiện thực xã hội một cách trần trụi. Thủ pháp đưa những câu ngạn ngữ, khẩu ngữ hài hước ngoài xã hội vào trang viết, cho người đọc tiếng cười đau đớn, xót xa, hay mỉa mai, châm biếm, tuy không mới, song sâu sắc, sinh động như Hồ Đình Nghiêm, không phải nhà văn nào cũng làm được: *"Sản phụ phải vỡ nước ối thai nhi mới được trồi đầu, muốn vượt cạn êm đẹp ta phải chịu khó bôi trơn, bồi dưỡng từ y công, y tá cho tới các ông bà bác sĩ sản khoa. Theo trình tự từng công đoạn: đếm tiền, đút túi quần, lê chân đi rửa tay, đeo găng cao su, uể oải bày biện dao kéo bông băng lu hũ. Và nạt nộ. Và bắt bẻ: Khóc à? Vậy thì khi làm tình mấy người có khóc không? Đã ăn chơi thì chớ sợ mưa rơi! Dạng chân ra."* (Sông không trôi ra biển).

Khi đọc Khánh Trường, tôi nghĩ đến nhà văn Tưởng Năng Tiến. Và viết về Hồ Đình Nghiêm tôi liên tưởng đến Khánh Trường. Thật vậy, nếu ở truyện ngắn Đêm Mưa, Khánh Trường mượn thân phận người lính thất trận ở Saigon vào 30.4.1975 cùng nhà thổ, đĩ điếm để phơi bày bản chất ươn hèn của giới cầm quyền, thì ở Mô Phật, Hồ Đình Nghiêm miêu tả thân phận giới sinh viên trí thức, với những cô gái bán thân, trong giờ phút hấp hối của Đà Nẵng. Có thể nói, Đêm Mưa của Khánh Trường và Mô Phật của Hồ Đình Nghiêm, tuy hoàn cảnh, tâm lý, ngôn ngữ diễn ra hoàn toàn khác nhau, nhưng là hai truyện ngắn đều cho tôi chung một cảm xúc. Và với tôi đây là những truyện ngắn hay nhất mà tôi đã được đọc trong thời gian gần đây. Trích đoạn trong truyện ngắn Mô Phật dưới đây, không chỉ cho ta thấy thân phận của con người, mà còn thấy đằng sau đó là cái ung nhọt, dẫn đến miền Nam đang tan rã và sụp đổ, thông qua tài năng sử dụng biện pháp tu từ, với những hình ảnh ẩn dụ miêu tả của Hồ Đình Nghiêm:

"Giường trải chiếu, in lem luốc chữ Phúc nằm chật chội trong vòng tròn. Chữ Phúc bốc mùi, không là mùi của ẩm mục thiếu nắng mốc meo... Hoa trút bỏ áo quần. Tôi quen thuộc với cơ thể ấy, nhưng vùng kín đáo của Hoa là nơi chưa một thằng sinh viên mỹ thuật nào được ngắm nhìn, ngoại trừ tôi, hôm nay... Hoa ôm cứng lấy tôi. Hoa bảo: Hãy yêu Hoa đi. Nắng buổi chiều chiếu rọi xuyên qua bản vẽ làm rách nát từng đường trên cơ thể Hoa. Tôi nằm dát người trên chiếu, nghe tiếng súng nổ và hiểu Đà Nẵng đang cơn hấp hối".

Nếu ta đã đọc truyện Hộ Khẩu Ở Ngoại Thành của Thảo Trường, thì khi đọc truyện ngắn Một Tay thấy rõ nét hơn cái tính độc đáo, tiêu biểu hơn về tư tưởng, bút pháp của Hồ Đình Nghiêm. Và cái tư tưởng: *"Thất bại chưa hẳn đã là thua"* đều được lột tả qua hình ảnh, diễn biến tâm lý của những người lính phía bắc (bộ đội) sau cuộc chiến. Không chỉ truyện ngắn Một Tay, mà trang văn nào cũng vậy, dường như Hồ Đình Nghiêm viết bằng cảm xúc bất chợt, chứ ít khi bị chi phối bởi lý trí. Do vậy, có những câu thơ, thành ngữ, đoản văn miên man bất chợt, cứ ngỡ ngòi bút nhà văn đã đi lạc cái tứ, hay ý tưởng ban đầu. Nhưng không, rồi ngòi bút ấy cũng ngoắt về đúng đường rầy thiên truyện. Thật vậy, sự giễu nhại, với ngôn ngữ sân khấu, kịch trường gây tiếng cười châm biếm nhẹ nhàng, nhưng cũng thật thâm thúy dưới đây, Hồ Đình Nghiêm chứng minh cho ta thấy rõ những điều đó:

"Chú Bê cười tít mắt: Giá mà nhà nước này có mày làm chủ tịch hội thương phế binh thì những gì chúng nó từng hy sinh nghĩ không uổng phí, nhỉ? Nhất Việt kiều nhì bia ôm ba tiền đô bốn gái làng chơi. Tứ khoái này e đã có cải biên, nhuận sắc?(...) Chú ra Hà Nội, tôi vào Sài Gòn, tình nghĩa đôi ta có thế thôi. Có ai ngờ đâu, một ông cựu bộ đội từng cầm súng vào sanh ra tử đánh đuổi bọn đế quốc như chú tôi lại phát ngôn: Mày về rồi mày đi xúi tao đâm nhớ mùi Mỹ bám thân ở người mày. Cả đời cầm súng oanh liệt đi qua cuộc chiến thật chả có gì ấn tượng cho bằng những giây phút thư giãn bên mày khi mày cho phép được voi đòi tiên". (Một Tay)

Có lẽ, nỗi nhớ quê, sự ám ảnh thường trực trong cuộc sống, tâm hồn Hồ Đình Nghiêm: ngày nơi đất khách, hồn đêm quê nhà. Do vậy, dù sự việc nhỏ nhất xảy ra, ông cũng trộn tâm trạng vào đó, rồi đưa vào trang viết của mình. Và Đi Hết Chuyến Tàu Tết là một truyện ngắn, hay một thiên phóng sự, với lời văn nhẹ nhàng, trau chuốt, điển hình như vậy của Hồ Đình Nghiêm. Vẫn biện pháp tu từ, với hình ảnh ẩn dụ, nhà văn mượn thiên nhiên cảnh vật, nói về nỗi đau (cái chết) con người trong một xã hội trật tự, cũng như luân lý đạo đức bị đảo lộn tùng phèo. Vâng, với một xã hội, một thiên đường ảo ảnh, thì đường cùng ngõ cụt chắc chắn con người phải đi tới:

"Thiên nhiên bên ngoài đóng khung, mất tự do những đám mây dật dờ bị khói tàu nhuộm chất độc màu da đen. Chim ở núi bay về, đậu trên dây giăng chùng giữa những cột điện trông như nốt nhạc phơi thầm lặng trên năm dòng kẻ. Thành phố giờ này rất nhiều dây điện. Người đàn bà kể, mắc cửi, tựa đám màn nhện chực trói mỗi số phận con người. Có cô gái dịu hiền xa nhà trọ học chiều về lội nước

chật vật nghĩ tới một chén cơm lưng chờ đợi trong căn hộ tập thể. Vì cớ làm sao chuyện thật hoang đường dây điện đứt sà xuống người em, con rắn đương đại quấn cổ cắn vào giấc mơ bình dị đột tử. Từ đời thường xã hội chủ nghĩa em nhắm mắt bước vào vườn địa đàng mê muội muôn đời không có thật". (Đi Hết Chuyến Tàu Tết)

***Thế sự, xã hội - cùng những truyện ký, tùy bút mang tính triết lý sinh động.**

Truyện ngắn, văn xuôi Hồ Đình Nghiêm đi vào mọi đề tài, mọi ngóc ngách của cuộc sống. Song có lẽ, thế sự xã hội là những trang viết gây cho tôi (người đọc) nhiều cảm xúc nhất. Có được như vậy, ngoài sự can đảm đứng về lẽ phải, cần lắm lòng nhân đạo, cảm thông của nhà văn. Thật vậy, từ những hình ảnh trong một xã hội (VN) đầy nhiễu nhương, bỉ ổi bắt gặp ở đâu đó, được Hồ Đình Nghiêm thu nhỏ vào thiên truyện: Đi Hết Chuyến Tàu Tết của mình. Và chỉ là những đoạn văn miêu tả, trần thuật, song thân phận con người dưới ngòi bút Hồ Đình Nghiêm hiện lên không bằng loài súc vật:

"Bắt nó. Địt mẹ, chúng ông theo mày lâu rồi. Chớ để nó thoát lần này. Cây đàn guitar nổ khi bị đập vỡ nghe như tiếng pháo chuột đốt lẻ loi. Thằng cụt chân bị đè lưng bằng bốn năm bàn chân mang giày dép đường bệ. Đám đông bu lại thành một vòng tròn khép kín, hiếu kỳ. Chuyện gì vậy? Sao không dưng lại ức hiếp kẻ tàn tật? Bà con cô bác không biết đó thôi. Thằng này chúa phản động, nó biên tập một bài hát toàn vần H nhằm bôi xấu hình ảnh bác Hồ thân thương (...) Mếu máo, giọng run, nước mắt chảy, thằng cụt chân bị lôi đi. Chẳng được cẩn trọng cho lắm, tệ hơn người ta lôi con chó đi trấn nước, về làm thịt ở quán Hương Đồng Quê. Ngay tình, con chó có giá hơn thằng người tàn tật ấy. Ông bạc tóc bình phẩm". (Đi Hết Chuyến Tàu Tết)

Tôi không rõ, Hồ Đình Nghiêm viết truyện ngắn Án Mạng vào thời gian nào? Nhưng đọc nó, ta có thể thấy tính thời sự đậm nét trên trang văn của ông một cách chân thực. Và cái sự mông muội ấy, làm cho người đọc kinh sợ, song cũng phải bật ra tiếng cười chua chát, bởi giọng văn, lời thoại dân dã hài hước của Hồ Đình Nghiêm. Với đặc điểm này, văn thơ Hồ Đình Nghiêm không gây cảm giác nặng nề cho người đọc, dù đi sâu vào miêu tả, hay phân tích những tình tiết bi đát nhất:

"Hóa ra Trung tá chẳng nắm bắt thời sự? Theo Vietnam net đưa tin bác sĩ Nguyễn Minh Đức, trưởng khoa sản bệnh viện Đức Thọ ở Hà Tĩnh đã kéo đứt cổ trẻ sơ sinh rồi tự tay khâu lại. Sản phụ chính là em gái của đồng chí công an khu vực đang vắng mặt đột xuất. Mộc hỏi: Cái gì? Kéo đứt cổ là sao? Dạ, là chỉ lôi được cái đầu của em bé ra thôi ạ. Thi thể vẫn kẹt cứng đằng sau cửa mình. Thế mới sinh chuyện chứ ạ. Vị Trung tá cằn nhằn: Mẹ nó chứ. Chỉ dùng tay thôi à? Làm cái đéo gì mà mạnh tay thế?" (Án Mạng)

Với truyện ngắn Án Mạng, Hồ Đình Nghiêm không dừng ở mức độ giết người, thú tính hay bọn cường quyền cấu kết với xã hội đen, mà dường như ông muốn khai thác, và gửi đến người đọc cái đằng sau của sự lừa lọc, tranh giành, chém giết lẫn nhau ấy. Và đề tài thế sự xã hội (bóc trần sự thối nát, mục ruỗng ăn sâu từ thượng tầng cho xuống hạ tầng cơ sở này) được khá nhiều nhà văn hải ngoại cũng như trong nước khai thác. Bởi, nó luôn nhận được đồng cảm nơi bạn đọc. Tôi cũng đã đọc nhiều ở truyện ngắn của Trần Kỳ Trung (Hội An), hay của cố nhà văn Phạm Văn Biển (Quảng Ngãi). Mỗi nhà văn đều cho tôi cảm xúc khác nhau. Nhưng giữ nguyên tên tuổi nhân vật, tình tiết, sự kiện và đưa thẳng vào trang văn như Hồ Đình Nghiêm, quả thực nếu người viết không có tài, truyện dễ trở thành tẻ nhạt lắm. Thật vậy, ta hãy đọc lại trích đoạn dưới đây để thấy cái mưu mô, tàn bạo của con người và sự thối nát của xã hội, cũng như từ ngữ, lời văn sinh động của Hồ Đình Nghiêm:

"Tầm mười giờ tối mai tôi cùng con mồi, hắn cũng là công an, đi vào bằng lối này. Sau đó tùy cách động binh của đại ca. Tám Tàng nhổ bãi đờm xuống đất: Công an à? Nói anh hai đừng ngầy ngà chớ khử được ông nào tốt ông đó. Mức độ tàn phế? Chất nói, lời gọn, nhai chỉ một chữ: Chết. Tám Tàng quay lưng (...) Hai thứ cần lưu tâm, thứ nhất nạn nhân là công an, thứ hai buộc nó phải chết. Do vậy anh hai nên hiểu giá cả có hơi khác thường, đắt chút đỉnh. Không thành vấn đề. Tôi chẳng có sẵn ngân lượng xứ mình, đại ca chấp nhận thu nhận 700 đô Mỹ nghen. Sao lại đề ra con số trông chơ vơ ấy? Nhằm giải quyết êm đẹp, tính luôn cả việc không gây ra hậu hoạn, Tám này đóng chốt 1000". (Án Mạng)

Tôi đã đọc khá nhiều ký sự, tùy bút của nhiều nhà văn trong nước cũng như hải ngoại, nhưng có thể nói, Hồ Đình Nghiêm là một trong số không nhiều nhà văn viết hay ở thể loại này. Có bác cho rằng: viết hay, có cái nhìn tỉ mỉ như vậy, bởi Hồ Đình Nghiêm xuất thân từ họa sĩ. Với tôi, không hẳn là thế. Bởi, cũng có nhiều họa sĩ tên tuổi "phẫu thuật" bức tranh thiên nhiên rất dở, khi đưa vào trang viết của mình.

Rất may mắn, tôi đã tìm được và đọc một số bài tùy bút, tâm bút của Hồ Đình Nghiêm trên Internet. Tùy bút của ông như những lời tự sự, mang tính triết lý sâu sắc với lời văn rất đẹp. Qua Đời, một tùy bút, (hay một câu chuyện) Hồ Đình Nghiêm đã cô tâm trạng, nỗi buồn đau vào đó, khi ông sang Anh Quốc tiễn đưa người bạn về cõi vĩnh hằng. Và đoạn văn sớm mai đầy tâm trạng, rất đẹp dưới đây sẽ cho ta thấy tài năng miêu tả, dưới cái quan sát tỉ mỉ của Hồ Đình Nghiêm:

"Sáng sớm tôi ra đứng ngoài góc vườn. Đêm qua mưa nhỏ lá cây ướt trơn màu lục tối. Trời chưa kịp xanh, nứt rạn vết bẩn từng cụm mây run, tần ngần. Bình minh ở xa đang lặng lẽ tới, tôi chờ tiếng nước sôi đổ xuống phin lọc đầu ngày. Gió đi bên trên cây táo cô độc cắm giữa sân, tiếng chuyển động ngắt quãng của underground hộc tốc vừa rời khỏi trạm Canons Park, luân lưu một dòng chảy réo gọi, mang người ta từ giường ngủ gật gà tới một cánh cửa nhốt đời vào với công việc lao lung. Nhàn cư vi bất thiện nhưng lao động e mãi hoài chẳng hề là vinh quang. Nước mắt bao giờ cũng là trạm chót khi anh đi hết những trạm dừng của phiền muộn, của hư hao, của ngộ nhận, của thứ nỗi niềm khó thốt lời minh giải". (Qua Đời)

Có thể nói, với tôi Dáng Lụa là truyện ký hay nhất (trong tất cả những trang văn mà tôi đã đọc) của Hồ Đình Nghiêm. Thiên truyện như một bài thơ trong bức tranh thu nhỏ về tình bạn, tình yêu của tác giả (tạm gọi) và cô sinh viên Trường Mỹ thuật Huế (trôi theo phận nước) dưới góc nhìn, và ngòi bút miêu tả đầy cảm xúc (thay cho nét vẽ) thật tài năng, sinh động của Hồ Đình Nghiêm:

"Tôi chẳng ngạc nhiên vì con người chị là tổng thể những đường nét dịu mềm, mong manh, dễ thẩm thấu, dễ hoen ướt. Tà áo dài, mái tóc đổ xuống ngang lưng, da trắng, năm ngón búp măng và mãi mãi rụt rè khi nhác trông ra tôi. Khép nép, mắc cỡ như thể suốt đời chưa lần nào phải ngồi ăn trưa trước kẻ lạ mặt. (...) Hương vị đó không thể dồn lên thứ mùi dịu ngọt mà mũi tôi đang hít lấy để phân chất. Nó phát ra từ chân tóc chị? Từ cổ chị? Từ ngực chị? Từ thể hình chị? Tự thân chị là một bức tranh lụa mà dù là danh họa, bạn chẳng thể thêm thắt một nét dư thừa nào cả." (Dáng Lụa).

Và ở đó, ta không chỉ thấy tài năng phân tích nội tâm, mà còn thấy sự liên tưởng thật phong phú và độc đáo của Hồ Đình Nghiêm nữa: *"Mưa rơi ngoài trời làm bóng tối co lại, màu đêm mềm ra, đầy sũng lạnh... Hai đứa đều mặc áo đi mưa và đã là mưa Huế thì chẳng có vật thể gì có thể can ngăn sự xâm thực thật lì lợm của nó. Mưa ngoài trời và mưa cả trong lòng. Ướt gì thì ướt nhưng phải giữ cho cuốn sách Mỹ Thuật thật khô ráo, đúng không? Sầu Đông nói. Đêm nay chong đèn xem người nớ viết có đặng không.*" (Dáng Lụa).

Có thể nói, Hồ Đình Nghiêm là một nghệ sĩ đa tài. Lãnh vực nào ông cũng để lại dấu ấn thật rõ ràng. Tuy nhiên, văn xuôi, truyện ngắn đã làm nên chân dung thật vạm vỡ và tài hoa Hồ Đình Nghiêm.

Nhìn lại văn học sử, ta có thể thấy, Hồ Đình Nghiêm xuất hiện đúng lúc, và thổi luồng gió mới Văn thơ hải ngoại đang gà gật ở thời điểm đó. Và ông trải qua gần nửa thế kỷ cầm bút, buồn vui cùng Văn học hải ngoại nói riêng, và Văn học VN nói chung. Do vậy, với bài viết này, tôi chỉ đủ khả năng đi vào một vài khía cạnh đặc điểm, cũng như tài năng của nhà văn Hồ Đình Nghiêm. Và chưa hẳn những điều tôi viết về ông đã đúng và chính xác. Cho nên, cần lắm những nghiên cứu thật sâu, và rộng rãi hơn về nhà văn tài năng này.

Đỗ Trường

Leipzig ngày 11-7-2023

Hồ Đình Nghiêm (ngồi ngoài cùng bên trái) và các bạn văn

SONG THAO

Hồ Đình Nghiêm, Tập 2

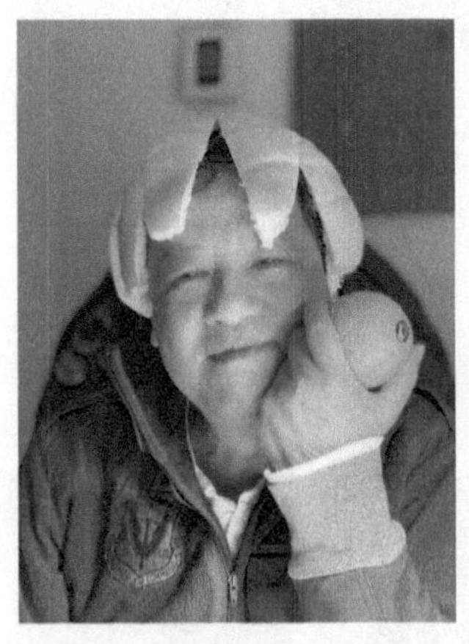

Đừng bao giờ chờ phôn của Hồ Đình Nghiêm, anh em Montréal ai cũng biết như vậy. Nghiêm không bao giờ phôn ai, chỉ nhận phôn. Phôn nhà, phôn tay có đủ, lại là thứ phôn xịn, iPhone đời gần mới nhất. Nói đời gần mới nhất là vì chàng ta chuyên ăn theo phôn của con. Thực ra chúng tôi ai cũng vậy. Con cái mua phôn mới, thải phôn cũ là chúng tôi thầu. Nghiêm may mắn có hai anh con trai là *fan* cứng của Apple. Apple ra phôn mới là chúng móc túi chi tiền không nghĩ ngợi. Đi đâu cũng kè kè iPhone bên người nhưng phôn của Nghiêm không có *sim*. Chỉ dùng để chụp hình. Và khi tối trời làm đèn pin. Đây có lẽ là cái đèn pin xịn nhất.

Chỉ cần nói chuyện phôn phiếc đủ biết Nghiêm là người nhút nhát trong giao tiếp. Vòi chàng co lại. Nhưng nếu có họp mặt nhậu nhẹt thì Nghiêm mở máy nói với tốc độ khá hào hứng. Chàng ta nói huyên thuyên, vui như tết. Kể cũng lạ. Lạ nhất là chàng rất cởi mở. Tôi cho anh chàng này thuộc loại nói phải có đối tượng lù lù trước mắt mới có hứng. Nói phôn với... thinh không chẳng ra sao cả.

Là người ít tuổi nhất trong số anh em viết lách của thành phố này nhưng Nghiêm lại giao du với bệnh viện nhiều hơn ai hết. Té gãy xương bàn tọa, vào bệnh viện sắm bộ xương mới, chàng ta chống gậy đi họp... hội nghị. Trẻ nhất mà gậy gộc trông rất... hỗn. Ít lâu sau, chàng vứt được cây gậy đi, hỏi sự tình, chàng nói là bệnh viện mới thay cho mấy viên bi nên đi đứng trơn tru. Lần khác chàng bí đường tiểu. Tôi còn nhớ bữa đó có nhà văn Minh Ngọc từ New York sang chơi. Chàng bảo sẽ tới. Chờ mãi chẳng thấy bóng dáng cặp xương hông có bi, tưởng chàng xù. Sau chàng giải thích bữa đó sửa soạn ra đi thì bụng chướng lên, rặn không ra. Thay vì tới nhà hàng, chàng quẹo qua nhà thương. Bác sĩ, y tá xúm lại giải quyết sự tình. Một em y tá tóc vàng sợi nhỏ, xinh như mộng, đã thực hiện thao tác luồn ống vào đường tiểu tháo nước ra. Hỏi chàng cảm tưởng ra sao? Thằng em lúc đó tình trạng ra sao? Chàng lơ là: "Ốt dột chi đâu! Mặt trơ ra như đá!". Đề tài này là chủ đề thảo luận rất sôi nổi cho bữa nhậu đó. Nhiều anh em không nói ra nhưng bụng rất ưng được bí bách đường tiểu!

Trong thế giới thiệt, Nghiêm dè dặt, ưa trò chơi trốn tìm như vậy. Nhưng trong thế giới ảo của Facebook chuyện lại khác. Nhiều năm trước, khi chúng tôi ai cũng có một chỗ trên Facebook, tên tuổi trưng ra đàng hoàng thì Nghiêm, tuy trẻ nhất, vẫn ngậm tăm làm thợ lặn. Chàng ta không chơi trò này. Thỉnh thoảng ngứa... bút, chàng viết một vài lời trên Facebook của vợ, giấu biệt tên tuổi. Nhưng văn của Nghiêm thì lẫn lộn với ai được. Tôi biết nhưng làm ngơ để Nghiêm tiếp tục chơi trò anh hùng núp. Rồi tới một ngày anh hùng núp thò mặt ra. Chàng pháo kích *post* mỗi ngày lên Facebook, không chỉ một mà ba bốn cái mỗi ngày, anh em tối tăm mặt mũi. Hình như chàng chơi bù thời gian đã mất trước đó. Không chỉ tung ra chữ nghĩa, chàng Nghiêm còn *post* hình của mình lên nườm nượp. Hình đi chơi, hình đi chợ, hình đi mua áo quần, đồng hồ trong các tiệm bán đồ cũ. Có bữa hứng chí, chàng hết... nghiêm: chơi ngay một tấm hình đội vỏ bưởi trên đầu với nụ cười nhí nhảnh khi ấy em còn thơ ngây. Gió đổi chiều, chàng bỗng "cháy" hết mình, anh em chép miệng chịu thua. Cuộc đời tình ái và sự nghiệp, chàng tung hết lên Facebook cho bà con thiên hạ tỏ tường. Mới đây, ngày Father's Day, chàng *post* dòng chữ mang tên "Three amigos". *"Three amigos đơn giản chỉ là ba người bạn. Father's Day hai ông bạn trẻ dẫn ông bạn già đi kéo ghế. Già ăn bún bò, một trẻ chọn phở và trẻ ít tuổi nhất lựa hủ tiếu khô. Hai trẻ đã ngầm hội ý, sau khi ăn lót lòng xong, sẽ thong thả cùng nhau xuống phố, xô cánh cửa gương sáng ánh điện có hình quả táo đã bị Adam cắn mất một miếng, mua tặng ông già cái MacBook Air bởi thấy ổng chăm viết lách lung tung đầu bù tóc rối".* Vậy là người chuyên mua đồ cổ, chuyên thửa iPhone *second hand*, cũng có cái mới toang.

Facebook của Nghiêm biến đổi không ngừng, thiên hình vạn trạng. Buổi sáng nói chuyện thể thao. Đội tuyển túc cầu nữ Việt Nam thi đấu nơi này nơi kia. Chưng hình ngôi sao *tennis* Sharapova trên sân đấu, váy viếc bay theo gió, lộ ra chốn hang cùng ngõ hẻm. Thoắt cái, nhảy qua chuyện hội họa. Kèm theo tranh, tranh các nhân vật nữ trần trụi. Chuyển qua chuyện đi chợ, vật giá bữa nay ra sao. Chuyển tiếp qua chuyện phim ảnh, minh tinh rạng rỡ cũng quần áo hụt trước thiếu sau. Hình trên Facebook của ông nhà văn rất mặn mà này cũng toàn là thứ không cần thêm muối. Kiểu chưng hình này đúng xì-tin của Nghiêm. Giới mày râu rất vừa ý.

Rất nhiều khi chán nói chuyện thiên hạ, chàng ta nói chuyện mình. Chuyện những ngày xưa khi ta còn bé kèm theo những tấm hình đen trắng rất mực ngây thơ, ngây thơ thiệt chứ khi đó chưa ngây thơ cụ. Những kỷ niệm xưa còn vương vấn với những bạn văn, người còn sống nhăn, người đã ra thiên cổ. Lâu lâu chàng lại lục chồng sách cũ do bè bạn ký tặng để nhắc lại một thời sách vở còn được trọng vọng. Nhiều khi chàng thảy lên một câu tiếng Anh của các tác giả nổi tiếng ngoại quốc. Có khi chàng *post* một loạt chuyện cười, đánh số đàng hoàng, mỗi lần khoảng chục chuyện. Hình như trang Facebook của Nghiêm là nơi chia sẻ những thứ đang ôm trong bụng, không nói được thì viết ra cho nhẹ bớt cái bao tử.

Có một điều mà nhà văn Hồ Đình Nghiêm đổi mới là kể từ khi chàng có Facebook, chàng bỗng nổi máu thơ thẩn. Ông Luân Hoán và ông Hoàng Xuân Sơn bỗng có thêm đồng nghiệp. Thơ chàng có bầu khí riêng, không giống ai. Thử đọc bài "Đổ, Tháo"

Tìm đến nhau gieo mộng đầu
Tới hồi gió lạnh thấm sầu ẩm trang
Giấy vàng chữ chít khăn tang
Em còn đọc thấy đôi hàng nghĩa xưa?
Đem phơi tuồng tích nắng trưa
Ký lô lệch đủ nặng lòng cân chưa?
Ngoài ngõ vắng tiếng rao vừa
Người mua đồng nát dạm thưa gửi lời
Tôi đi vẫn chậm với đời
Trái cây chín rục chẳng mời mọc ai
Bông lan nở tựa hoa nhài
Dừng khe suối vắng sớm mai cởi truồng.

Montréal có ba người thuần viết văn. Võ Kỳ Điền, Hồ Đình Nghiêm và tôi. Thêm ông Trang Châu thỉnh thoảng phụ thơ nhảy qua văn. Nay ông Hồ Đình Nghiêm phụ văn nhảy qua thơ. Chỉ còn ông họ Võ và tôi trơ thân cụ làm đích tôn của văn. Kể cũng cô đơn.

Nhưng học đòi đặt vần theo ông Hồ thì không đủ hơi sức. Tôi đã vậy, ông Võ Kỳ Điền lại càng xếp ve.

Mà tại răng ông Hồ Đình Nghiêm bỗng di chuyển chiến thuật như vậy? Tại vì ông biết đi chợ nấu ăn. Trong bài "Chuyện Trong Quán Phở", ông kể lại gặp một cố nhân tên Hồng Phương. Họ bàn chuyện thơ trong khói của tô phở:

... Còn nhớ ông A không? Mới xem bài thơ ông ấy post lên, hay quá chừng quá đỗi.

- Hay ra sao mà khen rối rít thế?

- Ơ. Một người có hiếu với vợ lại thương con như ảnh thì làm thơ buộc phải hay thôi. Nói năng chi cũng bằng thừa.

- Vậy thì ông B, chị thấy sao ?

- Thèm vô! Đây không quỡn, bộ hết cái để đọc rồi à ? Thằng cha này phụ bạc vợ con, tối ngày cứ thích mèo mả gà đồng. Thơ hay thế chó nào được.

- Thơ ông A cũng than van đôi ba cuộc tình tan vỡ, cũng yêu vung vít đó thôi.

- Xời, ảnh giả bộ đó, ảnh dựng chuyện, đừng có tin, tui rất mến một người suốt đời chỉ biết cơm nhà quà vợ. Thơ ảnh làm rất dễ thu phục cảm tình của người đọc như tui. Này, bộ không tính làm thơ hả? Đi chợ nấu ăn chùi nhà đổ rác thêu thùa may vá công dung ngôn hạnh như anh thì làm thơ hay cho nhức nách, tin tui đi. Người mẫu mực đạo đức khi sáng tác phải hơn đàn ông quen thói trăng hoa.

- Thiệt hả? Xin lãnh giáo lời khuyên nặng ký của chị. Tui làm thơ post lên facebook mà bị bà con ném đá là lỗi của chị đó nhen.

- Ừa. Tốt gỗ hơn tốt nước sơn. Thiệt vàng sợ chi lửa, cứ mần đại xem sao. Tui sẽ nhào vô comment "Thơ hay, ảnh kín đáo".

Túm lại, muốn làm thơ hay phải nội trợ giỏi. Thảo nào thơ Hồ Đình Nghiêm hay ớn. Các ông Hoàng Xuân Sơn, Lưu Nguyễn nội trợ giỏi hay không, tôi không rõ. Nhưng ông Luân Hoán thì tôi biết rõ. Ông thầy này thì nội trợ chi. Vậy mà thơ ông hay... nhức nách!

Trong chốn ảo của mạng xã hội, ông Hồ Đình Nghiêm đã đổi lốt thấy rõ. Từ một ông thợ núp, ông chường mặt ra, hình hài rõ ràng, có hình post lia chia làm chứng. Tôi gọi sự đổi lốt này là Hồ Đình Nghiêm, Tập 2. Mong có ngày ông nhích thêm một chút, cũng đổi lốt trong thế giới thật, như đã từng trong thế giới ảo. Lúc đó chúng ta sẽ có Hồ Đình Nghiêm, Tập 3!

Song Thao
07/2023

NGUYỄN VY KHANH

VÀI GHI NHẬN VỀ TRUYỆN CỦA HỒ ĐÌNH NGHIÊM

Hồ Đình Nghiêm sinh năm 1957 tại Huế, tốt nghiệp Cao đẳng Mỹ thuật Huế năm 1978, "bỏ nhiệm sở vì không thích làm cán bộ Thông tin văn hóa", vượt biên và định cư tại Montréal, Canada từ năm 1981. Ở hải ngoại, ông đã sớm tham gia các sinh hoạt văn học và đã xuất bản các **tập truyện ngắn** *Nguyệt Thực* (Westminster, CA: Văn Nghệ, 1988); *Tờ Mộng Rách Rồi* (Tân Thư; Thời Văn, 1991); *Vầng Trăng Nội Thành* (Văn Mới, 1997); *Mùi Hương Trên Đồi* (Văn Mới, 2005); *Kẻ Âm Lịch* (Lotus Media, 2017); *Ngoại Vực* ("truyện và chuyện"; Lotus Media, 2018).

Kho "truyện và chuyện" của Hồ Đình Nghiêm khá đa dạng: nhà văn viết về nhiều khía cạnh của thân phận người Việt, về đời sống lưu vong, về những khắc khoải người đi người ở lại và những hoài niệm quê xưa người cũ. Thời đầu, quá khứ, quê nhà đã trở thành một đề tài gần như thường trực trong các truyện ngắn của ông, đặc biệt về Huế. Những mẩu chuyện – và các chi tiết, nhân vật, sự kiện trở thành cái mốc để nhà văn kể chuyện ngày xưa nơi quê nhà, để nhớ lại những con người và biến cố. Truyện trong các tập đầu như *Nguyệt Thực, Tờ Mộng Rách Rồi, Vầng Trăng Nội Thành*... đưa người đọc trở lại với cuộc sống của thanh niên thanh nữ nơi các đô thị, những cuộc đến với tình và bạn, những vui chơi, dĩ lỡ, những người lính trẻ, rồi những chuyện vượt biển, mua bán đám cưới giả với Việt kiều mới (Ông Đi Qua Bà Đi Lại). Những truyện sau đó vẫn đa mang tình cũng như phẫn nộ nhưng đa phần thấm thía, sâu hơn và bao chất văn chương riêng "Hồ Đình Nghiêm" cũng đầy đặn và đậm nét hơn. Trong số các nhà văn hải ngoại, ông viết khá thường xuyên, tuy vậy, các tác phẩm dù ngắn, nội dung và kỹ thuật dụng văn, sáng tạo vẫn được ông chăm chút với chữ dùng, giọng văn của riêng ông – cũng Huế như Túy Hồng, Nhã Ca, Hồ Minh Dũng, Trần

Doãn Nho, Trang Châu, ..., nhưng tính chất Huế của ông đã xuống đường và nhập thế hơn.

Tác phẩm của Hồ Đình Nghiêm, người đọc là tôi thường vô thức dõi theo ông cùng tìm về đất Thần Kinh - dù biết ông cũng từng sinh sống ở vài tỉnh thành khác. Trong Huế, Chốn Xưa Chưa Về, ông viết: "*Nói đến Huế thì đa phần ai cũng nhắc về một vết thương khó thành sẹo*". Để nói đến Huế của Mậu Thân 1968: "*Huế, không nhắc thì thôi. Nhắc, mộng ảo nhập nhằng, trôi la đà trên từng giấc thở dài, nặng nhọc. Đã sống qua, đã bơi sang bên bể trầm luân, đậu lại chốn đây, phải tự an ủi: Khung ăn thua. Có răng mô nà. Khung can chi. Hoặc dỗi hờn: Kệ cha mẹ nội, hết xôi thì rồi việc. Rứa đó. Rứa đó*".

Huế "đặc sắc" với những cơn mưa dưới nhận xét của người con nơi ấy: "*Mưa ở Huế lạ thường, rơi mà hầu như chẳng kèm gửi một lời nhắn nhủ đi trước. Sau đó, người ta không ngạc nhiên vì sự lì lợm của nó, dai dẳng. Ban đầu là mùi đất nồng, ẩm rít. Thoáng chốc, gió lùa ngang, xua tan, và rồi vướng víu trên da thịt chút gai rợn nổi hột*" (Hành Lý).

Đường Âm Hồn, cái địa danh nói đến tên đã có thể hãi hùng, ma mị với nhiều người, nhưng câu chuyện sau năm 1975 còn ma quái rùng mình hơn nữa. Hòa có người cha là nhà giáo bị bên kia xử từ thời Mậu Thân; chàng yêu Hoa – người có cha theo "cách mạng" và cũng có thể là người đã xử cha của Hòa. Họ hẹn nhau cà-phê để chia tay vì Hòa đi kinh tế mới: "*Một ngọn đèn vàng treo đong đưa trước lối vào. Bụi chè tàu cắt tỉa thẳng thớm dẫn tới vuông sân bày cách khoảng những bộ bàn ghế không đồng dạng. Góc sân chôn một cái am, ba đầu hương cháy lụn tàn chẳng soi rõ bóng người được thờ phượng. Và cành lá cây vú sữa luôn cào quét trên mái am, đệm sai nhịp vào dòng nhạc hòa tấu đang dấy lên từ cái loa giấu sau quầy. Thời gian đó, chính quyền không cho dân nghe nhạc vàng, nhạc đồi trụy của bọn đế quốc tư bản. Hoa hơi chao người khi vấp vào tiếng dương cầm vừa loang chảy tới, và khó khăn lắm Hoa mới hát thầm được vài câu vừa chợt nhớ. Hoa rùng mình, âm nhạc cũng có khi làm da thịt phải rợn lên, nổi hột tái tê. Cho hay khi bị vây chặt, bị phong kín, bất ngờ được đón nhận, dẫu là một điều tầm thường, người ta thường sửng sốt và phóng lớn niềm sung sướng ấy biến nó thành một cái gì thật vĩ đại. Vầng trăng sẽ to ghê gớm nếu suốt đời anh bị chôn sống dưới mặt đất một hôm được cho trồi đầu lên. Choáng ngộp, sợ hãi. Và khi kịp phát hiện, ánh trăng nọ sẽ mất đi sự thơ mộng nó luôn mang*".

Hai người sẽ cùng chết (hoặc phải chết). Tác giả chỉ biểu tả rằng, *"Hắn chôn mặt xuống trũng ngực Hoa, hài lòng liếm cái đường khe mặn rít mồ hôi phập phồng lên xuống. Hắn nhắm mắt, giờ phút ấy đối với hắn là cái gì rất mực thiêng liêng, mọi thứ khác trên đời sống này thảy đều phù du, chẳng đáng quan tâm. Hoa vòng đôi chân gác lên lưng hắn, khép chặt, siết cứng. Một đoạn dây kẽm gai nhặt được trong cỏ đưa lên cao từ năm ngón tay bấu chặt tươm đầy máu. Tay này tìm tay kia, Hoa nhớ tới hình ảnh cái trái cấm mắc nghẹn trong cần cổ gầy của Hòa di động mỗi khi hắn động não thốt nên lời văn hoa. Hoa nằm chờ đợi, chờ đầu tóc húi cua ngẩng lên".*

Trong khi dân chúng thì bàn tán: *"Chao ôi! Nói năng chi lôi thôi. Lỗi phải làm chi cho rắc rối. Thằng nớ thiệt gớm đời, có điều chết trên bụng đàn bà là chuyện không nên."*

"Hắn cho con kia uống cái quỷ chi mà miệng sùi bọt mép, mắt trợn môi trề dòm phát khiếp!"

"Thời buổi chi lạ! Chưa khi mô tui chộ ra hai cái chết kỳ cục kiểu nớ!"

Người ta cho biết gần nơi hai người chết có cái mương nơi cha của Hòa đã bị xử tử: *"... Ba thằng Hòa chết co quắp trong mương, bùn chôn nửa người. Ba hắn là giáo viên, con gà cũng không biết đường mà cắt cổ. Rứa mới ác nghiệt!"*

"Mô Phật! Lẽ mô ba con Hoa là người ở toán hành quyết có máu lạnh năm xưa?".

Truyện Dây Thun Lỏng đặc sắc về nhiều phương diện nhưng nổi bật là "tiếng nói" vùng miền. Chuyện kể "*Long người Nam, từ Sài Gòn ra trọ học, ở gần nhà và học cùng lớp nên chúng tôi làm bạn với nhau*" và cũng vì tiếng nói... bất đồng nên "tôi" trở thành "đứa thông ngôn". Phần đầu là chuyện Long đưa thợ may cái quần nhưng có vấn đề, ông thợ may phải năn nỉ: "*Tui đồng ý là khúc trữa có hơi bị nhăn nhíu, nhưng khúc đưới và khúc côi ni, anh xem đi, phải nói là khéo tay. Hàng vải ni rất khó may, anh thông cảm để tui chỉnh sửa lại. Côi, trữa, đưới. Thất bại, phải không?*".

Rồi đến thời loạn sau 1975, "tôi" ra chợ trời thì tình cờ gặp Ngà trước làm công cho ông thợ may. Qua lần gặp sau thì "tôi" nói thẳng là đang "thiếu vitamin N" muốn ngủ với Ngà dù cô ả đã "*Nói thiệt nghe, khúc đưới của em có hơi xấu, ở côi thì ngó tàm tạm, còn khúc trữa? Chắc Ngà phải cho anh thấy mới nói năng linh tinh như ông Quý tiệm may*". Ngà không phản đối "*nhảy phóc lên yên sau, mang nguyên cả cánh tay ra ôm choàng lấy tấm thân gầy xé gió của tôi. Tôi cảm nhận được cái mềm mại của trái vú sữa nằm gần khúc côi của Ngà. Thứ trái cây rám nắng tự nẩy nở lấy mà chẳng nhiêu khê chín giú trong xú-chiêng*". Và rồi "*Cửa đóng then cài không lâu, tôi và Ngà lần lượt mở khóa cho nhau. Ngà mặc quần vải mỏng có tròng dây thun ở lưng, thắt thỏm. Đói ăn bụng lép rồi dây thun đang tới hồi lỏng, mất tính đàn hồi co giãn nên chi thoắt một cái là khúc trữa lộ hình. Nó sẽ tiết ra một dòng sữa mật mà riêng viện bào chế chẳng chịu gọi là vitamin. Nó sẽ bồi dưỡng cho tôi thứ mà văn học gọi trái cấm ở thiên đường nhiều cám dỗ. Tôi ôm giữ lấy khuôn mặt Ngà. Tôi hôn vào môi khô đang bấn loạn thở. Tôi đồng ý với anh là khúc dưới hơi thô thiển, nhưng phần côi và khúc trữa xoắn tít những cụm chỉ rối vụng về tay gỡ, thì phải mạnh dạn để nói, đó là tặng vật của đời*".

Hồ Đình Nghiêm qua các truyện và chuyện khác còn nhiều lần khác trở lại Huế cũng như để tâm thức hoặc hồi ức thăm người nổi tiếng, nơi xóm vắng cũng như la cà với giới giang hồ, nhảy rào, v.v... - trong số, theo thiển ý, Mưa Bay Ngày Tết vừa lạ lẫm Huế vừa có cái kết nhân bản!

Với thời gian, đời sống tha hương nơi chốn tạm dung dần dà chiếm đất văn chương của ông – trong *Mùi Hương Trên Đồi, Kẻ Âm Lịch, Ngoại Vực.* Ban đầu là "kẻ lạ" trong cái nhìn của đồng hương và trong những liên hệ, đối xử. Những truyện Vùng Đất Thấp, Nguyệt Lai Môn, Lời Nguyện Sân Giáo Đường, Màu Trắng, ... hội nhập đời sống xứ người, với người bản xứ, ... nhưng bản thân vẫn như mộng du, những thâm tình được đó mất đó, tương lai có đó mà như không chắc đã vững.

Dần dà, nhà văn tìm ra "kẻ lạ" trong cái nhìn của chính mình, nội tâm trở thành hang động càng đào sâu thêm càng thấy hụt hẫng: cô-đơn, khắc khoải nổi cộm ở nơi đất mới, chỗ làm, ở nhà, ở nhà thương, phố xá, trong quán ăn, với bạn hữu. Ở với người bản xứ mà cứ so sánh, tiếc nuối người bạn gái xưa ở quê nhà: "*Ở Montréal, khu tôi ở trọ có đôi lúc cảnh vật biến dạng thế nào mà ngó ra giống y chang như đang chôn chân giữa Thành nội Huế. Ngã tư Âm hồn chẳng hạn. Tại sao Hoa không nói được với tôi cái câu mà Suzanne vừa nói? "Anh ơi, em lỡ có mang rồi, chừ biết tính làm răng?*" (Thằng Bù Nhìn).

Không chỉ lúc đầu, mà cả khi đã sống nhiều năm rồi như tâm sự của "kẻ âm lịch" tức "kẻ lạ" đã thành nếp: "*... có khi đang đi bất chợt trì hoãn chân bước, tiếng ai bên đường riết róng âm vực ngày trước, vẹo cổ, hố to. Đôi lúc nhìn lá phong rơi, trí quàng xiên rớt về lá ổi lá bàng nơi nọ tả tơi, dài hơi. Vài bận vào Starbucks mua cà phê lộn hồn nói tiếng mẹ đẻ, song phương đực mặt ngó ra. Sorry! Ồ, xin lỗi.*

Không có chi! Tao đi lối ni có ma quỷ chận đường! Hoa bướm bay đầy trên mái tóc vàng, có thất thường? Đứng giữ cửa cho bà mẹ trẻ thong dong đẩy xe vô, đứa bé dong tay vẫy mà giọng mẹ khô: Don't talk to strangers! Kẻ lạ bước ra đường nhớ mơ hồ một khuôn mặt tái nằm hồi sức xanh xao sau thời gian hậu sản, tóc rối bên gối bạc màu, giọng hụt hơi: Anh nên về đi, tốt hơn anh đừng có mặt ở đây, chồng em ra ngoài mua cháo sắp vô, tụi mình đã lỡ đứa ăn khoai kẻ ăn ngô, thì xin chớ gây thêm cảnh dầu sôi lửa bỏng... Buồn ghê! Mọi thứ đều hỏng! Nhiều lần nhớ rõ những điều chẳng nên nhớ, quên điều không được quên, nằm lòng toàn chuyện vớ vẩn. Sông kia rày đã nên đồng em băng qua mông quạnh bụi hồng đề huề cùng chồng ngó lại tình nhân thuở ban sơ. Có mơ không? Anh làm thơ? Ừ, anh khổ lắm cơ! Từ dạo xa nhau anh viết không thẳng hàng chữ xiêu lệch, anh gom lá lại thổi lửa cho sáng tối bập bùng, em ấm không? Đứa con ngày nào anh ghé thăm chừ mới lấy chồng, lớn tồng ngồng ai sao nó vậy cho phải đạo. Mấy đứa con tinh thần anh rặn ra có sống được với đời? Thời bây giờ quay như vụ, sao anh cứ cũ, dang nắng chẳng chịu đội mũ? Anh có buồn không, người âm lịch của em?" (Kẻ Âm Lịch).

Nhà văn, họa sĩ xuất hiện trong một số truyện - như bản thân Hồ Đình Nghiêm nhà văn và từng theo học Cao đẳng Mỹ thuật. Truyện Mô Phật hồi tưởng Huế và những năm Mỹ thuật: *"Lên năm thứ hai, lớp tôi có được một người mẫu mới. Một người con gái. Áng chừng hai mươi bốn hai mươi lăm, và như thế chị ấy lớn tuổi hơn bọn tôi. Chị còn trẻ, rất trẻ, nhưng nhìn chị, không là thầy bói, tôi vẫn biết người ấy có một cuộc sống chẳng mấy vui.* (...) *Mùa đông ở Huế, không nói bạn cũng mường tượng ra được cái tái tê kỳ lạ của nó. Không gian luôn ẩm thấp, gió luôn xao động trên hàng lá cây mù u cây nhãn cây bàng cây phượng cây sầu đông mọc suốt chiều dài con đường bên ngoài cổng trường. Tất cả chúng đều loáng ướt, sụt sùi, run rẩy. Màu trời thì âm u, ẩm đục, ám tối. Nó xuống thấp để nuốt chửng hình dáng lá cờ treo rủ trên đỉnh cột. Tôi luôn để ý đến cái xô sắt dùng đựng than. Tôi sẽ quạt, thổi, để nó cháy lên những ngọn lửa nhỏ bé hầu giúp chị ấy chống đỡ cái lạnh chút nào hay chút đó. Cái "máy sưởi" kỳ quái ấy đặt cạnh chỗ chị và nó có vẻ yếu đuối luôn để cho heo may hàn khí trấn áp. Da chị tái xanh, vú chị có lẽ sẽ đang thu nhỏ lại với da nổi hột. Mắt chị đặt để vào khoảng không, đâu đó ở góc phòng. Thỉnh thoảng tia nhìn quét vội ngang tôi. Chẳng lâu, nhưng tôi cũng cảm nhận được nó ngầm nhắn gửi một lời cám ơn"*.

Hồi tưởng đưa nhà văn có lúc nhớ lại cái màu sắc trớ trêu: *"Trước 75, trong 12 ống của hộp màu nước, dành cho chủ đề của từng bài vẽ dường như chúng tôi biết cách dung hòa chúng. Nhưng khi "quê hương thống nhất", màu đỏ trở thành khan hiếm do bởi chúng phục vụ cho tất cả mọi đề tài, đặc biệt là tranh cổ động. Đỏ: màu phát quang rất mạnh, đứng xa cũng thấy. Quan trọng hơn, đỏ là màu cách mạng, màu chiến thắng, đạp đổ các thứ. Họa sĩ Cuba, họa sĩ Bắc Hàn, họa sĩ Trung Quốc và họa sĩ đàn em Việt Nam thảy đều mê mệt màu đỏ. Hỏi một ông đang ngồi ngáp vặt: Sao không chịu lao động? Mặt nhăn nhó khổ sở: Chẳng có màu đỏ, lấy gì vẽ?"* (Dư Dục Vô Ngôn).

*

Với người thưởng ngoạn văn chương hải ngoại ở những thập niên đầu, Hồ Đình Nghiêm gần như đồng nghĩa với Huế vì trong văn ông, người ta tìm thấy hoặc nhận ra Huế, sinh quán của ông, nơi ông đã sống một thời với những cảm xúc sâu đậm đầu đời. "Chất Huế" ở ông có những nét khác với những nhà văn cùng gốc gác địa phương vì ông trưởng thành vào thời chiến tranh, trải qua nhiều biến cố và bạo động, do đó ngoài nét thâm trầm cố hữu của con người địa phương, thêm tính nghệ sĩ và trải đời làm nên những áng văn chương sung túc chi tiết, ngữ-cảnh và khía cạnh, kể cả trong nỗi đau hoặc thất vọng. Nét phúng thích và duyên dáng thì gần như đã trở thành bút pháp bên cạnh những phân tích tâm thể lý vừa "khoa học" vừa "nghệ thuật"! Nếu tác phẩm là một toàn bộ cấu trúc ngôn ngữ và qua toàn bộ hàm súc này, tác giả dựng nên một ý nghĩa, một tổ chức và qua ngôn từ và cách dùng văn, nhà văn bày tỏ cách thế sống của mình, cho thấy những mối liên hệ giữa tác-giả với thế giới, thì toàn bộ truyện và chuyện của Hồ Đình Nghiêm đã là một thành công tự nhiên.

Hồ Đình Nghiêm đã là một trong những nhà văn hải ngoại đúng nghĩa, tạm thời mất tổ quốc nhưng quê nhà vẫn sống mãi trong tâm thức và tác phẩm, khi bản thân đã là nạn nhân của "giải phóng" áp đặt, đã là thuyền nhân thành công thoát ra từ những kinh qua khốn khổ vì bạo quyền cộng sản, vì xã hội "mới" dao động trắng đã thành đen, không còn chỗ đứng cho con dân của chính đất nước mình và người cùng thành phố nếu đã không trở mặt thì cũng công khai lộ chân tướng gian hùng. Tóm một chữ, Hồ Đình Nghiêm đã dứt khoát chẳng *di trú* cũng chẳng *di dân* như một số người viết văn thơ mất nết, khi đã sống được ở ngoài rồi bày trò trở cờ, ngụy biện!

Nguyễn Vy Khanh

Toronto, 7-2023

LUÂN HOÁN

Chỉ Là Một Comment

Từ trái: Hoàng Xuân Sơn, Hồ Đình Nghiêm, Võ Kỳ Điền, Phan Ni Tấn, Tùng Nguyên, Trang Châu, Song Thao, Luân Hoán. (Montréal, 9/2017)

Khi tôi bắt đầu biết xuất nguồn sương chứa trong người, cũng là lúc nhiều người ra đời, chắc chắn như thế. Một trong số người này có vị trí trình diện cách tôi khá xa về địa lý. Ấy thế mà theo thăng trầm của lịch sử, chúng tôi tình cờ gặp nhau, chơi chung, tình thân thiết như anh em, dĩ nhiên không thiếu đôi lúc ngầm ghét nhau vì đôi điều vớ vẩn chi đó. Nhưng tuyệt vời là trong thì hiện tại của động từ thương mến, chúng tôi vẫn còn nhau, dù xa xa trong cùng một thành phố.

Người bạn này của tôi, nam tính rất mực bình thường. Minh bạch như vậy để loại bỏ bóng dáng ngài Tào Tháo xuất hiện giữa giao du của cặp bạn cầm bút.

Ở đây, tôi gọi Anh, thay vì gọi chú với bao hàm quý mến lẫn nể vì. Người anh này ít hơn tôi 16 năm làm người. Anh tốt nghiệp nghệ thuật vẽ vời qua trường ốc có danh tiếng. Nhưng không siêng vọc màu, chắc chắn có nhiều lý do. Một nguyên nhân, tôi có thể dựa vào chính mình để nêu ra, đúng sai với anh chưa chắc lắm. Đó là vì sự khiêm nhường trong việc đầu tư vật liệu. Cá nhân tôi, có nhiều hy vọng thoát khỏi việc linh tinh chơi văn vần như bây giờ, nếu lúc khởi đầu đến với nghệ thuật, tôi có đủ điều kiện mua sắm sơn cọ, bố vải. Tôi có thừa đam mê về hội họa, dù khả năng chưa nhiều, nhưng ba bốn người trong giới này đã nhìn ra, khuyến khích. Nếu ghi ra cụ thể vài cái tên còn - mất đó để minh chứng, tôi sẽ tiếc thêm cho mình.

Lý do thứ hai, để người bạn tôi không có tác phẩm lớn cho hội họa, chính vì anh đã mau chóng ẵm một mỹ danh khác, trong lãnh vực nghệ thuật văn hóa.

Một người có nhiều sáng tác trở thành tác phẩm cụ thể có hình dạng để chưng, để đọc ngoài thi sĩ, cận kề nhất là Nhà Văn. Anh đã là nhà văn nổi tiếng và đang phơi phới ổn định để thành một nhà thơ chính hiệu, không cần trưng logo con nai, như tôi từng rước về cầu chứng nhà xuất bản Thơ trước đây.

Với sức viết xuôi dòng như suối, nhưng tác phẩm không gối đầu nhau. Anh biết dành đủ thời gian cho người đọc. Ở đây hình như cũng mờ mờ lực cản của kim tiền. Tuy vậy, với phương phi năm sáu đứa con đâu phải là ít, nếu không muốn khen đã quá giỏi trong môi trường người đọc càng vơi dần, càng co cụm về một phương tiện kỹ thuật phổ biến khác. Điều quan trọng là anh vẫn nghiêm túc trong thiết tha sử dụng trí óc lẫn bàn tay, để tạo nên những tác phẩm độc đáo riêng biệt.

Sau già bốn năm tôi theo đường chơi san sẻ tức thì bài viết, không lệ thuộc ai sau khi gõ viết tầm phào, tôi tưởng bạn tôi không theo chân tôi, dù thỉnh thoảng anh cũng nắm tay vợ vào chốn không vắng vẻ để cười chơi vài tiếng.

Thật bất ngờ, gần đây, anh thượng đài tung ngay những chiêu tự do riêng. Với một sân chơi như mọi người, anh dán tên tuổi đàng hoàng, và sinh hoạt trên hẳn mức nhịp nhàng bình thường. Lượng số mê tài hoa anh cũng gia tăng qua sự tế nhị chọn lựa của anh.

Dài dòng xì xằng như trên để làm gì ? Xin thưa mau, để đẩy chân trong ý định thăm cõi ảo thực FB của anh bạn tôi, nhà văn Hồ Đình Nghiêm.

Thông thường, giới sinh hoạt văn học nghệ thuật chỉ điểm sách, điểm báo, giới thiệu hội họa, âm nhạc, thông tin về diễn thuyết ra mắt tác phẩm, phòng tranh v.v... chưa một ai lố bịch đi ngắm nghía, tán láo về một trang chơi FB bao giờ. Tôi dư giờ lại non tay làm những việc khá hơn, nên thử bày ra chơi. Với ý định sẽ lặp lại nhiều lần về nhiều người.

Nhưng vừa mon men đến đây, tôi nghe ớn lạnh bởi hương vị khó khăn, và khá vô ích của trò chơi, nên rất có thể chấp nhận vừa xuất quân đã bại trận.

Chọn Hồ Đình Nghiêm để thử nghiệm cuộc chơi không phải là tình cờ. Anh đã bật đèn xanh cho tôi hôm qua, cái thú vị được viết về bạn hữu của tôi được hâm lại.

FB của Hồ Đình Nghiêm cho tôi nhiều thích thú, dù bỏ dàn bài sẽ đi như ý định. Tôi hiểu không còn đủ sức theo những bước đầu của Nghiêm, cũng như không thể đưa ra từng nội dung bài viết anh đã tặng bạn đọc. Những mẩu tin, những diễn giải theo suy luận của anh, tôi không trình bày lại. Tự xét sức mình chợt thấy ra không nhất thiết phải tỉ mỉ, nên tôi chỉ đưa ra nhận xét riêng một cách chung chung mà thôi.

Hồ Đình Nghiêm khởi sắc ngay khi nhập cuộc chơi. Anh trổ tài đều đặn một cách tài hoa đến mức kinh ngạc. Tôi xin gọn nhẹ bằng cái nhìn có thể hời hợt, thiếu sót của mình.

* Ưu điểm:

1. Văn phong thu hút, trôi chảy, nhẹ nhàng, dí dỏm.
2. Kiến thức bao quát, qua chuyện xưa, chuyện nay, xã hội, chính trị, văn hóa, con người... nhiều mặt của cuộc sống.
3. Nghệ thuật và hướng chơi: không xa rời văn chương, không bỏ lơ thời sự, dồi dào thể loại viết, xuôi, vần đều phương phi, rõ ràng, mới mẻ với văn phong đủ tạo cốt cách riêng. Chen kèm những hoang hoang giàu thi vị.
4. Trang trí bắt mắt, đẹp, có lẽ đã thừa hưởng tài năng của cô vợ giàu tài năng nhiếp ảnh và hai cậu con trai duy nhất, với tài và nghề trong ngành vẽ phim hoạt họa cho Canada hiện nay.

5. Kết quả rõ ràng thiết thực: Tạo được lý thú cho khách thăm chơi, góp ý, vui đùa thân thiện – giúp am hiểu ít nhiều về các lãnh vực văn hóa, văn chương, hội họa, điện ảnh, ca nhạc và vui chơi trần thế (cần vận dụng suy tưởng) - nhắc nhở nhiều kỷ niệm có chung của nhiều người về lãnh thổ, địa danh, tập tục. Tóm gọn một chữ TỐT (không cần đến 16 chữ vàng giả tạo, bịp bợm của ai kia).

* Khuyết điểm:
1. Giao tế: đã có chút ít thiếu kềm chế khi biến cái ưu điểm thành thật thành ra quá độ, ít nhiều hơi thiếu thông cảm và nổi bật việc dồn những bất ưng na ná có phần cố chấp.
2. Xử sự: cả nể cho khách được phép lặp lại không cần thiết, vô tình làm bớt vẻ độc lập của trang mình.
Chỉ chừng thôi.
Nếu phải thêm, thì có thể là:
- Tôi thích gần như hầu hết những vấn đề Hồ Đình Nghiêm giới thiệu, mổ xẻ.
- Tôi cũng đồng quan điểm, đánh giá người ngoại cuộc nhưng ít nhiều có ảnh hưởng chung đến sinh hoạt thế giới.
- Rất mong những bạn rất thương quí, kính trọng trang chủ trở về vị trí khách, trang nào cũng có chỗ dành riêng cho comment.
- Cuối cùng xin lỗi trang chủ và tất cả những người yêu quí trang chủ, về những nhận xét vừa nêu có thể thiếu tế nhị của tôi.
- Xin ơn trên phù hộ chúng ta
(câu này ăn cắp lời của Giáo sư người công giáo Dương Đại Hải)

Luân Hoán
ngưng lúc 7h41 – 4-30-2020

* Ghi chú: *Tôi đã viết về Hồ Đình Nghiêm một vài bài trước đây như:*
- Hồ Đình Nghiêm, Gã Nhị Sĩ Nội Thành, in trong Dựa Hơi Bè Bạn, Nhân Ảnh xuất bản năm 2006
- Hồ Đình Nghiêm, in trong Tâm Chân Dung, Nhân Ảnh xuất bản năm 2018
...
Nhưng tôi chọn bài ngắn này vì HĐN đang đóng góp tích cực làm đẹp cho FB, cuộc chơi mà không ít người cho rằng sáng tác chỉ là rác.

TRẦN THỊ NGUYỆT MAI

NHÀ VĂN HỒ ĐÌNH NGHIÊM

Trần Thị Nguyệt Mai & Hồ Đình Nghiêm (Ảnh: PCH)

Hỏi tên? Rằng biển xanh dâu.
Hỏi quê? Rằng mộng ban đầu đã xa.
(Bùi Giáng)

Gặp nhau trong hoàn cảnh
Chẳng ai muốn xảy ra [1]
Tiễn đưa người bạn lớn
Đã vĩnh viễn đi xa...

Bạn sống rất khép kín
Không nói năng chi nhiều
Sau đôi câu chào hỏi
Chụp vài tấm hình chung

Bây giờ muốn vẽ bạn
Đành lên mạng kiếm tìm
Từ đó mình được biết
Thêm về Hồ Đình Nghiêm

Bạn sinh năm 57
Tại xứ sở Thần Kinh
Lớn lên bên Đà Nẵng
Tuy Hòa, rồi Nha Trang

Đà Lạt, xuống Sài Gòn
Cuối cùng trở lại Huế
Theo học ngành Mỹ Thuật
Đến 78 ra trường

Nhưng từ bỏ nhiệm sở
Chả thèm làm "cán" đâu
Ghét Thông tin Văn hóa
Loa phường thêm mệt đầu...

Lập gia đình với Bích
(Con chủ rạp Châu Tinh)
Cha mẹ vợ rất quý
Cho vợ chồng vượt biên

Chuyến đi êm, trót lọt
80 đến Kowloon [2]
Mang nỗi buồn thê thiết
Của người mất quê hương

Nơi đây phần báo chí
Bạn minh họa vẽ vời
Tô điểm thêm nhan sắc
Báo tị nạn thêm tươi...

Một ngày chợt nhận thấy
Vẽ khó nói đủ lời
Sẵn tự do, bút giấy
Bạn thử trải lòng chơi

Truyện đầu tay: "Chuyện cũ
và niềm đau mới" này
Xuất hiện trên trang báo
Đất Mới, Seattle

Vào 1981
Đánh dấu một kỷ nguyên
Có thêm nhà văn mới
Mang tên Hồ Đình Nghiêm

Từ đó bạn tiếp tục
Giấy bút sẵn trong tay
Viết nhiều thêm, nhiều nữa
Những truyện ngắn thật hay

Đã từng là họa sĩ
Nên nắm bắt rất tài
Những chi tiết nổi bật
Tả nhân vật tuyệt thay!

Dẫu chưa về cố quận
Từ lúc rời chân đi
Nhưng chuyện nơi chốn ấy
Không sai sót một ly

O Huệ trang Gió-O
Đã "ngôn" rất chính xác:
"Hồ Đình Nghiêm là một
Trong ba nhà văn nam

Xuất sắc nhất thập niên
1980 đó
Với khả năng nhận xét
Một bút pháp thông minh

Tinh nghịch và duyên dáng...
Nếu chịu khó đầu tư
Vào sáng tác mạnh mẽ
To lớn hơn bây giờ

Rất có thể trở thành
Cây đại thụ tiểu thuyết
Trong thế hệ của anh..." [3]

Sáu tập truyện đã in:
Nguyệt Thực năm 88
Kế *Tờ Mộng Rách Rồi*
Tiếp *Vầng Trăng Nội Thành*
Đến *Mùi Hương Trên Đồi*

Lần lượt hai tập cuối
Kẻ Âm Lịch, Ngoại Vực
Vào 17, 18
Chưa kết thúc cuộc chơi

Nên mong bạn tiếp tục
Viết đều đều liền tay
Biết đâu chừng ra mắt
Thêm tập truyện năm nay

Người lữ hành không có
Trong túi rất nhiều tiền [4]
Nhưng luôn thừa ý chí
Tin bạn sẽ viết thêm

Nhớ nhé, Hồ Đình Nghiêm!

Trần Thị Nguyệt Mai
30-6-2023

[1] Tang lễ Họa sĩ Đinh Cường
[2] Một khu đô thị của Hồng Kông
[3] Nguồn: http://www.gio-o.com/HoDinhNghiem.html
[4] Nguồn: Hợp Lưu 112, Phỏng vấn Nhà văn Hồ Đình Nghiêm do Lê Quỳnh Mai thực hiện (Montreal, tháng 8 năm 2010)

T

PHẠM CAO HOÀNG

Một Tách Cà Phê Cũng Ấm Lòng

Tặng Hồ Đình Nghiêm

Tôi về Đà Lạt đêm hôm ấy
trăng phủ mênh mông ngập núi đồi
sương phủ trên muôn ngàn lá cỏ
và nỗi buồn phủ kín hồn tôi.

Tôi đi về phía đường Minh Mạng
vào quán cà phê ở cuối đường
ngồi lại chỗ ngồi trong góc quán
ngậm ngùi thương nhớ một mùi hương.

Tôi ngồi ở đó và im lặng
nghe tiếng Chopin khẽ thở dài
khúc Sonate của ngày xưa ấy
chảy dài như suối tóc trên vai.

Tôi ngồi ở đó và im lặng
nhìn bức tranh treo ở cuối phòng
biết rằng không gặp người năm cũ
một tách cà phê cũng ấm lòng ■

11 tháng 7.2023

TRẦN DOÃN NHO

TÍNH CÁCH 'RẤT HUẾ' TRONG MỘT TRUYỆN NGẮN CỦA HỒ ĐÌNH NGHIÊM

Trần Doãn Nho (ngồi ngoài cùng bên trái)

Trong một truyện ngắn của Hồ Đình Nghiêm có tựa đề là "Dây thun lỏng," những cụm từ "khúc côi, khúc trữa, khúc đưới" được ông sử dụng rất nhiều. Đây là những cụm từ mà người Huế "chay" thường sử dụng trong khẩu ngữ hằng ngày, cũng như những từ "mô, tê, răng, rứa".

Cũng như nhiều truyện khác, đây là một truyện ngắn khá ngắn, so với độ dài bình thường trong truyện ngắn của nhiều tác giả khác và truyện kể bằng ngôi thứ nhất – "tôi" – là tác giả hóa thân.

Tác giả có một anh bạn thân học cùng lớp, tên Long, người Nam, trước năm 1975, ra Huế du học. Long con nhà giàu nên ăn xài sang hơn đám học trò nhà nghèo ở Huế. Có lần, cậu ta may một cái quần tây đắt tiền nhưng không vừa ý, nên nhờ tác giả đi theo đến gặp ông thợ may để than phiền. Ông thợ may nhìn nhận khuyết điểm của mình và hứa sẽ sửa lại.

Là dân Huế chính gốc, ông phân trần với cậu học sinh người Nam chính gốc bằng một câu nói khiến anh chàng này ngẩn ngơ, không hiểu, phải nhờ tác giả thông dịch: "Tui đồng ý là khúc trữa có hơi bị nhăn nhíu, nhưng khúc đưới và khúc côi ni, anh xem đi, phải nói là khéo tay. Hàng vải ni rất khó may, anh thông cảm để tui chỉnh sửa lại."

Sau tháng Tư, 1975, cả miền Nam tan đàn xẻ nghé, Long trở vào Nam với gia đình. Tuy mất bạn, nhưng anh ta lại là đầu dây mối nhợ cho một câu chuyện tình qua đường của tác giả. Một ngày nọ, thiếu đói và túng quẫn, tác giả lấy bộ áo quần còn lành lặn của mình ra chợ trời bán, thì gặp một cô gái tên Ngà, trước đây, ở nhà quê lên Huế học may với ông thợ may quần cho Long. Cô thành thật kể một câu chuyện bất ngờ về Long.

"Chú Quý nói, tao chịu đèn cái thằng Sè-gòn đó rồi. Hắn nhiều tiền, không ưa mặc cả, dễ tính, là hạng người mà mình có chặt đẹp hắn cũng mần thinh. Hắn ưa ngủ đò cho biết sự tình mà tao can ngăn, vui thú chi nơi mà ham, chưa kể dây dưa tới bịnh tình. Chú đưa em tám ngàn, nói mi ngủ với hắn chút xíu có chết đi mô mà sợ. Em nhắm mắt đánh liều cho anh Long ưa làm chi đó thì mặc sức làm. Em thì ốt dột mà anh Long thì gà mờ, loay hoay chi chút mà cũng bở hơi tai. Anh nói: Thất bại! Lần khác anh lợi sẽ uýnh một trận ngó đường hoàng hơn. Giờ thì anh phải dìa."

Hai người đi uống cà phê và trở thành thân nhau. "Ngà ngồi gần, tôi ngó vô áo bà ba và thấy một đường khe rám nắng. Hình như vì trời oi bức, chẳng thấy bóng dáng chiếc xu-chiêng. Vóc vạc, mặt mày, tay chân, hình thể, tôi đoán tuổi Ngà khoảng hai chục, hoặc nhỏ hơn."

Tháng sau, tác giả đi tìm Ngà, cũng ở chợ trời. Cả hai kẻ lạc loài, đói khổ thông cảm hoàn cảnh của nhau nên đến với nhau tự nhiên như nhiên. Đối với tác giả, "Tôi chỉ nhớ Ngà. Tôi thiếu vitamin N. Khủng hoảng thiếu. Trầm trọng vắng." Còn Ngà thì, "Đời em như tấm mền rách."

Khỏi cần gạ gẫm mất công, tác giả nói thẳng là muốn ngủ với Ngà, "Nói thiệt nghe, khúc đưới của em có hơi xấu, ở côi thì ngó tàm tạm, còn khúc trữa? Chắc Ngà phải cho anh thấy mới nói năng linh tinh như ông Quý tiệm may." Ngà không phản đối.

Thế rồi, "Cửa đóng then cài không lâu, tôi và Ngà lần lượt mở khóa cho nhau. Ngà mặc quần vải mỏng có tròng dây thun ở lưng, thắt thỏm. Đói ăn bụng lép rồi dây thun đang tới hồi lỏng, mất tính đàn hồi co giãn nên chi thoắt một cái là khúc trữa lộ hình. Nó sẽ tiết ra một dòng sữa mật mà riêng viện bào chế chẳng chịu gọi là vitamin. Nó sẽ bồi dưỡng cho tôi thứ mà văn học gọi trái cấm ở thiên đường nhiều cám dỗ. Tôi ôm giữ lấy khuôn mặt Ngà. Tôi hôn vào môi khô đang bấn loạn thở. Tôi đồng ý với anh là khúc đưới hơi thô thiển, nhưng phần côi và khúc trữa xoắn tít những cụm chỉ rối vụng về tay gỡ, thì phải mạnh dạn để nói, đó là tặng vật của đời."

Thú thật, truyện này lôi cuốn tôi, ngoài những chi tiết Huế mà anh đưa vào như vẫn thường tìm thấy trong các truyện ngắn khác của anh, còn nhắc tôi nhớ đến những cách nói rất Huế mà qua thời gian, lắm khi tôi quên mất vì không có dịp dùng đến. Chẳng hạn như:

- Chạy mau lắm thê, không phải nói trạng mô nợ = Chạy mau lắm cơ, không phải nói cho oai/nói khoác đâu.
- Anh kẹt tiền hung? = Anh thiếu tiền lắm phải không?
- Anh cũng đã chộ rồi = Anh cũng đã thấy rồi.
- Chơ cớ làm răng mà mặt anh xanh ngắt ra rứa? = Vậy thì vì sao mà mặt anh tái mét như thế?
- Ôm kè kè cái bọc chi rứa? = Ôm sát bên mình cái bọc gì vậy?

Còn "khúc côi, khúc trữa, khúc đưới" thì thật là Huế hết nói! Khúc là đoạn hay phần. "Côi" là "trên," "trữa" là "giữa" và "đưới" là "dưới."

Trong lời phân trần mà người thợ may nói với cậu học sinh miền Nam trích dẫn ở trên, "khúc đưới" chỉ phần ống quần, "khúc trữa" chỉ cái đáy quần, và "khúc côi" chỉ phần lưng quần. Nhóm từ này trở thành một hình thức ẩn dụ ám chỉ cuộc tình chớp nhoáng của hai kẻ nghèo túng, thất cơ lỡ vận trong những tháng ngày bơ vơ sau khi Cộng Sản chiếm miền Nam.

Đối với cô gái tên Ngà, "khúc đưới" chỉ phần chân, "khúc côi" chỉ phần ngực, và "khúc trữa" để chỉ bộ phận sinh dục của người phụ nữ.

Truyện đọc lên nghe có vẻ erotic, nhưng lại chẳng erotic tí nào. Đây là một trong những đặc điểm của văn Hồ Đình Nghiêm. Trong nhiều truyện, anh đã sử dụng những chi tiết khá hình tượng như thế để mô tả các hành vi tính dục, nhưng lồng trong một cách diễn đạt hồn nhiên, pha chút giễu cợt nên những đoạn "nóng" nhất trở nên dí dỏm, thay vì gợi dục.

Chính vì thế, tôi đồng ý với nhà văn Lê Thị Huệ, chủ nhân trang mạng Gió-O, khi chị nhận xét một cách tổng quát rằng, Hồ Đình Nghiêm có "một bút pháp tinh nghịch, thông minh, duyên dáng."

Hồ Đình Nghiêm viết nhiều, đa dạng về nội dung cũng như bối cảnh, nhưng một phần lớn viết về Huế. Hễ "đụng" tới Huế là chẳng khác gì "gái có hơi trai, khoai có hơi cuốc," hơi văn của anh dường như tràn trề sinh lực, mẫn cảm, bề bộn hẳn lên. Đọc các truyện Huế của anh, "Hành lý," "Và Sầu ơi," "Am khuất," chẳng hạn, tôi tưởng như đang ngồi nhẩn nha uống cốc trà hay cốc cà phê, nghe một người Huế kể chuyện đời, rề rà, chậm rãi, chi li.

Văn của anh, nói chung, là một trộn lẫn khá lạ giữa sự nghiêm túc và nét dí dỏm lại đượm mùi chua chát được giấu một cách khá kín đáo qua cách diễn đạt trông rất thành thật, tự nhiên. Ngoài ra, anh viết phóng túng, nhiều liên tưởng. Từ chi tiết này, anh đột ngột nhảy qua chi tiết khác, có khi rất cách xa nhau, tưởng chừng như không dính líu gì nhau. Có thể nói, truyện ngắn của anh là một pha trộn giữa tản mạn, tùy bút và đôi chút tự truyện.

Nội dung truyện hầu hết không có gì cao xa, không có những sự kiện gây sốc, hay những nhân vật lạ thường mà chỉ là những chuyện vụn vặt, lỉnh kỉnh, rất thường ngày mà ta có thể thấy, có thể nghe đâu đó từ một ai đó. Cái hay của Hồ Đình Nghiêm thường nằm trong những chi tiết, đôi khi, rất dễ bỏ qua ấy, khi đọc. Nhưng mà đọc xong, lại nghe như lòng có muối xát. Đau đau, chua chua, mằn mặn, buồn buồn, tê tê tái tái.

Trong đoạn kết của "Dây thun lỏng", anh viết: "Tôi vật Ngà xuống tấm chiếu có vẽ hình long phụng đưa móng bám giữ chữ Phúc. Hôm qua, tôi nghe hung tin, người yêu tôi (người tôi yêu) đã bị rơi vào tay bọn hải tặc Thái. Tôi đã chết, hôm qua. Và hôm nay, hồn ma tôi chợt hiện. Nó yêu Ngà để nước mắt quỷ sứ tự dưng chảy hoen ra chiếu lạnh."

Một liên tưởng rất Hồ Đình Nghiêm! Sex, hài hước, chua chát. Và bi thương.

Hồ Đình Nghiêm sinh ở Huế 1957. Tốt nghiệp Cao Đẳng Mỹ Thuật Huế 1978. Vượt biển 1980, định cư ở Canada 1981. Truyện ngắn đầu tay viết ở trại tị nạn Kowloon, Hồng Kông. Hiện sống cùng gia đình ở Montréal, Canada. Ông đã xuất bản năm tập truyện ngắn: Nguyệt Thực (1988), Tờ Mộng Rách Rồi (1991), Vầng Trăng Nội Thành (1997), Mùi Hương Trên Đồi (2005), Kẻ Âm Lịch (2017).

Trần Doãn Nho

Mời độc giả xem Điểm tin buổi sáng Thứ Sáu, ngày 1 tháng 12 năm 2017

VÕ KỲ ĐIỀN

VÀI NHẬN XÉT
THẾ GIỚI VĂN CHƯƠNG HỒ ĐÌNH NGHIÊM

Từ trái: Phan Ni Tấn, Hoàng Chiều Nhân, Song Thao, Trương Vũ, Võ Kỳ Điền, Hồ Đình Nghiêm, Luân Hoán. (Montréal, 11/2012)

Thành phố Montréal thuộc vùng nói tiếng Tây này là nơi hội tụ nhiều người tỵ nạn gốc miền Nam Việt Nam Cộng Hòa. Vài anh em có cùng sở thích viết văn mà tôi thường liên lạc gặp gỡ thì có anh Trang Châu, anh Song Thao và bạn Hồ Đình Nghiêm... Tôi chỉ kể ở đây là vài bạn văn quen biết, còn bạn thơ thì nhiều hơn, có dịp sẽ nói sau.

Tôi coi anh Trang Châu như người anh lớn hiền lành nhiều tình cảm nhưng dáng vẻ bề ngoài anh nghiêm trang, kín đáo cười nói chừng mực kỹ lưỡng tôi rất quý mến nhưng ít khi có dịp tâm sự, chuyện trò. Còn anh Song Thao thì hòa nhã, cái gì cũng biết, thông kim bác cổ, chuyện bên Tàu bên Tây đều rành nên khi giao thiệp khá thoải mái, tôi không cần dè dặt đắn đo gì, cứ việc nói năng ào ào, mỗi lần anh nghe tôi nói bậy nói bạ thì chỉ mở mắt to ra ngạc nhiên sững sờ... rồi thôi. Từ đó cho đến hôm nay chưa hề nghe thấy anh phê bình hay trách cứ bất cứ điều gì. Vì vậy mà tôi cứ tha hồ ăn nói ngon lành, muốn gì thì cứ nói, như một thói quen trời sanh, những câu chuyện... trên trời dưới đất, không giống ai. Trời sanh như vậy rồi mà!

Riêng bạn Hồ Đình Nghiêm, người thì trẻ nhưng tài năng thiệt là già so với độ tuổi. Tôi lúc nào cũng khoái dùng cái chữ già cho anh bạn trẻ này, có lẽ vì bạn trẻ quá so với tuổi anh em chúng tôi. Viết ngang đây ý là tôi muốn dùng chữ "già" y như trong lời phê vua Tự Đức khi xem bài văn kỳ thi hội của sĩ tử Phan Đình Phùng. Nhà vua đã phê năm chữ son trên bài thi "xác hữu học từ lão" (có thực học, văn chương già giặn). Cái nhìn của tôi đối với văn chương bạn viết, cũng là như vậy.

Ở hải ngoại này trong khoảng thời gian đó, về báo chí có tạp chí Làng Văn ở Toronto Canada mới bắt đầu khởi sắc quy tụ được nhiều cây bút tài năng trên văn đàn. Mỗi tháng tôi chỉ có vài tờ, như tờ báo này trong tay, nên say mê đọc không sót bất kỳ một cây bút nào, cũ cũng như mới, nhiều khi không còn gì để đọc thì đọc luôn từng chữ từng câu trong bảng mục lục đầu tập cho tới các quảng cáo cuối trang. Trong đó thấy lại được các tên tuổi nổi danh ngày xưa, cũng góp mặt với những cây bút mới xuất hiện sau này. Tờ báo như một vườn hoa văn nghệ đầy hương sắc, muôn màu muôn vẻ.

Đó cũng là lý do vào một buổi trưa nắng đẹp, tôi từ Laval-des-Rapides đã lặn lội đến tận khu Côte-des-Neiges của thành phố nhiều đồi dốc quanh co này, kiếm cho được một bạn văn mới xuất hiện đặc biệt trên Làng Văn có bút danh là Hồ Đình Nghiêm để làm quen. Mới đọc có vài bài bạn viết trên báo, tôi đã giựt mình, thấy văn bạn thiệt là "già" tại sao mình không làm quen. Xui quá, buổi đó bạn đi vắng nên không gặp, vội viết vài chữ nhắn tin dán trên cửa. May mà bạn còn giữ được tờ giấy vàng ố đó cho đến hôm nay, vui lắm và cảm động lắm khi thấy lại được bút tích của mình trên ba mươi mấy năm về trước. Và cũng nhờ đó mà biết được một chút khoảng đời tỵ nạn của bạn hiền nơi quê hương mới. Nhà văn Hồ Đình Nghiêm đã tâm sự:

... "Tôi sang Canada, định cư ở thành phố Québec (buồn nhiều hơn vui).

Vắng tẻ, chẳng quen ai. Thành phố hành chánh, hơi bảo thủ. Khó khăn khi đi kiếm việc làm, đâu đâu cũng đòi hỏi phải có kinh nghiệm...

Thời gian ấy, sinh sự tôi viết khá là hăng say, gửi sáng tác qua các tạp chí văn học bên Mỹ (không có nhuận bút ngoại trừ Phụ Nữ Diễn Đàn). Ở Canada, tôi cộng tác với ba tờ: Làng Văn, Lửa Việt và Sóng, tòa soạn đều đặt ở Toronto. Và ba tờ tạp chí nguyệt san này đều chơi bảnh, ngon cơm có trả nhuận bút (50 đến 75 Gia kim).

Ở Québec buồn chán, tôi thi đậu bằng lái xe xong liền mướn một chiếc Van cả gan liều mạng lái xuống Montréal (cách 2 giờ lái xe) thăm dò trước, đi thuê apart. nơi thuận tiện gần trường học gần nhà thương gần chợ búa. Xong lộn về, chất đồ đoàn đợt đầu dọt đi. Đâu ra đó, lại quành lui rước mấy mẹ con chính thức "giã từ ngoại ô không đèn". Ơn trời, chưa được xem là "tay lái lụa" thế mà vẫn an toàn xa lộ "đi thưa về trình đúng với hạn kỳ". Montréal đông người Việt di dân, hàng quán nhiều gấp chục lần ở chốn cũ, cũng xôm tụ các văn nhân thi sĩ chọn làm "đất lành chim đậu". Việc tôi thay đổi chỗ ở chỉ có mấy ông chủ báo là hay biết tỏ tường (đặng gửi báo biếu).

Rồi một ngày của tháng 11 năm 1987, bất ngờ nhìn ra vuông giấy dán ngoài thùng thư. Tôi chánh thức quen được nhà văn Võ Kỳ Điền, thôi "bất kiến kỳ hình".

Nhớ không lầm, chính "nhà văn Nam bộ" này là người đầu tiên chào đón tôi ở địa hình mới này. Tôi yêu quý anh, qua tập truyện ngắn "Kẻ Đưa Đường" (Làng Văn Toronto xuất bản). Qua những hàn huyên tâm sự ruột để ngoài da. Chân chất, giản dị, có sao nói vậy, những đặc tính đáng quý trọng của người miền Nam.

Cuối tuần, cơm nước xong, anh vẫn thường lái chiếc Toyota đến đón tôi chạy về Trụ sở Cộng đồng người Việt để quây quần bàn chuyện văn chương theo sát các sinh hoạt hăng say dạo đó... Dạo mà hình như ngoài chuyện viết văn ra, chúng tôi chẳng để tâm tới việc lớn bé nào khác."

Giao tình tôi và bạn như vậy là nhờ vào cái duyên văn nghệ "nổi trôi theo mệnh nước" vào mỗi cuối tuần. Thằng con trai mỗi lần thấy tôi chuẩn bị quần áo ra xe thường nói vói theo cằn nhằn: - *Ba lại đi họp Văn Bút nữa rồi.*

Nếu có ai cắc cớ mà hỏi, đi họp Văn Bút để làm chi thì thiệt tình tôi không biết phải trả lời ra sao! Nay thì bạn Hồ Đình Nghiêm thay mặt trả lời giùm rồi nè:

"Giờ này nhớ lại, mới thấy là đã có một thời chúng tôi quá sức hào phóng khi phung phá thời gian (quý hơn vàng). Là đại gia cuồng nhiệt và hơi bị dại khờ, thua thiệt! Thây kệ, vui thôi mà!"

Và vì những buổi gặp gỡ cuối tuần vui thôi đó mà ở thành phố Montréal này, tôi đã thấy được trái đất thiệt là nhỏ. Ai mà ngờ, một người sống ở tỉnh nhỏ Bình Dương miền đông như tôi, suốt đời loanh quanh khu phố chợ, ít khi đi đâu xa, còn bạn Hồ Đình Nghiêm một người gốc Huế xa lơ xa lắc, Huế ở tận nơi nào tôi cũng chưa từng đến nữa, vậy mà trong các câu chuyện hàn huyên, lại thấy rất gần nhau. Trong một câu chuyện qua Facebook nhà văn Hồ Đình Nghiêm đã viết như vầy, xin được ghi lại như một kỷ niệm trong đời khó quên:

- Trong một bài viết nhắc lại kỷ niệm về chốn cũ, nhà văn Võ Kỳ Điền có ôn lại hình bóng của thầy Thanh Tâm Tuyền, của bạn học thân thiết Lê Thành Nhơn... Sau khi đọc xong, mình có viết đôi dòng gần là một phản hồi, đại để: Thưa nhà văn, đã có một sự "tréo cẳng ngỗng" giữa đôi đàng, bởi vì với tôi, tôi xem nhà thơ Thanh Tâm Tuyền như một người anh, trong khi điêu khắc gia Lê Thành Nhơn, rõ ràng là một người thầy, được mời từ Sài Gòn ra trường Cao Đẳng Mỹ Thuật Huế phụ trách và giảng dạy môn điêu khắc vào năm 1974.

Sau cuộc trao đổi không lâu, nhà văn Võ Kỳ Điền đã làm một nghĩa cử đẹp, anh mang tặng mình tập thơ "Thơ Ở Đâu xa" có chữ ký của Thanh Tâm Tuyền cũng như tập sách in lại những tác phẩm điêu khắc của Lê Thành Nhơn. Nhà văn viết: "Trao gửi vào tủ sách của Hồ Đình Nghiêm."

Mình khoe lên đây chỉ với mục đích: Những đứa viết văn như mình vẫn thường đón nhận những niềm vui bất ngờ, những món quà ấm áp. Xin cảm ơn những dây mơ rễ má đã bày ra giữa đời, chúng có mục đích trói cột chúng ta lại, âm thầm, đằm thắm trong một thứ tình mà chỉ có chúng tôi mới cảm hết sự quý giá khi được trói chặt, gửi trao. Không phải botay.com mà sungsuong.com.

Võ Kỳ Điền: - Bạn hiền, anh xúc động khi thấy lại các hình ảnh này. Hai anh em mình cực kỳ may mắn mà còn được. Do một tình cờ muốn tặng Nghiêm vài kỷ niệm một thời gian dài quen thân nhau, nhờ vậy mà hai quyển sách quý này được Nghiêm giữ gìn lâu bền. Tháng 1- 2018 tặng sách cho Nghiêm thì tháng 3 anh bị trọng bịnh và không bao giờ trở về căn nhà cũ ở Laval-des-Rapides nữa. Tất cả sách vở, tài liệu, phim ảnh... dành dụm cả đời bị quăng bỏ đi không thương tiếc. Nếu không có Nghiêm thì hai quyển này sẽ trong đống đổ nát và sẽ không bao giờ còn thấy được nữa rồi. Cũng là một duyên may. Mừng lắm...

*Câu chuyện bên lề quyển ảnh của Lê Thành Nhơn.

"Tháng 7 năm 2002 từ Montréal tôi dọn nhà đến thành phố Vaughan (Woodbridge) ở Toronto sinh sống. Bốn, năm tháng sau, tôi ngạc nhiên hết sức khi nhận được một bưu kiện là một quyển sách gởi từ Melbourne Úc Châu. Quyển sách đã lần lượt đi một đoạn đường trắc trở, vòng vo từ Úc đến Québec, rồi Montreal, rồi tới Ontario... Một khoảng thời gian khá lâu vì tôi dọn nhà qua hai tỉnh khác nhau và khi đến Toronto tôi lại dọn thêm một lần nữa qua nhà mới, vậy mà bưu kiện vẫn tới cái nơi mà nó phải tới. Ngày 4 tháng 11 năm 2002 tôi cầm quyển ảnh trên tay người phát thư mà nhớ đến bạn, mừng xúc động và vui lắm, một công trình đồ sộ tim óc đời bạn đã được các bạn hữu bên Úc chung tay góp sức in ấn. Và cũng đúng ngay buổi chiều hôm ấy, tôi nhận được điện thư của nhà văn Nguyễn Hưng Quốc báo hung tin, Lê Thành Nhơn vừa mất vì ung thư gan....

Cuốn sách ảnh gởi từ tháng 6 đến tháng 11, sau 5 tháng đi vòng vo, cũng đã tới tay tôi vào buổi sáng và hung tin đến vào buổi chiều. Sao mà có sự trùng hợp kỳ lạ như vậy. Định mệnh hay tình cờ. Nghe mà sững sờ! Rất nhớ thương bạn, một đời tài hoa.

***

Chỉ đến năm sau 1988, nhà văn Hồ Đình Nghiêm có được tác phẩm truyện ngắn đầu tay. Tôi rất vui mừng khi đọc những lời giới thiệu của thầy Từ Mẫn Võ Thắng Tiết, giám đốc nhà xuất bản Văn Nghệ USA.

"Nguyệt Thực" gồm 12 truyện ngắn chọn lọc trong những truyện đầu tay của Hồ Đình Nghiêm, một nhà văn trẻ bắt đầu cầm bút ở hải ngoại. Vừa bước vào tuổi trưởng thành đã phải oằn vai gánh chịu tất cả hậu quả của cuộc đời tàn nhẫn, khốc liệt. Hồ Đình Nghiêm mau chóng trở thành một người từng trải, thấu hiểu mọi vinh nhục, cảm nhận được nhân tình. Nhờ vậy mà 12 truyện ngắn trong tập này có được một nét già giặn, sắc sảo của một người có óc nhận xét tinh tế đề cập đến nhiều trạng huống nhân sinh khác biệt, chưa kể văn phong trầm tĩnh mà thiết tha rất "Hồ Đình Nghiêm" của anh. Dù khung cốt truyện ở đâu, nơi quê hương thân yêu nhưng xác xơ tang tóc hay nơi xứ lạ quê người, Hồ Đình Nghiêm đều quan tâm đến những thân phận chìm nổi mong manh, lạc loài. Cái đẹp của ý và lời chính ở trong lòng nhân ái bao la ấy..."

Cuốn Nguyệt Thực này đã ghi một dấu ấn quan trọng đánh dấu được tên tuổi và tài năng của Hồ Đình Nghiêm. Trước tiên là nó được nhà xuất bản hàng đầu của hải ngoại là nhà Văn Nghệ đảm nhiệm chuyện in ấn lẫn giới thiệu và phát hành. Nghĩa là cuốn truyện được nhà xuất bản lo từ trong ra tới ngoài, mọi sự. Đâu phải nhà văn nào cũng được thầy Từ Mẫn Võ Thắng Tiết ưu ái tới như vậy. Những sách được Văn Nghệ phát hành là những sách nổi tiếng thuộc hàng đầu, cũng phải là những nhà văn tên tuổi hàng đầu. Trong giới văn nhân, ai cũng công nhận điều này mà.

Mà đâu phải bạn chỉ có một cuốn Nguyệt Thực. Kế tiếp đó lần lượt nối tiếp nhau Tờ Mộng Rách Rồi, Vầng Trăng Nội Thành, Mùi Hương Trên Đồi, Kẻ Âm Lịch, Ngoại Vực... tất cả đã là 6 cuốn và hứa hẹn sẽ còn tiếp theo nhiều nữa. Chưa cần đọc vội, chỉ cần coi tên các nhà xuất bản, tôi đã giựt mình và vui mừng khi thấy bạn văn Hồ Đình Nghiêm rất được họ ưu ái. Từ Văn Nghệ, tới Tổ hợp Tân Thư + Thời Văn, rồi Văn Mới, đến Lotus Media, toàn là những nhà xuất bản kỹ lưỡng, khó tánh và chọn lọc những tác giả và tác phẩm mang tính văn học. Tôi thoáng biết ngay bạn mình đã đứng ở vị trí nào trong cái tòa nhà văn học hải ngoại này rồi. Làm sao để được các nhà xuất bản ưu ái như vậy, không hề đơn giản!

Tôi cũng có một nhận xét vui vui là trong sáu tác phẩm của nhà văn Hồ Đình Nghiêm, có tới ba nhan đề liên quan đến "Trăng", điều này ngộ thiệt. Từ Nguyệt Thực đến Vầng Trăng Nội Thành rồi tới Kẻ Âm Lịch, toàn là nói đến trăng không hà. Như vậy trong tiềm thức, bạn có một ám ảnh đeo đuổi về trăng, trăng sáng, trăng lu cũng như trăng ấm, trăng lạnh, những đêm trăng quyến rũ bạn không xa rời... Hồ Đình Nghiêm lại là người gốc Huế, tự nhiên tôi liên tưởng đến câu thơ của thi sĩ Hàn Mạc Tử tài hoa: - "Thuyền ai đậu bến sông trăng đó, có chở trăng về kịp tối nay."

Tiện đây cũng mời các bạn đọc qua lời nhận xét của nhà văn Lê Thị Huệ, chủ biên tạp chí Gió-O nổi tiếng ở Mỹ:

"Hồ Đình Nghiêm, Trần Vũ, Hoàng Mai Đạt,
tôi chọn là 3 cây bút nam xuất sắc nhất
trong thập niên 1980 của nền Văn Chương
Việt Hải Ngoại. Hoàng Mai Đạt với kỹ thuật
viết sắc & động học từ trường lớp Mỹ và áp dụng
vào tiếng Việt khá bén tay và thành công trong
những tác phẩm đầu, tiếc là sau đó Hoàng Mai Đạt
chuyển món. Trần Vũ nổi tiếng với bút pháp tâm
lý hoang tưởng đào sâu thú tính nhân vật.

Hồ Đình Nghiêm với khả năng nhận xét và mô tả của một người sinh ra đúng là để làm một nhà văn, cùng với một bút pháp tinh nghịch thông minh duyên dáng, một cây bút viết chuyện/truyện có khả năng trở thành một cây đại thụ về tiểu thuyết trong thế hệ anh, nếu Hồ Đình Nghiêm chịu khó đầu tư vào sáng tác mạnh mẽ và to lớn hơn." (lê thị huệ, chủ biên gió-o)

Không những vậy, có nhiều nhà phê bình văn học khen ngợi nhà văn Hồ Đình Nghiêm nhưng tôi rất quan tâm đến nhận xét của nhà phê bình văn học Nguyễn Quốc Trụ, chủ biên tạp chí Tin Văn. Ông là nhà phê bình thận trọng, kỹ lưỡng và khá nghiêm khắc các tác phẩm văn học. Chỉ cần thấy ông tự xưng biệt danh là Gấu thì chúng ta cũng mường tượng biết chút đỉnh rồi. Gấu thì thuộc hạng với cọp, beo, sư tử, đâu phải với hươu nai, thỏ hoặc cừu, phải không? Được Bác Gấu đọc bài và nhận xét là một vinh hạnh. Bác Gấu đã đọc truyện ngắn "Mô Phật" và nhận xét ngòi bút của tác giả Hồ Đình Nghiêm ra sao:

NQT

Note: Tuyệt.

Nhất là giọng Huế nữa chứ.

Cái truyện ngắn này hỏng, vì... tuyệt quá, hay quá. Tếu thế. Khéo quá hóa vụng.

Dân ghiền thì kêu bằng 'overdose'.

Chúng ta có đủ cả. Nào chiến tranh, nào vòng tay học trò, nào bướm khuya, và sau cùng, một vị nữ tu!

Và cái chi tiết tuyệt vời nhất, tiên tri ra tất cả những chuyện trên đây, là một từ cảnh báo, của cô gái người mẫu, khi anh học trò gạ gẫm.

- Một hôm, khi lên văn phòng để ký nhận tiền học bổng, tôi thấy chị cũng đứng đợi lãnh tiền. Người thư ký phụ trách gọi tên và đó là lần đầu tôi biết cô người mẫu luôn rụt rè kia mang tên Hoa. Không dọ hỏi, nhưng tôi hình dung được số tiền khiêm nhường mà chị sẽ nhận cho công việc làm người mẫu. Tôi lấy xe đạp rón rén bên chị và mạnh dạn đưa ra lời đề nghị:

- Chị đi mô, tôi sẽ chở. Về nhà hay ghé chợ?

- Đừng... Không đi chợ. Mà nhà thì ở chỗ xa lắm.

Và để cho thật hoàn hảo, là cái tên ghép:

Hoa Nghiêm!

Nguyễn Tuân khen trăng 14, là vậy.

Nhưng Gấu mê trăng 11 hơn!

Đừng!

Chúng ta để ý lời nhận định này của Bác Gấu, "*Cái truyện ngắn này hỏng, vì... tuyệt quá, hay quá. Tếu thế. Khéo quá hóa vụng.*"

Vậy là thế nào? Vậy thì truyện ngắn Mô Phật của Hồ Đình Nghiêm này hay hay dở, thành công hay thất bại? Nói hàng hai kiểu này, muốn hiểu cũng khó thiệt. Có lẽ Bác Gấu muốn mượn cái định luật trong kinh Dịch Trung Hoa: - "vật cùng tắc biến, khí mãn tắc khuynh" (vật ở thế cùng thì phải đổi, khí đầy thì phải tràn). Nhìn chung thì là vậy. Tôi xin kể một câu chuyện liên quan tới cái ý này để kết thúc bài viết và cũng cố ý tặng nhà văn Hồ Đình Nghiêm tài hoa:

- Thời tôi mới lớn ở tỉnh nhà Bình Dương có một cô bạn gái tuyệt đẹp. Mỗi lần gặp là tôi rụng rời. Tuyệt sắc giai nhân. Đẹp như tiên vậy đó, tuy tôi chưa biết tiên đẹp như thế nào. Đối với tôi thì cô này đẹp không thua bất cứ một mỹ nhân nào vào thời bấy giờ. Tôi đã từng thấy minh tinh Thẩm Thúy Hằng lúc học đệ tứ trường Phước Truyền; còn trường Văn Lang Tân Định mà tôi theo học, mỗi ngày đều gặp hai ca sĩ Mai Hân, Mai Hương nhà gần trường, tuy mặc áo dài trắng nữ sinh nhưng sắc nước hương trời. Các cô hoa hậu, á hậu, các ca sĩ đẹp đẽ trên truyền thanh, truyền hình, trên phòng trà, trên báo chí, tôi cũng đều đã ngắm nhìn qua hình ảnh. So về nhan sắc cô bạn tôi đẹp không thua bất cứ cô nào hết ở Sài Gòn.

Vậy mà sau mấy chục năm, ra hải ngoại này tôi và cô bạn có dịp gần gũi hàn huyên thố lộ tâm sự nhiều hơn, có lần nghe cô nói mà tôi giựt mình. Cô nói câu gì mà khiến tôi sửng sốt giựt mình vậy? Không biết tại sao, cô có mặc cảm từ lúc nhỏ rằng mình xấu xí, cứ nghĩ nhan sắc mình đẹp không bằng ai. Từ cái mặc cảm tiêu cực đó khi ra đời thường bị thua thiệt và sống khép kín một đời tầm thường như cỏ nội hoa hèn. Thế mới biết "Bắt phong trần, phải phong trần, Cho thanh cao, mới được phần thanh cao". Ở đây tôi không muốn bàn đến chuyện số mạng đời người, chỉ muốn nói về cái ý, điều gì lên quá cao thì phải xuống thấp. Vật cùng tắc phản, khí mãn tắc khuynh. Xấu đẹp, hay dở là hai cực đối đãi nhau.

Lúc vừa nghe cô bạn nói xong, tôi kêu trời. Tại cô đẹp quá thì coi như xấu phải không? Sao có suy nghĩ gì kỳ cục vậy. Hổng lẽ nào. Cả đời tôi chưa bao giờ thấy ai đẹp quá mà bị coi thành xấu hết (không kể mấy cô, mấy bà đi thẩm mỹ viện gặp bác sĩ dởm mới tốt nghiệp lớp ba, dùng thuốc men bậy bạ, dao kéo bị phản ứng ngược!). Cũng vậy, nhà văn vì viết hay quá mà bị coi thành viết vụng? Thiệt tình hổng hiểu và chắc cũng không bao giờ hiểu được điều cao siêu này.

"Cái truyện ngắn này hỏng, vì... tuyệt quá, hay quá. Tếu thế. Khéo quá hóa vụng."

Mới đọc qua thì tưởng chê suy đi nghĩ lại thì thấy Bác Gấu khen khéo quá, quả là một nhận định thâm trầm. Thiệt ra là Bác Gấu Nguyễn Quốc Trụ đòi hỏi nhà văn Hồ Đình Nghiêm nên bớt chút tài hoa lại, nên viết bớt hay lại một chút như trăng mùng mười, mười một thì mới đẹp, đẹp trong nỗi hy vọng tương lai mong chờ, còn trăng rằm thì lộng lẫy nhưng sắp tàn đời rồi còn gì nữa mà mong mà đợi, buồn lắm!

Tôi nhờ đọc được lời phê phán này mà thấy nhà văn Hồ Đình Nghiêm thiệt tài hoa, thiệt xuất sắc. Nhưng cần gì phải kiềm bớt lại, viết kém lại... để dành cho hay hơn!

"Nhổ neo rồi, thuyền ơi xin mặc sóng,
Xô phương đông hay giạt tới phương đoài,
....
Bể vô tận, sá gì phương hướng nữa.
Thuyền ơi thuyền! Theo gió hãy lênh đênh!
(Phương xa – Vũ Hoàng Chương)

Tôi thì lúc nào cũng cho hễ là ngọc quý thì dù chưa mài giũa thì cũng vẫn là ngọc, chớ không thể nào là đá sỏi cho được! Nhớ có lần tôi đã viết về điêu khắc gia Lê Thành Nhơn, nhắc về cuộc đời người thầy ở trường Cao Đẳng Mỹ Thuật Huế của bạn Hồ Đình Nghiêm:

- Hễ là đại bàng thì lúc còn non vẫn là đại bàng, không bao giờ là chim sẻ hết.

Bây giờ viết cho nhà văn Hồ Đình Nghiêm, cũng chỉ muốn nói bao nhiêu đó thôi.

Võ Kỳ Điền
Brossard, QC, le 22 juin 2023

CAO THANH TÂM

NHÀ VĂN TUỔI TRẺ HỒ ĐÌNH NGHIÊM

Mới đặt viết xuống đã thấy lủng củng rồi. Thật ra lâu nay mình không có một bài viết nào mà chỉ thích viết những câu thơ như vè ngắn và khỏe hơn theo cùng tuổi tác và thời gian.

Mấy năm trước còn chăm chỉ viết truyện dài nhưng rồi tay cứng dần cũng như đầu óc...

Mỗi ngày vào đây như một thú giải trí vui nhẹ cho tâm hồn.

Hầu hết bạn bè văn thi sĩ ở đây đều cùng thế hệ mình hay lớn nhỏ một chút có cuộc sống, lịch sử thời gian như mình dễ thấu hiểu nhau hơn và cũng ít quen những người bạn trẻ.

Khoảng gần hai năm nay sau khi bị hacker thì tất cả bị xáo trộn, số bạn bè quen thuộc đột nhiên biến mất và cũng không dám *add friends* nhiều sợ rắc rối, mình lang thang trên vài trang của bạn bè quen và đọc được những truyện rất ngắn, những trang thể thao mà mình không biết không thích nên phớt qua nhưng đôi khi cũng thoải mái cười những *comments* láu lỉnh duyên dáng rất hồn nhiên của một người lúc trước có nghe tên tuổi nhưng chỉ là tên tuổi mà không có cơ hội đọc qua một tác phẩm nào cả.

Một ngày tình cờ thấy tấm hình của một cậu bé khoảng năm tuổi với mái tóc có mái hiên nghiêng y hệt cậu em trai vừa ra đi hai năm lòng mình chùng xuống và thương yêu sờ tay lên tấm hình đó nước mắt rơi, nhớ Cu em ngày xưa...

Từ đó trang của người này thu hút mình, cậu ta phải là người thương mèo lắm nên mới có nhiều hình ảnh mèo mà mình thương yêu...

Mỗi lần thấy hình mèo là tự động viết xuống một hai câu vè và vui cười một mình và dần dần biết xuất thân của cậu ấy... lòng mình đã xem cậu là Cu em ngày xưa hồi còn bé đi học mình lớn hơn cu em bảy tuổi, một cậu bé hiền lành gần mình hơn cậu em kế là cu anh! Cu

em đàn hay hát hay soạn nhạc giỏi và đã từng cùng anh Nguyễn Tư Triệt ở Huế tổ chức đêm nhạc của hai người.
Hôm nay đúng bốn năm ngày em ra đi mình bồi hồi nghĩ đến cậu bé giống hệt em và cầm viết lên viết về một nhà văn trẻ mình thương yêu qua hình ảnh của em và cũng về văn tài của nhà văn này nữa!
Thật ra trên trang này có biết bao nhà văn nhà thơ không biết sao mỗi lần nhắc đến những tấm hình, bức tranh mà mình copy của người đó là NV HĐN, mỗi lần viết đến là mỗi lần cười một mình lòng dạ nhẹ nhàng bình yên...
Cậu ấy là con út của một gia đình đông anh em và cũng không xa lạ gì vì ngày xưa cũng ở trong thành nội gần nhà chồng của mình. Các anh em của cậu đều theo binh nghiệp và cùng trong tù sau 75 như các anh em gia đình chồng mình. Hai chị của cậu đều lập gia đình cùng hai văn nghệ sĩ tiếng tăm ai cũng biết. Cậu ấy vốn là một họa sĩ thích cầm viết hơn cầm cọ nên văn phong dĩ nhiên là tượng thanh tượng hình đầy sắc màu.
Nhà văn này thuộc thế hệ trẻ nhưng có những sở thích về âm nhạc, điện ảnh y hệt thế hệ của mình, phải chăng là ảnh hưởng các anh chị trong nhà rất nhiều. Là con út nên cậu giữ được hoài nét ngây thơ điều này đã thể hiện trong lối viết, cách suy nghĩ và những nụ cười láu lỉnh duyên dáng dễ thương...
Nhà văn này cũng đã làm thay đổi nơi mình nhiều suy nghĩ tiêu cực, mình đã cười nhiều hơn khi xem hình mèo ngộ nghĩnh, đọc những truyện rất ngắn mặn có ngọt có và đắng cũng có...
Độc giả của cậu dĩ nhiên là nhiều rồi, trong đó có những người mình quý trọng và ngưỡng mộ... Có một lần nhìn một tấm hình cậu và các nhà văn thơ tiếng tăm mình buột miệng... không phải lỡ... tay viết rằng NV trẻ con thì bị người đó chỉnh ngay, mình đã xin lỗi lập tức vì sự lỡ tay này ý mình là NV trẻ mình thương yêu, nhiều khi ỷ vào đó mà lỡ lời nên cũng được tha thứ ngay...
Nói cho ngay những người mình ngưỡng mộ và quý mến cùng thế hệ hay trên mình thì NV trẻ này đều có hình chụp chung đủ biết chỗ đứng của cậu trên văn đàn khỏi cần ca tụng...
Từ thầy Việt văn Nguyễn Mộng Giác của mình ở Đồng Khánh, thi sĩ Luân Hoán là người mình ngưỡng mộ từ hồi mới vào trung học, thi sĩ Hoàng Xuân Sơn người học trò cũ của thân sinh mà mình xem như anh ruột cho đến biết bao nhiêu cây bút trong và ngoài nước.
Trừ môn bóng đá là mình bỏ qua còn thì bao nhiêu thơ văn của NV này đều cuốn hút cùng lòng ngưỡng mộ và thương yêu.

Có khi mình thấy cậu ấy hiểu mình biết bao qua những hình mèo như ngầm một chút ủi an người đọc này trong một góc nào đó của tâm hồn...
Bất cứ khi nào đọc dòng cuối... tui đi khò đây mình đều mỉm cười ngủ yên...
Thật là lạm dụng khi thương một NV, không hề ăn theo mà từ niềm ngưỡng mộ thương yêu. Vả lại người đọc có quyền đó phải không? Điều đó sẽ làm thăng hoa cho người viết và người đọc.
Không phải là một bài giới thiệu tác giả như trong các buổi ra mắt sách mà là một tản mạn trong ngày tưởng nhớ cậu em trai đã mất cũng tô thêm màu cho lòng ngưỡng mộ của mình.
Sau khi đọc truyện ngắn Người tình hai thế hệ, NV nhớ mẹ qua hình ảnh lon sữa Guigoz mình rung động dạt dào nhớ một lần thăm nuôi khi con còn bú, vì đường quá xa nên mình đã gởi cho cô của cháu, người chị chồng đã cho hai mẹ con mình nương náu sau 75 khi chồng vào tù và nhà cửa không còn...
... Hôm đó trên chuyến xe mình ngồi bên hai mẹ con cùng đi thăm nuôi, xe chật quá đứa bé khoảng mấy tháng đói và khóc vì mẹ nó đã làm vỡ bình sữa khi chen lấn...
Thoáng nghĩ đến thằng con ở nhà có lẽ đang khóc mỗi khi bị cương sữa, mình đưa tay ra nói với người bạn thăm nuôi... Chị đưa cháu đây tui cho cháu bú, nó đang khát sữa tội quá!
Người mẹ ngần ngại rồi vui mừng đưa thằng bé cho mình... Nhờ em cho nó bú, chị rất cám ơn...
Ôm trong tay thằng bé xa lạ mình thầm xin lỗi con... Tối me về sữa lại đầy...
Thằng bé nhìn mình vài giây xa lạ rồi đói quá bú hết cả hai bên mới quay về với mẹ. Mẹ nó cười... Xưa nay nó bú toàn nước gạo và chút đường thôi, chị không có sữa từ khi sinh nó ra và đâu có tiền mua sữa lon!
Trong tay mẹ thằng bé nhìn mình như ngần ngại...
Mình xúc động nhìn nó chăm chú một thằng bé xa lạ bú sữa của con mình, có lẽ từ kiếp nào nó là con mình chăng...
Xe tới bến mẹ nó cám ơn lần nữa... Không sao đâu chị khi về gặp lại tui sẽ cho nó bú...
Trong vội vàng tìm mấy giỏ thăm nuôi mình vẫn quay nhìn nó và thoáng gặp đôi mắt tròn vo đang cười...

Cao Thanh Tâm

TM

TRANG CHÂU

NHÀ VĂN CẬU EM

Từ trái: hàng ngồi: Hoàng Xuân Sơn, Song Thao, Trang Châu hàng đứng: Hồ Đình Nghiêm, Lưu Nguyễn, Nguyễn Đức Bạt Ngàn (Montréal, 5/2009)

Trong nhóm "thất bút giang hồ" ở Montréal chúng tôi, Hồ Đình Nghiêm là người viết trẻ nhất. Kém tôi đến gần hai chục niên, mười chín năm nói cho nó chính xác. Trẻ nhất nhưng có nét xem ra chàng lại là người già giặn, có khi hơn cả mấy tay già. Trong nhóm, người duy nhất hút thuốc lá là Hồ Đình Nghiêm. Chàng làm quen với khói thuốc lúc nào không biết, nhưng nếu căn cứ vào một nhân vật nam trong một truyện ngắn của chàng, tôi đoán Hồ Đình Nghiêm bắt đầu hút thuốc khi học lớp 11. Không biết hút thuốc sớm làm Hồ Đình Nghiêm mau thành người lớn hay thời thế làm Hồ Đình Nghiêm già đi trước tuổi. Hay cái già giặn do bẩm sinh khiến tâm óc chàng sớm dằn vặt suy tư hơn những chàng trai cùng lứa tuổi. Tôi nhớ trong cuốn Nhà Văn Hiện Đại, tác giả Vũ Ngọc Phan phê bình Vũ Hoàng Chương mới hai mươi tuổi mà giọng thơ "già cóc cách" so với Xuân Diệu, Huy Cận. Nhưng rồi với thời gian thơ họ Vũ vẫn xanh tươi lá cành trong khi thơ Xuân Diệu, Huy Cận về sau chỉ là những que củi khô mục. Tin tưởng văn của Hồ Đình Nghiêm tiếp tục già giặn nhưng sẽ không cằn cỗi.

Hồ Đình Nghiêm còn một cái khác nữa, nhưng cái khác này Hồ Đình Nghiêm phải đứng cạnh Luân Hoán. Trong khi năm mạng: Song Thao, Võ Kỳ Điền, Hoàng Xuân Sơn, Lưu Nguyễn và tôi nhâm nhi không nhiều thì ít rượu vang, Luân Hoán chỉ uống nước ngọt, nước lạnh hay nước trà còn Hồ Đình Nghiêm chỉ có bia và bia. Mỗi lần họp mặt cụng ly thấy Hồ Đình Nghiêm vất vả mò tìm một cái đề-pa-nơ để mua bia, tôi bèn nhờ vợ tôi mua cho một hộp bia sáu chai, để dành đó, khi đến phiên tôi mang rượu thì tôi sẽ mang kèm thêm một, hai chai bia cho Nghiêm. Khổ nỗi, vợ tôi, mua bất cứ thứ gì, cũng chờ rao bán hạ giá mới mua và bà đã rinh về nhà không phải một hộp sáu chai mà một két hai mươi bốn chai. Dưới xú-xôn của tôi, hiện nay có đến hai két rưỡi hai mươi bốn chai, toàn bia ngoại! Và tôi lây bệnh của Hồ Đình Nghiêm: bắt đầu nhâm nhi bia, tuy phải hai ngày mới hết một lon bia con!

Hồ Đình Nghiêm hơn tôi ở chỗ may mắn trong đời có ba giai đoạn sống: Ở trong nước trước 75, sau 75 và ở hải ngoại. Tôi chỉ có hai, mất hay thoát đoạn giữa. Tôi nói Hồ Đình Nghiêm may mắn có sáu năm sống ở đoạn giữa vì nhờ đoạn giữa này mà viết được những truyện ngắn sống động, cười ra nước mắt. Hồ Đình Nghiêm chưa được 18 tuổi khi miền Nam VN rơi vào tay cộng sản miền Bắc. Chắc nhờ chưa bị gọi nhập ngũ, Hồ Đình Nghiêm không bị liệt vào thành phần ngụy quân, ngụy quyền, không có nợ máu với nhân dân, nên được tiếp tục đi học cho đến khi ra trường Cao Đẳng Mỹ Thuật Huế năm 1978.

Sáu năm sống dưới chế độ xã nghĩa, qua truyện, Hồ Đình Nghiêm cho ta thấy gì? Vùng kinh tế mới, nơi một nhân vật của tác giả cảnh báo:' "Đừng dại lên đây, ngoại trừ thành phố người ta sắp giết bạn". Sống ở thời điểm này, nơi đất nước này là chỉ để bất lực chứng kiến: "Ở đâu có đói khát, ở đó có lòng tham; ở đâu có rừng vàng ở đó có lâm tặc". Để được yên thân, để sống còn, sống bây giờ là phải biết kín miệng, im tiếng: "Tôi van bạn đừng làm thơ, đừng vẽ cảnh hiện thực và tránh xa việc trích dẫn những lời hay đẹp của lãnh tụ." Trích những lời của lãnh tụ không đúng lúc, đúng chỗ cũng mang họa vào thân!

Dưới chế độ xã nghĩa mọi sự đã thay đổi. Cả nơi trường học của tác giả, không khí bây giờ: "bạc nhược, ghẻ lạnh, tựa một cuốn sách long bìa, tróc gáy. Bây giờ không còn học vẽ khỏa thân mà chỉ còn tập trung vẽ chân dung lãnh tụ, lao động cuốc đất trồng khoai."

Và trong cuộc sống mới con người bị "trường đời dìm xuống để trấn lột hết thơ mộng". Những vụ án bị chìm xuồng, những thành phần vì miếng cơm manh áo, hành động "thấp hèn, tráo trở để trường tồn", những kẻ cầm quyền vì tham lam, vì quyền lợi riêng tìm cách triệt hạ lẫn nhau. Những Việt kiều, trở về quê cũ để chăm sóc mộ phần người thân, bằng lòng chấp nhận giá cả "bị chặt chém chẳng lấy làm điều, vì qua sông thì phải lụy đò, mấy thuở một lần, nên xí xóa". Thế mà kẻ về lòng không mấy an tâm, luôn giật mình khi nghe tiếng gõ cửa ban đêm vì "hình như chốn này không dành cho ai mang bệnh yếu tim".

Vài truyện của Hồ Đình Nghiêm có bối cảnh xứ người, nơi tác giả nhận làm quê hương thứ hai. Đời sống cũng khó khăn không kém ở thời gian đầu. Phải cắp sách đi học tiếng Pháp lớp mẫu giáo. Cũng vất vả đi xin việc: Rửa chén, giao pizza, thu hoạch hoa màu. Lương tối thiểu mà lúc nào cũng bị hạch hỏi phải có kinh nghiệm. Cuối cùng, có lẽ nhờ khéo tay, nhân vật xưng tôi cũng kiếm được việc và còn được hứa truyền nghề làm bánh. Yên thân xứ người, chàng "tôi" xứ Huế, có tật hay so sánh. Chàng thấy xứ văn minh người ta trân trọng bảo tồn; xứ thấp kém, chậm tiến chỉ giỏi đập phá mà rồi dù có tái kiến trúc thì cũng là "bôi son trét phấn, màu mè cực kỳ diêm dúa" mà thôi. Chàng "tôi" được một cô giáo dạy tiếng Pháp khuyến khích, nâng đỡ tinh thần, luôn luôn căn dặn: "đừng cho sự bi quan lân la tiến đến". Cảm kích, chàng "tôi" tự đáy lòng thốt lên lời cảm khái: "Nếu bạn là một thuyền nhân thì người đàn bà xa lạ ấy là một hòn đảo nằm cuối đại dương". Thế rồi chàng "tôi" bỗng dưng "mang một nỗi nhớ không tên" lúc nào không hay. Thế rồi, giữa cậu học trò Việt lớp mẫu giáo và cô giáo dạy tiếng Pháp tên Lucie, từ ân nhân đến tình nhân chẳng mấy chốc.

Nhà văn Hồ Đình Nghiêm dựng nhân vật truyện qua kinh nghiệm sống của chính mình. Nói một cách khác là tác giả lấy những gì đã thấy, đã nghe, đã hít thở, đã chịu đựng, nhất là ở khoảng thời gian sống dưới chế độ cộng sản, làm vốn sống để viết. Ngòi bút của Hồ Đình Nghiêm sắc cạnh, xuyên thủng, vạch trần, cười cợt mà chua chát. Hầu hết các khía cạnh xã hội, tâm lý, hoạt kê, châm biếm có mặt trong truyện của Hồ Đình Nghiêm. Ta thử nghe lời con rắn: "Tao cắn cho mày có cơ hội được chây lười lao động, cho mày câu giờ, kiếm cớ gạ chuyện với cô y tá". Thử nghe lời phân tích để biết trước một người có khiếu viết văn: "Ít nói, một đứa như vậy sẽ có lắm chuyện để dàn trải bằng chữ viết."

Truyện của Hồ Đình Nghiêm có không gian đa dạng: Chuyện xảy ra ở làng quê, trường học, tiệm ăn, quán cà phê, vùng kinh tế mới, trạm xá, tòa án, phòng ngủ. Nội dung truyện đa số là chuyện tình với những khúc mắc khác nhau. Chuyện tình thời sinh viên với những cung cách tỏ tình vụng về, ngôn từ ngớ ngẩn kiểu: "Đôi tình nhân hôn nhau có hạnh phúc không?" Có lẽ đây là phần truyện có đôi chút tươi mát, lãng mạn trong truyện của Hồ Đình Nghiêm, dù có khi mối tình kết thúc không trọn vẹn nhưng dư âm rất nhẹ nhàng: Chàng cám ơn nàng đã "rộng lòng dắt tay tôi đi qua những nỗi khổ đau dịu dàng". Chuyện tình dưới xã hội chủ nghĩa thì "không có thứ gì để giải trí cả, niềm vui duy nhất là nam nữ cứ bu nhau như sam". Hồ Đình Nghiêm dựng cả truyện phảng phất mùi liêu trai đầy bí ẩn với "đêm thấy thoáng một người con gái vượt qua song cửa". Tác giả còn táo bạo đề cập chuyện tình đồng giới tính nữ khiến anh con trai, lúc ban đầu, cứ ngẩn ngơ không hiểu vì sao cô bạn gái của anh cho anh ở trọ nhà nàng đến 10 ngày mà "khuôn mặt chẳng buồn vui".

Đọc truyện của Hồ Đình Nghiêm, nếu là người đọc thích văn có nhiều đối thoại có thể sẽ sốt ruột vì truyện của tác giả rất ít đối thoại. Có truyện hầu như không có đối thoại hoặc chỉ có đối thoại gián tiếp qua lời kể lại của một nhân vật khác. Văn của Hồ Đình Nghiêm là văn giãi bày, là lối viết "lý sự", nói theo kiểu người Huế, kèm theo chút hài hước. Theo tôi, đọc truyện Hồ Đình Nghiêm không nên nôn nóng, cứ thủng thỉnh mà đọc từng dòng tác giả viết, không cần đối chất cái tựa với dòng văn đang hiện ra dưới mắt. Đọc hết truyện sẽ hiểu rõ cái tựa. Cũng đừng thắc mắc tại sao tác giả tả cái này, phán cái nọ mà chỉ chú ý tác giả tả nó ra sao, phán nó ra sao. Sẽ thấy cái hay. Có thể Hồ Đình Nghiêm ít nhiều chịu ảnh hưởng của vài ngòi bút đàn anh như Dương Nghiễm Mậu, Nguyễn Đình Toàn. Nhưng Hồ Đình Nghiêm vẫn tạo được nét riêng cho mình. Nét riêng của tác giả là đặt được chữ ở những chỗ không ai đặt biến câu văn thành một ý tưởng hay một hình tượng mới lạ làm người đọc ngạc nhiên một cách thích thú. Ta thử đọc: "Suy ra lụt lội là thành phần phản động chực phá rối trị an". Ở điểm này Hồ Đình Nghiêm đáng được gọi là một nhà văn đặc sáng. Theo định nghĩa của văn hào Chateaubriand: "Nhà văn đặc sáng không phải là người không bắt chước ai mà là người không ai bắt chước được." *

Trang Châu

Tháng 6/2023

** L'écrivain original n'est pas celui qui n'imite personne mais celui que personne ne peut imiter. (Chateaubriand)*

NGÔ NGUYÊN DŨNG

TÔI VÀ NHÀ VĂN HỒ ĐÌNH NGHIÊM

với nhà văn Hồ Đình Nghiêm (Montreal - 1989)

Giao tình giữa tôi và nhà văn Hồ Đình Nghiêm bắt đầu vào cuối thập niên 1980, thuở sinh hoạt báo chí và văn chương Việt ngữ khởi sự tỏa sắc. Tôi và anh thỉnh thoảng lại gặp nhau trong những nguyệt san văn chương như Làng Văn ở Canada, Văn Học ở Hoa Kỳ, v.v...

Trong bài viết ngắn này, tôi chỉ đề cập tới vài chuyện riêng tư giữa tôi và nhà văn Hồ Đình Nghiêm, tôi dành việc phẩm định văn chương anh cho những vị khác có nhiều khả năng hơn tôi.

Có thể nói, tôi và nhà văn Hồ Đình Nghiêm là bạn đồng hành một chặng đường văn chương nhiều thăng hơn trầm cùng chữ nghĩa. Tuy nhiên, giữa hai chúng tôi, về văn chương cũng như những quan điểm về những lãnh vực khác, không phải là không có những cá biệt. Trước khi chúng tôi gặp nhau tại Montréal vào mùa hè năm 1989, thỉnh thoảng tôi và anh có liên lạc thư từ với nhau. Mặc dù tôi vẫn thường xuyên theo dõi những sáng tác của anh đăng tải trong hai tạp chí văn chương kể trên, nhưng bây giờ, nếu bảo tôi nhắc lại nội dung một truyện ngắn nào của anh, thú thật tôi không nhớ. Tôi chỉ nhớ mỗi tựa đề "Nguyệt Thực" là tập truyện ngắn đầu tay của anh được nhà xuất bản Văn Nghệ ở Nam California in cùng năm 1988 với tập truyện "Dòng Chữ Tâm Tình", cũng là tác phẩm đầu tay của tôi.

Trong sáu tập truyện đã xuất bản của anh, gồm: "Nguyệt Thực" (Văn Nghệ, Hoa Kỳ, 1988), "Tờ Mộng Rách Rồi" (Tân Thư & Thời Văn, Hoa Kỳ, 1991), "Vầng Trăng Nội Thành" (Văn Mới, Hoa Kỳ, 1997), "Mùi Hương Trên Đồi" (Văn Mới, Hoa Kỳ, 2005), "Kẻ Âm Lịch" (Lotus Media, Hoa Kỳ, 2017), "Ngoại Vực" (Lotus Media, Hoa

Kỳ, 2018), tôi chỉ có trong tủ sách cá nhân một (hay hai, tôi không còn nhớ rõ) quyển đầu tiên được anh gởi tặng.

Mùa hè năm 1989, sau khi tôi không thể về chịu tang thân phụ ở Việt Nam, để cho lòng khuây khỏa, tôi làm một chuyến du lịch sang Canada thăm viếng các văn thi hữu đã biết tên nhưng chưa biết mặt. Tình cờ cũng là lúc Trung tâm Văn bút Việt Nam Hải ngoại tổ chức đại hội thường niên tại Montréal, tôi tháp tùng anh chị Nguyễn Hữu Nghĩa và Nguyên Hương, chủ nhiệm và chủ bút nguyệt san Làng Văn đi Montréal.

Tại đó tôi hội ngộ nhà văn Hồ Đình Nghiêm và nhiều thi văn hữu khác nữa. Một lần tại nhà thi sĩ Đỗ Quý Toàn, thuở ông còn ở Montréal. Một lần đi chung với nhiếp ảnh gia Lê Quang Xuân và gia đình một độc giả nữ đi ngắm cây cảnh và chụp ảnh trong hoa viên Jardin Botanique de Montréal. Lần khác trong một dịp được một độc giả nữ mời tôi đi xem thắng cảnh Montréal. Thêm một lần trong bữa cơm chia tay trong một nhà hàng Trung Hoa được gia đình cô độc giả nữ mời, cũng có mặt vợ chồng nhà văn Hồ Đình Nghiêm. Người bạn đời của anh, nghe nói gốc người Trung Hoa, có vóc dáng thuôn thả, khuôn mặt dễ nhìn, nhưng kiệm lời. Thỉnh thoảng chị lại nhìn tôi, ánh mắt xét nét, nghiêm nghị, dường như nghi ngại...

Trong buổi đại hội Văn bút Việt Nam Hải ngoại tối ấy, tôi nhận thấy một điểm hơi khác thường, chỉ hiện diện mỗi thi sĩ Luân Hoán trong một số khá đông văn thi sĩ định cư tại Montréal. Lý do tại sao tôi không rõ, chỉ biết trước thềm đại hội, ông chủ nhiệm và bà chủ bút nguyệt san Làng Văn có vẻ "bức xúc" lắm, lâu lâu lại lên tiếng chì chiết người này người kia, chuyện xa chuyện gần. Trong khi hai người và quan khách tham dự vào hội trường theo dõi buổi hội thảo bầu bán gì đó, tôi đứng ngoài trò chuyện với các văn thi hữu và bạn đọc, đồng thời ký tặng họ quyển truyện vừa "Đêm" được dàn trang và đem in vội vã hai tuần trước đó, cho kịp ra mắt độc giả trong đêm Đại hội Văn bút. Quyển "Đêm" có nội dung gây nhiều tranh cãi trong giới độc giả. Một nữ thi sĩ ở Hoa Kỳ sau khi đọc xong truyện ngắn "Đêm Như Bàn Tay Dịu Dàng", cũng là chương một của truyện vừa "Đêm", đã biên thư khen ngợi bao nhiêu, thì tiếp sau đó, đọc xong chương hai "Như Hạnh của Đất", chị trách cứ tôi bấy nhiêu, và khuyên tôi "viết văn cứ đường thẳng mà đi, không nên tìm đường quanh co!!!" Tôi băn khoăn tự hỏi, nghiệp dĩ văn chương có bao giờ là một con đường thẳng?

Tôi trở về Đức, tiếp tục đời sống lặng lẽ của riêng mình. Tôi và nhà văn Hồ Đình Nghiêm, ngoài điểm chung cả hai chúng tôi cùng ít nói, thế giới của anh và của tôi không có điểm đồng dạng nào khác. Văn phong của anh ngắn gọn, sắc nét, đẫm chất Huế. Còn của tôi thì… lúc này lúc nọ, ra sao tôi không rõ. Tôi chỉ biết tuân theo những nông nỗi của chữ, chiều theo lời quyến dụ của cảm tính. Cho tới khi ý cùn, chữ cạn, tôi buông…

Khi nhà văn Khánh Trường cho ra đời nguyệt san Hợp Lưu với hoài bão dùng văn chương làm nhịp cầu giao lưu những người viết trong và ngoài Việt Nam. Trong khi tôi nói không, nhưng không có nghĩa là "không bao giờ" mà chỉ vì "tôi chưa sẵn sàng", thì nhà văn Hồ Đình Nghiêm hưởng ứng ngay từ số đầu. Có sao đâu. Nhà văn Hồ Đình Nghiêm và tôi, mỗi khi biên thư cho nhau, cốt để thăm hỏi, sau đó chia sẻ vu vơ chuyện văn chương, hiếm khi đá động tới những đề tài thuộc lãnh vực khác.

Tháng năm cứ vậy hờ hững trôi… Hết rồi những lần, sau khi đi học, rồi đi làm về, ăn tối xong, tôi thảnh thơi nằm xem truyền hình, đọc sách, hay nếu chữ nghĩa thúc bách, như một nhu cầu bài tiết, tôi cầm viết, xoay lưng nằm sấp, thốc tháo chúng ra giấy. Bây giờ, theo đà phát triển của kỹ thuật vi tính, tôi bỏ thói quen viết tay, mà ngồi trước màn hình, gõ chữ lanh canh. Tới khi chữ cạn, tôi đổi sang làm chuyện khác. Mở YouTube hát nghêu ngao một bản karaoke. Liếc mắt vô hộp điện thư, coi có ai gởi gì không. Thỉnh thoảng lại giật mình khi chuông messenger báo có tin nhắn, mở đọc, có khi tở mở có lúc thẫn thờ. Hoặc bấm chuột kéo đọc tin tức trên Facebook.
Bẵng đi nhiều năm, tôi và nhà văn lại gặp nhau trên diễn đàn văn chương mạng Da Màu. Anh tỏ vẻ mừng rỡ. Nhưng lần tái ngộ này kéo dài không được lâu. Sau đó, vì một vài lý do riêng, tôi ngừng cộng tác với Da Màu.

Giao tình văn chương giữa tôi và nhà văn Hồ Đình Nghiêm gián đoạn. Sau này, khi tôi tạo trang Facebook cá nhân, tôi và anh có kết nối và thỉnh thoảng chia sẻ cùng nhau dăm ba chuyện chữ nghĩa. Cũng không lâu. Vì một nguyên nhân không dính líu gì tới văn chương, tôi ngừng liên lạc với anh.

Nhờ vậy mà tôi chú tâm nhiều hơn cho những sở thích của mình. Dẫu vậy, khi được thi sĩ Luân Hoán nhắn tin nhờ viết một bài về nhà văn Hồ Đình Nghiêm, sau khi lưỡng lự, tôi vẫn dành thời giờ không còn nhiều của mình, để hoàn tất bài viết ngắn này, coi như những lời chia sẻ còn sót lại của tôi. Cho cá nhân cũng như cho những thành tựu văn chương của nhà văn Hồ Đình Nghiêm.

Ngô Nguyên Dũng *(06.2023)*

NGUYỄN MINH NỮU

HỒ ĐÌNH NGHIÊM: NHẬP TRIỀN THÙY THỦ

Tôi đọc và biết tên Hồ Đình Nghiêm vào khoảng giữa năm 1998. Đó là thời điểm đầu tiên tôi tìm đọc các tác giả hải ngoại. Và như thế, tôi biết Hồ Đình Nghiêm rất trễ, vì ông bắt đầu viết và nổi tiếng từ lâu lắm rồi. Năm 1980, từ trại tỵ nạn ở Hong Kong ông đã viết truyện đầu tay gửi đăng trên tạp chí Đất Mới bên Seattle, tờ báo do nhà văn Thanh Nam và Túy Hồng thực hiện. Sau đó, liên tục với các truyện ngắn đăng đều đặn trên các tạp chí văn chương nghệ thuật khác trên đất Mỹ. Ông nổi tiếng ngay vì lối viết mới và đầy sáng tạo trong thời điểm người Việt vừa chân ướt chân ráo tới vùng đất mới định cư. Tôi còn hơn thế nữa, đến Mỹ năm 1995, sau chiến tranh chấm dứt hai mươi năm, vài năm đầu còn lao đao nơi ăn chốn ở, việc làm và chỗ học hành cho con cái để ổn định cuộc sống, và khi thực sự có được ngày nghỉ sau một tuần "sáng đi làm trời còn đang tối, chiều trở về mặt trời đã lặn".

Một sáng thứ bảy, tìm đến nhà sách Thế Hệ ở khu thương mại Eden (Virginia) thảnh thơi nhìn các đầu sách tiếng Việt, các tờ tạp chí văn học đang xuất bản tìm cho mình một vài cuốn để đọc cho biết chút sinh hoạt văn học mà đã từ lâu dù yêu thích vẫn không còn chút dây dưa nào. Thời điểm 1998 đó, sau này nhìn lại mới thấy đó là thời điểm còn rất vàng son của nền văn chương hải ngoại, trên kệ sách, các tạp chí văn học xuất bản hàng tháng đều đặn như Văn, Văn Học, Hợp Lưu, Thế Kỷ 21, Làng Văn, các nhà xuất bản Đại Nam, Văn Nghệ, Tân Thư, Thời Văn, Văn Mới, Người Việt, Cành Nam... và nhiều nữa liên tục đưa ra các tác phẩm mới mà với những người mới định cư như tôi không đủ tiền để mua cho hết. Tôi chọn vài tờ tạp chí để mua, với lòng riêng là ít tốn kém mà lại đọc được nhiều.

Trong những tờ tạp chí đó, tôi bồi hồi khi đọc được những tên tuổi thời danh ngày xưa như Mai Thảo, Du Tử Lê, Nguyễn Xuân Hoàng, Võ Phiến, Viên Linh, Luân Hoán, Hồ Trường An, Bùi Bảo Trúc... Ngạc nhiên và rất thú vị với nhiều tên tuổi lạ (thực ra đã rất quen thuộc với độc giả Việt trên đất Mỹ, chỉ lạ cho tôi là người mới định cư thôi) như nhà văn Trần Vũ ghi nhận trong một bài viết: "... Xuất hiện vô số người viết mới: Khế Iêm, Ngu Yên, Phạm Việt Cường, Phan Tấn Hải, Kiệt Tấn, Thường Quán, Cao Xuân Huy, Trịnh Y Thư, Nguyễn Đức Lập, Nguyễn Ý Thuần, Hồ Đình Nghiêm, Nguyễn Thị Hoàng Bắc, Nguyễn Mạnh Trinh, Trần Trúc Giang, Trần Thị Kim Lan, Trần Thị Lai Hồng, Trân Sa, Lê Bi, Vũ Huy Quang, Trương Vũ, Thế Giang, Trần Vũ, Đỗ Kh., Mai Kim Ngọc, Vũ Quỳnh Hương, Nhược Thủy (Y Chi)... Cũng chính trên diễn đàn này khởi đầu nền phê bình ngoài nước qua các bài viết đầu tiên của Thụy Khuê, Bùi Vĩnh Phúc và Nguyễn Hưng Quốc. Văn Học như thế đã ra đời trong hoàn cảnh vô cùng thuận tiện, với một nguồn nhân lực mới mẻ hùng hậu đang trong giai đoạn khởi viết."

Tác giả mà mới đọc lần đầu đã náo nức muốn tìm đọc thêm là Hồ Đình Nghiêm. Không thể nhớ rõ Truyện hay Chuyện nào của ông đưa tôi vào cảm mến lâu dài này, tôi đọc thật nhiều những tác phẩm của ông trên các tạp chí chứ chưa hề có trong tay một ấn phẩm nào, đọc say mê, thích thú, ngấm ngầm đồng cảm mà chưa tìm ra câu trả lời xuyên suốt là điều gì trong các tác phẩm của ông cuốn hút tôi. Mãi sau này, khi đọc bài trả lời phỏng vấn của ông với Quỳnh My trên trang Hồn Quê, tôi mới tìm thấy câu trả lời cho chính mình. *"Tôi là đứa ham vui, ít để tâm vào chuyện lớn bé nào. Dạo đó, lâu rồi, sau khi gửi cho tạp chí Văn Học đôi ba truyện ngắn tôi liền mở lời muốn in một tập truyện. Tuần sau, thầy Từ Mẫn của nhà Văn Nghệ "bật đèn xanh" và "Nguyệt Thực" chính thức chào đời. Cho đến giờ này, đôi khi tôi tự hỏi: "Mày là nhà văn đấy à? Có thật không đó cha?!" Dạ thưa, tôi có làm việc gì ghê gớm đâu?"*

Lối viết của Hồ Đình Nghiêm là chân thành pha trộn vào bỡn cợt, cái nồng cháy của tình yêu thường diễn tả bằng dửng dưng, viết tự nhiên và nối kết suy nghĩ vào các liên tưởng thật ngẫu hứng. Những chi tiết nhỏ được Hồ Đình Nghiêm nhấn mạnh trong các truyện của ông, đẩy người đọc vào các liên tưởng để rồi nhận lại vào mình những cảm giác (đôi khi tác giả cũng không ngờ tới) và đó là cái thành công kỳ diệu trong các truyện của Hồ Đình Nghiêm.

Đây là một đoạn trích trong truyện Động của Hồ Đình Nghiêm, chàng trai từ phương xa tìm về nguyên quán, muốn tìm lại chút dấu tích thân thế gia đình, theo lời mách bảo của một bạn quen, đã tìm tới một động gái, tìm một cô gái bán hoa tên Tiên có cùng quê quán ngày xưa. Chủ động là một mụ tú bà thời chiến tranh từng là giao liên.

"Sau chỗ ngồi của người đàn bà có lộng kiếng một vuông giấy vàng ố, lem luốc. Gã thanh niên không đọc ra những con chữ viết lên đó. Nó tựa mảnh bằng tốt nghiệp bổ túc văn hóa, giống bằng ban khen bám trụ kiên cường. Hoặc giả là tờ môn bài hành nghề? Mọi thứ giấy má đều giống nhau, ở cái chỗ nó chẳng có giá trị gì cả. Thậm chí khi dùng để trang trí, nó làm xấu lây những đồ vật đứng gần. Giấy có giá trị thường nhỏ hơn và chủ nhân thì chôn cất nó kỹ lưỡng chẳng dại phô trương. Nó liền với khúc ruột, mất mát thì đau đớn đến chảy nước mắt, giậm cẳng kêu than."

...

"Chiếc áo của Tom vùng vằng thoát ra khỏi thân. Hắn ngồi yên, đón nhận cái độ nhún của tấm nệm đang chao đảo rồi bỗng ngừng bặt ở phía sau. Hắn nghe tiếng cười khoái trá của gã đàn ông khuất mặt ở phòng bên cạnh vọng dội qua. Tiếng thét sắc ngọt của một giọng nữ. Xa hơn, thỉnh thoảng một chiếc xe gắn máy rầm rộ mang tiếng nổ hục hặc phóng ngang. Tom quay đầu, nhìn những sợi tóc rối vướng che trên mặt Tiên. Cô ta ngó tấm lưng trần của Tom:

- Có thể ngày mai anh khỏi cất công lặn lội đi đâu cho xa.

- Tiên nói sao?

Hắn hỏi, ngó xuống cái bao condom vuông vắn sắc cạnh vẫn còn nằm trong tay. Hắn ném xuống mặt nệm.

- Có thể tối nay anh sẽ sớm biết ngọn ngành về cái xuất xứ của mình.

Giọng Tiên ráo hoảnh.

- Về hỏi má thử xem. Bả từng kể chuyện bom lửa đốt cháy nguyên cả cánh rừng, thằng con trai bả bị cháy sém một mảng lưng. Vết sẹo này có thể là cái căn cước của anh, không thể nhầm lẫn với ai khác.

- Fuck...

- Anh về hỏi bả thử đi. Can đảm mà đón nghe sự thật. Nếu muốn trả thù đời, cứ đè con Thúy Thanh ra mà xả oán. Tôi hết hứng thú rồi, cả ngày đi khách cũng đã hết xí quách.

Tiên nói. Cô đi tới mở cửa. Trước khi đóng, thò đầu vào dặn:
- Anh chỉ cần quẳng cho mẹ chủ khách sạn mười đô là mọi việc ô kê.
Tom không có phản ứng. Hắn ngồi ôm đầu nghe tiếng rên từ phòng bên cạnh vọng qua. Tiếng chuyển động của thành giường va vào vách. Hắn ném chiếc gối vào khoảng trống:
- Con đĩ mẹ mày. Má tao mà là chủ chứa sao?"

Nhà thơ Luân Hoán, một người đồng cư với Hồ Đình Nghiêm ở Canada, nói về Hồ Đình Nghiêm là: "Anh bạn của tôi giàu thân tình nhưng khá lười biếng trong giao du. Cả năm, ai cần đến anh thì chịu khó điện thoại, không thì nhà ai nấy ở, tuyệt đối anh chẳng bao giờ gọi thăm ai".

Một câu dễ hiểu như vậy, nhưng khi đọc truyện của Hồ Đình Nghiêm tôi lại thấy là ông ta rất ít giao du ngoài đời thường là đúng, bởi vì thực tế ra trong từng bài viết của ông, ông đã giao du với quá nhiều người chưa từng gặp mặt ông. Đọc Truyện hay Chuyện của Hồ Đình Nghiêm cái cảm giác đầu tiên nhận được là sự gần gũi bởi lối hành văn thân mật và bối cảnh câu chuyện như chính mình đã từng tham dự, kế tiếp là cuốn hút bởi những suy nghĩ bộc trực, thông minh và nhiều mới lạ, bật cười với những lời liên tưởng bông lơn và thoáng chút gì chua chát giấu đằng sau. Và thực sự là như đang ngồi bất kỳ đâu đó trong quán cà phê, bên lề đường, gần góc phố cùng với một bạn thân chuyện trò phóng khoáng, và có cả bông lơn như:

... "Bản thân tôi, tuy cùng sinh hoạt trong một mái nhà nhưng chẳng mấy khi gần gũi nó. Tôi không hợp tính nó. Tôi quý và nể anh tôi hơn. Anh là một nhà văn. Có lần tôi đọc được trong nhật ký của anh một vài dòng ngắn thật lý thú. Anh kể lại chuyện đi khám bệnh của anh.
- Thưa bác sĩ, đêm qua mắc mưa tôi bị ướt như chuột lột, rét run tựa thằn lằn đứt đuôi, nằm co quắp như tôm, ho như gà...
- Anh qua phòng bên cạnh, nơi đó mới có bác sĩ thú y...
Ở trang khác, anh viết chữ bay bướm, lời lẽ rất lộng ngôn: "Giờ chúng ta mới biết tại sao phụ nữ thường sống lâu hơn nam giới. Bởi vì họ không phải chịu đựng các bà vợ". (Mộng Lệ An)
Hoặc là:

"Khi tôi gọi xong ly cà phê và chọn được cái bàn có hai ghế trống thì bạn tới. Bạn tôi nằm trong danh sách những người thôi lao động ở trường đời, ăn tiền già, ăn hưu non hoặc hưởng một thứ trợ cấp nào

đó từ chính phủ quan tâm đoái hoài chi viện. Tiền bạc rủng rỉnh tuy chẳng dư thừa nhưng thời gian thì giàu sụ chẳng biết cách tiêu cho hết. Rất đại gia. Đó là những ca sĩ nghiệp dư chỉ biết hát có đôi bài tủ, đại loại: Ôi, ta buồn ta đi lang thang bởi vì đâu... Hoặc: Nhắm mắt cho tôi tìm một thoáng hương xưa... Rất thân bại danh liệt." (Chia Tay)
Chắc phải thêm một thí dụ nữa về cách tỏ tình của nhân vật trong truyện của Hồ Đình Nghiêm:

- Nếu được nên cho tôi thử một lần rồi sau đó hãy định lượng tới sức lực. Người ta sẽ xả thân lo việc mà chẳng hề mệt nếu họ ý thức đó là niềm hạnh phúc. Trúc có hiểu về chữ tình yêu không?
- Là cái gì?
- Là địa ngục mà trong đó giam chặt những thiên thần.
- Hoang tưởng. Vậy thì đất sống của ác quỷ nằm ở nơi nao?
- Nằm đằng sau những lời từ chối.
(Mất Đất).

Lời tỏ tình vừa thông minh, dí dỏm và rất bông lơn theo một kiểu của Hồ Đình Nghiêm.
Đến với văn chương như một cuộc nhàn du, khi trả lời một câu hỏi là viết văn vì hoài bão hay là một thú tiêu khiển? Hồ Đình Nghiêm trả lời hoài bão thì chưa hề toan tính, còn thú tiêu khiển thì phải sửa là hành xác đúng hơn, và tường thuật thật ngắn chuyện khởi đầu cầm bút... cho đến bây giờ:

" Chuyện như thế này: Tôi tốt nghiệp trường Cao đẳng Mỹ thuật Huế năm 1978. Bỏ nhiệm sở vì không thích làm cán bộ Thông tin văn hóa. Lấy vợ, sinh con và gia đình vợ cho tiền bồng bế nhau vượt biên năm 1980. Qua Hong Kong, chạm mặt đời sống mới, giấy bút khi ấy giúp tôi làm nhẹ nỗi buồn. Hoàn cảnh đó, hội họa không thiết thực bằng văn chương. Trong trại tị nạn, cách giết thời giờ hữu hiệu nhất là đùa cợt với chữ nghĩa. Cứ thế mà mình "lậm" hồi nào không hay. Nghĩ cho cùng, tôi không chọn nghiệp mà cũng chẳng lập nghiệp. Vui thì đậu mà buồn thì bay."

Chính cái tâm vô vọng không cầu đó cùng với cái nhìn sắc sảo thông minh dí dỏm đã tạo ra một bút pháp thú vị. Truyện và Chuyện của ông có trinh thám, hình sự, diễm tình, dục tính, bi kịch, tiếu ngạo và cả hồi ký nhưng đều được kể lại hồn nhiên như kẻ "đứng bên lề", thanh thản như "chẳng có gì đáng để ý" nhưng lạ sao, người đọc thấy như mình có mặt trong những dòng chữ đó, và chắc người đời sau, khi đọc ông, sẽ thấy hiển hiện được nhiều góc cạnh chân thực của cuộc sống nửa thế kỷ từ sau 1975 cho đến 2023. Đã được như vậy, thì còn gì hơn.

Tác phẩm của Hồ Đình Nghiêm làm tôi nghĩ tới một công án Thiền, đó là Thập Mục Ngưu Đồ, ông đã tự vượt qua các giai đoạn Thấy dấu, Tìm trâu, Thấy trâu, Chăn trâu... để rồi Nhập triền thùy thủ (Thõng Tay Vào Chợ):

Nhập triền thùy thủ
Lộ hung tiển túc nhập triền lai
Mạt thổ đồ khôi tiếu mãn tai
Bất dụng thần tiên chân bí quyết
Trực giáo khô mộc phóng hoa khai
Bản dịch của Tuệ Sỹ:
Thõng Tay Vào Chợ.
Chân trần bày ngực thẳng vào thành
Tô đất trét bùn nụ cười thanh
Bí quyết thần tiên đâu cần đến
Cây khô cũng khiến nở hoa lành.

Xin thứ lỗi cho tôi, một kẻ thiểu học về Thiền khỏi phải chú giải nhiều lời về bài kệ, hơn vậy, tôi cũng không hề đọc một truyện hay chuyện nào của Hồ Đình Nghiêm về đề tài này, nhưng cái hình ảnh của một người đi vào chợ (Đời...) không mang theo một thứ gì để bán (Kiến văn, kinh nghiệm, triết lý, đạo đức...), cũng chẳng mang theo một cái túi giỏ nào để mua (danh vọng, lợi quyền...) làm tôi nghĩ tới những điều Hồ Đình Nghiêm viết xuống và phổ biến từ hơn bốn mươi năm qua. Tôi nghĩ ông là một nhà văn có sức cuốn hút lớn, và là một trong số ít người viết văn hay nhất của hải ngoại sống cùng thời với ông. Trân trọng ông.

Nguyễn Minh Nữu
Virginia, tháng 6/2023

Tôi còn nhớ vào khoảng năm 2000, nhà thơ Phan Xuân Sinh có tổ chức một buổi ra mắt thi phẩm "Đứng dưới trời đổ nát" tại Boston. Tôi từ New Orleans bay lên tham dự. Đó lần đầu tiên tôi được gặp mặt các nhà văn thơ của xứ Canada trong đó có nhà văn Hồ Đình Nghiêm. Tôi biết nhà văn này từ đó. Chắc có lẽ tôi biết hơi muộn màng vì trước đó từ rất lâu nhà văn Hồ Đình Nghiêm đã có tên tuổi và chỗ đứng vững vàng trong giới văn thơ tại hải ngoại. Chúng tôi chỉ chào hỏi nhau trong tính cách xã giao vì xét ra tôi là người hãy còn đang tập tành viết lách trong khi nhà văn Hồ Đình Nghiêm thì gần như đã thành cây cổ thụ trong giới văn chương rồi.

Lần đầu gặp nhau tôi ngạc nhiên pha lẫn chút tò mò là vì khi diện kiến dung nhan Hồ Đình Nghiêm thì thấy nhà văn đã trưởng thành nhưng trên khuôn mặt dường như núp giấu kín ở đâu đó nét nghịch ngợm trẻ thơ. Vào thời điểm này chuyện viết lách nhất là viết bản thảo hãy còn dùng bút viết trên tờ giấy khá là bất tiện chứ không dễ dàng như bây giờ muốn viết là lấy phone ra mà bấm. Vì thế tôi càng nể Hồ Đình Nghiêm vì hầu như tất cả các tạp chí văn học ở hải ngoại này đều có tên tuổi của anh chàng cộng tác. Điều đó chứng tỏ sức viết của Hồ Đình Nghiêm rất là sung mãn. Tôi có cảm tưởng Hồ Đình Nghiêm viết khá dễ dàng như vào tiệm gọi một ly cà phê. Nói theo kiểu kiếm hiệp Kim Dung thì nhà văn Hồ Đình Nghiêm có nội công rất là thâm hậu bởi vì sau này khi theo đọc Hồ Đình Nghiêm tôi thấy bất cứ đề tài gì anh chàng cũng đều nẩy lên ý tưởng mới lạ để viết thành câu chuyện

Bây giờ thì hầu như ngày nào tôi cũng thấy Hồ Đình Nghiêm trên Facebook mặc dù anh chàng ở Canada còn tôi thì ở Mỹ. Tính ra tôi biết Hồ Đình Nghiêm trên 20 năm. Hơn 20 năm kể từ lúc biết nhau, thế giới được thu nhỏ hẹp lại trên một chiếc màn hình của laptop hay iPhone. Bất cứ món gì cũng đều bày sẵn trên trời và muốn thưởng thức món ăn gì về vật chất hay tinh thần đều nhanh chóng tìm thấy. Nhưng nét mặt của chàng vẫn hình như ẩn chứa điều gì đó tinh nghịch của tuổi thơ mà tôi tìm hoài không ra. Chỉ cho đến khi tôi theo đọc những status của anh chàng post lên từ những câu chuyện thượng vàng hạ cám và kết hợp lại giữa văn phong và dung mạo thì tôi mới phát giác ra nhà văn có nhan sắc của một chàng trai ngây thơ vô số tội.

Anh chàng vẫn sung mãn như xưa, vẫn luôn tả xung hữu đột. Gần như mỗi ngày chàng có một đề tài để nói. Trên Facebook tôi cũng có khá đông bạn bè và họ cũng có những bài viết và những câu chuyện. Thường thì mỗi một status như vậy họ đều dùng ít nhất một bức ảnh nào đó để minh họa cho status của mình. Tuy nhiên có một điểm đặc biệt là mỗi khi tôi mở Facebook ra mà thấy đập vào mặt một tấm hình giựt gân hay sexy là tôi biết ngay tác giả là ai liền. Hồ Đình Nghiêm không hổ danh là một chuyên gia sưu tầm và lưu giữ hình độc. Thời gian có thể xô núi lấp sông và theo dòng cuộc sống con người ta dù có muốn hay không thì ai cũng phải nguội bớt đi nhưng hình như đối với chàng Hồ Đình Nghiêm này thì ngược lại. Nếu gọi chàng là nhà văn sưu tầm hình độc để chơi vui thì e rằng không đủ nghĩa bởi vì đứng đằng sau những tấm ảnh nóng hổi vừa thổi vừa ăn kia là những câu chuyện lịch sử có chiều sâu chứa đầy tính thuyết phục. Theo tôi thì chỉ có những người có kiến thức rộng đọc nhiều mới làm nổi chuyện này và Hồ Đình Nghiêm là một trong số đó.

Những câu chuyện cùng những tấm hình chụp kèm theo làm chứng cho câu chuyện đó nhà văn Hồ Đình Nghiêm đã giúp cho người đọc hiểu rõ hơn cội nguồn sâu xa của sự tò mò. Tò mò pha lẫn học hỏi lịch sử. Lịch sử của một cuộc chiến tranh, lịch sử của những câu chuyện tình lâm ly bi đát, của những nhân vật nổi tiếng trên thế giới hay lịch sử thành hình của những mối tình râu ông này cắm trên cằm bà kia. Với cách viết cà khịa có dụng ý, nhà văn Hồ Đình Nghiêm đã khơi động trong tôi sự tìm hiểu gốc gác của nó khiến tôi bị tác giả lặng lẽ dẫn đi theo hồi nào mà không biết. Đôi lúc đang đọc tôi bất chợt bật cười một mình vì sự bị xỏ mũi dẫn đi này. Hồ Đình Nghiêm có một bút pháp tinh quái nhưng lại thông minh vì khiến người ta tò mò theo đọc hết câu chuyện coi thử anh chàng này giải quyết ra sao. Bám theo cho đã để rồi cuối cùng phát giác ra rằng anh chàng nhà văn này luôn thích để người đọc kết luận câu chuyện mà anh chàng đang kể trong khi đáng lý ra người kết thúc câu chuyện phải chính là tác giả.

Được biết nhà văn Hồ Đình Nghiêm sanh ở Huế nhưng khi lớn lên thì ở đủ chỗ từ Đà Nẵng rồi Tuy Hòa, Nha Trang và Đà Lạt. Khi trưởng thành thì tiếp tục ra đi cho đến khi hết chiến tranh thì thuyền ra cửa biển cuối cùng đặt chân đến Montréal của Canada mới chịu dừng lại để an cư lạc nghiệp. Nhà văn đã có tác phẩm đầu tay 8 năm sau khi vượt biên thành công đến xứ sở tự do. Đó là tập truyện "Nguyệt Thực" do nhà xuất bản Văn Nghệ xuất bản năm 1988. Sau đó thì rất nhiều đứa con tinh thần khác ra đời và tính đến nay sau hơn 30 năm vẫn chưa có dấu hiệu gì chứng tỏ nhà văn Hồ Đình Nghiêm sắp ngừng.

Với kỹ thuật viết độc như thịt vịt lại ngắn gọn cà tưng kèm theo những hình ảnh cầu chứng nóng bỏng rát da nhưng rất đời thường mà trong cuộc sống hàng ngày ai cũng chạm thấy. Cách viết như dung tục mà không dung tục, kể chuyện trên trời dưới đất mà không phải trên trời dưới đất vì nó rất gần gũi với đời. Từ cô thiếu nữ đến mệnh phụ phu nhân hay từ một chàng trai trẻ đến một cụ lão như tôi đây đọc truyện của Hồ Đình Nghiêm đều cảm thấy hạp. Điều này đâu phải nhà văn nào cũng làm được cho nên có thể nói Hồ Đình Nghiêm là một nhà văn dành cho mọi lứa tuổi từ trẻ đến già.

Quan Dương
New Orleans tháng 07/2023

Hồ Đình Nghiêm by Đinh Trường Giang

HOÀNG XUÂN SƠN

Hồ Đình Nghiêm, Phố Thâm Trầm

Hoàng Xuân Sơn & Hồ Đình Nghiêm

Hình như có ai đó viết một cái tựa văn nghệ là "Xứ thâm trầm", tôi tạm gọi Hồ Đình Nghiêm (HĐN) là phố thâm trầm vì cái chất đặc quánh Huế, văn minh thị tứ, uyên bác, rành rọt các thứ, mà thiệt thâm trầm, kín đáo của một hình tượng "dinh" Huế rất xuất sắc; chuẩn xác.

Bọn tôi ở quanh quanh thành phố Montréal, tỉnh bang Québec, Canada. Nói như Luân Hoán, hễ văn nghệ văn gừng sớm muộn cũng tìm nhau thôi. Phương chi cả tụi tà tà viết lách cho báo bổ địa phương rồi lấn dần sang các xứ miền khác. Nghiêm và tôi tuồng như định cư xứ sở Gia Nã Đại từ năm 1981. HĐN vượt biên tới Hồng Kông, rồi vào Canada đầu tiên ở Québec city (tôi gọi là Quế Bích), sau "mu" về Montréal (Mộng Lệ An, chữ của Nghiêm). Tôi gặp anh Luân Hoán ở tiệm phở, và HĐN ở một quán Bún Bò Huế qua một người bạn chung là thi sĩ Phạm Nhuận.

HĐN thành danh rất sớm. Từ căn bản trường ốc về hội họa, anh chuyển tay nghề sang viết văn từ những bước đầu ở trại tị nạn Hồng

Kông, đã tạo một chỗ đứng vững vàng trên trường văn nghệ, hợp tác với nhiều diễn đàn VHNT khắp thế giới gây tiếng vang dễ nể. HĐN và tôi tuồng như không được suôn sẻ trong việc in ấn và phát hành tác phẩm. Nhưng có hề chi (Vàng một chút rêu rong, nói theo kiểu Phạm Nhuận)! Trong đám, Nghiêm và tui là hai thằng Huế khá ba dẽm, Huế ba de gặp nhau là xổ đủ mọi thứ trên trời dưới đất, hoang đàng chi địa (một Hoang Sờn và một Đừng Nghiêm ở thế bắn nằm thả lỏng). Dĩ nhiên là Huế chay, Huế rặt! Đặc biệt là trên bước đường hoạn lộ, cùng bám trụ một cơ sở ịn mực ra giấy với tước vị "cu li thượng đẳng". Gần đây, HĐN và HXS xông pha tùm lum cõi phây phiếc viết thượng vàng hạ cám cho bõ công cơ cực thời kỳ đen tối của sự vụ có bầu chữ mà kẹt không đẻ ra sách. Từ giờ phút này, Nghiêm đã từ bỏ Phố Thâm Trầm để bước vào Miền Nóng Bỏng: chuyên trị "Cười, một liều thuốc bổ", viết và sưu tầm hình nóng, với ngôn từ nhạy bén, cực kỳ thông minh và duyên dáng, thu hút một lượng người hâm mộ đông đảo; đặc biệt là phái nữ.

HĐN viết cho tôi khá nhiều: Từ bạt cho thi tập, điểm chữ, điểm thơ... tới phỏng vấn, trò chuyện văn nghệ v.v... Và tôi nhớ cũng đã trao đổi với Nghiêm nhiều lĩnh vực khác nhau. Giờ đây, qua thăng trầm cuộc đời, tuổi tác, di chuyển, dữ liệu viết lách thất lạc cũng đã nhiều. Tôi chỉ còn lưu giữ vài bài thơ, một đoản văn xin tạm ghi ra đây nhân dịp báo Ngôn Ngữ ra số đặc biệt về nhà văn Hồ Đình Nghiêm. Chào mừng bạn. Và xin chúc luôn an lành, sáng tạo.

*

TUNG HỨNG VÀI CÂU CHỮ CỦA NGHIÊM

[*cùng* duyên]

cứ nạp tên mình dưới chót
chữ z trèo lên trang đầu
zéro là mầu của sắc
mình ở trong đời rất lâu*

,

dzô dzô dzô   dzô sảng khoái
cùng nhau vầy cuộc sum vầy
cứ từng ngày là nguyên đán
mới hoài cho đẹp cơn say

,

uống hết bao lời duyên dáng
rồi đau thêm nỗi dịu dàng
hãy nằm như đêm vừa ngủ
thức dậy. sớm mai vô vàn

(20 tháng tư 2017)

* ý thơ Bùi Giáng

SÁU TÁM. BUỔI CHIỀU. CAO VỊ KHANH. VÀ HỒ ĐÌNH NGHIÊM

ngời thanh biến tấu vang thu
đường quen chậm lụt hát cù nhau lên
đeo hương qua một bãi rền
huyền thai của lá vị mềm tân toan
cầm dương ruỗng mục huy hoàng
sợi gân xanh máu điệu buồn chung thân
hồng hoang rộ chín ân cần
nghe trong phủ dụ điều lân tưởng còn
mưa mù. hệ trắng đầu non
miền vui hội tụ cỏn con xin về
(4. sept. 2017)

VỚI TRĂNG

[*cùng hồ đình nghiêm, hành* trang]

gọi một vầng trăng cổ sơ
lắng nghe thiên thủ đôi tờ nguyệt thơm
biết vì đâu mây vang lừng
tà huy rúng động mầu ngưng pháp thiều
ngồi lặng với chùm phong rêu
dát vào thính thị mùa khêu gợi cùng
diễn trần vun vút không trung
chờ phiên lãng thụy gối đồng xuân tươi
tờ mộng nguyên thẩm thấu cười
lóng xương trừ bị còn hơi thở nồng
búng rạng ngời chữ không không
khoanh tay ghì ấm chút lòng khoa nghi
(16 juillet 2017)

COLLAGE HỒ ĐÌNH NGHIÊM

(văn học số tháng 8&9/2003)

miệt mài trái tim mòn hao sắc
mặt réo dần dà chồi đắm vọng mê
dật dờ vô tranh cổ mộng mị thất thần
muội mê muội mê tuổi trẻ hồn xiêu phách lạc
thê thiết khản giọng mèo gào
lửa tắt. ngó

nước chảy bàng hoàng

,

ngày kia mắt xanh vui lời đường mật
không. chim bay gà không gáy làm người giặt giũ mộng mơ
đợi đến chừng nào hứa hôn trúc diện
đứng yên que lửa rẩy run đêm bội gió
vãng lai đời chủ bông hoa

,

nhờ nhợ bình minh trông đợi niềm đau chai lì
nôm na tới già đầu hành tung bản án
vết xóa thẩm pha giọt đắng những bóng hình
lưỡi câu móc hận dồn bất lực kẻ thế cô
mắt nhắm chừng như yêu đời yêu người
ngóc đầu đón nhận sung sướng cách biểu tỏ
bầu ngực trần úng thủy
lớn chuyện làm hung

,

thở vọng vội rõ lòng tan hoang
cuộc ái dựng gầy đường đi tàn lụn
trần truồng ngậm thống khoái mê khô
mất đất tưởng suy nhiệt cuồng xô cửa
lấy chơi

,

lấy lộn phút giây ngần ấy tim. cái chết
đốt cháy cuộc không hồn nhiên có khi
lời bắt gặp
vắng mặt quá lâu cuộc đời
cái nhìn xộc xệch chương cuối
chậm rãi vút lao bờ bóng nắng.
chan
(tháng 8/03)

NGHIỆM TỪ FACEBOOK HỒ ĐÌNH NGHIÊM

nhiều khi tôi chán
còn hơn con gián

khi tôi mặt sạm
đít nhái xanh lè

khi tôi đi tè
rất chi nhỏ giọt

khi tôi thèm ngọt
đích thị đướng đài

khi tôi binh bài
mười ba con lủng

khi tôi muốn đụng
trận đã lạc loài

nàng ở nhà ngoài
tôi chui vô bếp

Sử Mặc
12.7.23

DÁM XÚI - DÚI XÁM

[một bạn thơ nữ, hồng y nương, cậy nhà văn Hồ Đình Nghiêm viết giới thiệu cho tập thơ đầu tay]

Hồ đình Nghiêm thân mến,
Định nói chuyện dông dài, cà kê về thơ với Nghiêm, mà cuối năm [mắc dịch], hàng họ lễ tết lung tung thiên. Bận quá bận quá! Nên đành tỉa chơi dăm sợi lông . . . mày vậy.
Ờ, mà thiệt ta! Nghiệm cho cùng thơ thẩn nỏ có chi mô lòng thòng. E rằng còn cụt ngủn là đằng khác:

Thơ = Thở
Hết thơ : Hết thở

Nghiêm có nhớ ông bạn thi sĩ Bắc Phong của bọn Việt Thường mình không? [Hỡi ơi người bỏ ta đi từ độ cuối thu nào . . .]. Hơn 10 năm ngừng thở trên đất Tố Luân. Chừ thơ trở lại vi vút hàng ngày trên blog, viết ngợp người, khiến ông Phiếm Song Thao nhà ta cũng phải giật mình la toáng.
Rứa là răng?
Ông Bàng Giúi bảo rằng thi sĩ là gã làm thơ. Còn thơ là cái chi chi thì ông nỏ biết. Mà biết làm gì cho mệt nhể? Thêm ba cái chuyện thơ hay/thơ dở thiệt khó mà phân định [Khó dzàng trời!]. Như ở sắc vóc: xấu đẹp tùy người đối diện, thì ở văn chương thi phú; việc thẩm định mức độ hay ho cũng do nơi cái sự “nhân tâm tùy mạng. . . mỡ”. Nên chi khó lòng mà đóng vai bề trên, cấp côi, để phán rằng cõi viết anh này chị nọ chưa đủ mấy thành công lực, chưa có tuyệt chiêu. Thậm chí phải đạt tới chỗ vô chiêu thắng hữu chiêu để múa bút vào nơi chốn thẩn-thơ-liên-tồn-rất-mực. Rốt cuộc thơ thẩn vào ra lên xuống. Nhập hay xuất

cũng chỉ là chuyện cà rỡn như Bùi tiên sinh đã cợt cười: "vui thôi mà! vui thôi mà!"
Hồng y nương ôm tâm sự thơ xuống dốc tuyết lạnh mà gởi gắm cho Hồ Đình văn nhân là trao đúng duyên đúng phận, đúng cửa đúng ngõ rồi đấy! [Thưởng văn rất tinh, viết giới thiệu rất nồng nàn, dí dỏm, pha chút tinh nghịch nhưng rất thông minh, thì khó có ai có thể qua mặt được Hồ tiên sinh].
Hỡi ơi ta cũng đồng ý với người rằng không nên xúi dại con người ta nhào vô cái cõi mộng mị ưu phiền tư lự ấy *[quê mẹ đấy, ưu phiền nhiều quá lắm . . .]*. Cứ ở vậy, thà ở vậy cho xong! Nhưng hà cớ gì có ông bạn lại bảo: *" mần thơ là lộc thánh trời ban, đừng bỏ qua, rất uổng!"*. Vậy thì "gì cớ hà" mình không [dám] xúi bẩy thiên hạ nhào vô xí phần? Gương ông thần Luân Hoán đó: một đời mần thơ chung thủy nên trời cho lộc . . . T H Ơ dài dài.
Nói bui rứa thôi! Chừ mình thử bắt chước thi gia Phan Nhiên Hạo chế tạo chút thơ ca theo khẩu khí của nhóm Mở Miệng chơi: một bài thơ huề vốn – cho cái đạo trung dung vốn huề:

**Thôi đừng tắm sông nữa em à* [kệ, cứ nhào đại xuống tắm một cái cho nó phẻ – có chết con ma nào đâu]

**Sợ chiều se lạnh nước mòn da* [không có răng mô!]

**Sợ trăng ngã xuống thềm rêu mục* [ông trăng Liên Xô đã thắt cổ chết tự hồi nẫm]

**Sợ cả đêm hoang* [không còn đêm hoang vu nữa mô. Đêm bây giờ đông ken người vui như hội] **gió thổi nhà* [cao ốc mươi mười lăm tầng mọc lên như nấm, đâu còn nhà trống cửa ngõ toang hoác nữa mà sợ . . . phải gió].

Vậy thì dám xúi hay không [dúi xám]?
Hầy là! Cái lầy không có ngộ à nha ! ! !
Hép-pi Hô-li-đây !
)(

23 decembre 2008
sửa đổi chút đỉnh, cận tết con rồng 2012
**Những câu thơ chữ in nghiêng :*

Thôi đừng tắm sông nữa em à
Sợ chiều se lạnh nước mòn da
Sợ trăng ngã xuống thềm rêu mục
Sợ cả đêm hoang gió thổi nhà

[Hoàng Xuân Sơn - Huế Buồn Chi]

Hoàng Xuân Sơn

TRÚC LAN

GỞI VĂN-THI-HỌA HỒ ĐÌNH NGHIÊM

"Văn kỳ thanh bất kiến kỳ hình"
Từng nghe danh chưa thấy bóng hình
Duyên "gặp gỡ lạ lùng" năm ấy
Trong một lần mang sách tặng anh.

*

Đất thần kinh sản sinh nhân kiệt
Hồ Đình Nghiêm theo học trường chuyên
Ra trường Mỹ thuật cơn quốc biến
Tìm tự do, liều chết vượt biên
Sống khép kín "ung dung tự tại"
Ngại giao du nhưng khối bạn hiền
Duyên họa sĩ thành văn thi sĩ
"Ngôn Ngữ" xứ người, đồng Chủ biên
Trại tị nạn Kowloon Hương Cảng
Vẫn miệt mài theo đuổi nghiệp văn
Định cư đảo Mộng năm tám mốt
Truyện đầu tay "Nguyệt Thực" trình làng:
"Truyện tình trắc trở và thương tật"
Được người xem đón nhận nhiệt tình
Văn phong chuộng "cách tân kỹ thuật"
Làm tốn hao bút mực phẩm bình!
Tính ra trên nửa chục đầu sách:
"Kẻ Âm Lịch", "Tờ Mộng Rách Rồi"
"Vầng Trăng Nội Thành" và "Ngoại Vực"
Thoảng đâu đây "Mùi Hương Trên Đồi".
Từ đây cho đến trăm năm nữa
Tên tuổi anh vẫn mãi sáng ngời
Chúc văn thi sĩ tròn nguyện ước
Đến ngày chung cuộc mới thảnh thơi! ■

Đảo Mộng Montréal, tháng VII.2023

HUỲNH LIỄU NGẠN

BỎ HUẾ MÀ ĐI

(tặng Hồ Đình Nghiêm)

tôi về huế gặp trời mưa
định vô ngã giữa nhưng trưa mất rồi
lòng tôi như gió trên đồi
thổi qua lá phổi khi ngồi ngó lên

trăng còn giấu tuổi giấu tên
để cho huế cứ ngồi trên ngai vàng
tôi về lòng cũng xốn xang
bến xưa đò cũ chèo ngang dọc mời

những ngày vạn cổ lên ngôi
rêu phong ngói đỏ trầm môi lại đời
nghe chiều tịch lặng mù trôi
tôi nghiêng về phía sầu côi cút mình

ngỡ rằng mưa cứ làm thinh
chải thêm mấy nhịp cầu tình xót xiêu
áo bay tận phía trời chiều
hàng cây và gió mỹ miều đuổi theo

dòng sông thương núi nhớ đèo
muốn vô thành nội quê nghèo có vua
tôi nghe một tiếng chuông chùa
nên đành bỏ huế vạn mùa mà đi. ■

30.6 2023

TRIỀU HOA ĐẠI

CHUYỆN VẮN, CHUYỆN DÀI
VỚI NHÀ VĂN HỒ ĐÌNH NGHIÊM

Triều Hoa Đại

Hồ Đình Nghiêm

(đối thoại văn học do Triều Hoa Đại thực hiện)

Sau vài ngày rong chơi, hôm nay chúng tôi lại rong ruổi ca bài "Đường trường xa muôn vó câu bay dập dồn." Mây hình như sà xuống và chắc chắn một điều hai bên đường cây lá đang và đã thay nhau đổi màu, thiên nhiên thật đẹp, thật tuyệt vời. Bây giờ đã gần cuối mùa thu, ông Thanh Tịnh đã "đi học" vài tháng trước rồi, giờ chỉ còn lại mấy bác thợ săn mà thôi. Nói đến mùa thu là nói đến thi nhân, nói đến mấy bác thợ săn rình mò tìm kiếm những con nai vàng "ngơ ngác". Về thi nhân tôi nhớ câu thơ của Đinh Hùng: "Giờ cuối thu rồi em ở đâu/ nằm trong đất lạnh chắc em sầu/ thu ơi đánh thức hồn ma dậy/ ta muốn vào trong đáy mộ sâu". Tiện thể tôi lại nhớ luôn đến bài Tiếng Thu của Lưu Trọng Lư có câu: "Con nai vàng ngơ ngác đạp lên bác thợ săn*". Tôi không hiểu nhà thơ Đinh Hùng* *khi viết "giờ cuối thu rồi em ở đâu/ nằm trong đất lạnh chắc em sầu" lúc đó tâm trạng của ông ấy có bình an không, chứ xem ra nó loanh quanh thế nào là bởi khi biết em đã nằm "trong đáy mộ sâu" rồi lại còn muốn vào trong đó nữa mà lại giả vờ: "em ở đâu" thì khó hiểu quá. Lại nữa, mùa săn bắn ở nước cờ hoa này nó nhộn nhịp lắm, những bác thợ săn chuẩn bị "cung tên" chỉ để chờ những chú nai vàng cứ ngơ ngác đi dạo giữa rừng thu để đến nỗi đạp lên bác thợ săn mà thấy tội nghiệp quá. Thơ, văn thì tôi bù trất. May gặp được người tài hoa là nhà văn Hồ Đình Nghiêm ở đây, người mà tôi đã "săn lùng" để hỏi một đôi câu vậy thì xin mời quý độc giả cùng theo dõi buổi chuyện trò này.*

Triều Hoa Đại (THĐ): Xin chào người tài hoa.
Hồ Đình Nghiêm (HĐN): Xin chào anh. Nếu anh tự nhận là thợ săn thì mình tự nguyện là một con thú. Đừng giết nó, bởi nó là thú hiền, chẳng nguy hiểm. Có đáng ghét chăng là do bởi nó từng làm nhiều người buồn lòng vì những điều nó "tâm sự". Anh dùng chữ tài hoa thì coi chừng bị nó phỏng vấn lại anh a. Tài hoa là gì, thưa anh?
THĐ: Vài câu thơ tôi nhẩm theo trí nhớ thượng dẫn chẳng biết đúng sai thế nào, là người thông thái xin anh giúp sửa sai và nếu có thể xin bàn thêm chút đỉnh về con nai vàng nó ngơ ngác và bác thợ săn trong rừng thu bạt ngàn lá rụng?
HĐN: *Ngơ ngác, theo mình là một vẻ đẹp. Đẹp vì ngơ ngác gần với hồn nhiên. Nó hiện ra và nó băn khoăn về một lối đi tìm về nơi ít cạm bẫy. Nếu mình là thợ săn, mình sẽ xiêu lòng trước ngơ ngác, lẽ nào giương cung tên, cho đạn lên nòng để tiêu hủy cái mong manh. Rừng thu đẹp một phần vin nhờ vào giây phút có dại khờ dẫm chân lên lá rụng. Ơ, mình đã đi xa?*
THĐ: Lá rụng, nai rồi xa, cuối thu hay đầu thu rồi cũng theo nhau mà đi, anh nghĩ sao nếu mai kia mốt nọ có người nào đó tình cờ gặp anh nắm áo, rồi hỏi: Anh có phải nhà văn Hồ Đình Nghiêm đó không? Rồi lại có người khác nữa: anh có phải nhà thơ Hồ Đình Nghiêm, người nữa lại nói: Điêu khắc gia Hồ Đình Nghiêm đây rồi may quá được gặp anh hôm nay. Nhà nào là cái nhà của ta, nhà nào là cái nhà do USA/ CANADA làm ra. Anh nhiều nhà quá tôi thật sự tối tăm mặt mũi về cái gia tài đồ sộ của anh?
HĐN: *Thưa anh, trong rừng văn chương, mình chỉ là con nai vàng ngơ ngác. Nó chạy đuổi theo chữ viết, bước dài gọi là văn, lần khân bước ngắn thì xem là thơ, chỉ có vậy thôi. Nó chạy tìm một lối thoát tự nó xúi vậy và một phần nó muốn chia sẻ với các bạn nai yếu lòng khác. Nó tin, văn chương là một con suối ngọt cần tìm tới để gục đầu vào. Mình thích*

chữ tình cờ trong câu anh hỏi. Bắn đi một mũi tên phút đầu cần tới một lực đẩy tính toán. Mình khác, tất cả đều do tình cờ đẩy đưa.

THĐ: Chuyện đùa một tí cho dzui vậy thôi. Bây giờ thì chúng ta bàn đến chuyện thơ, văn, vẽ vời một tí nhé?

HĐN: *Xin anh cứ tự nhiên ạ. Cũng đùa cho dzui, thấy khó quá thì... miễn bàn.*

THĐ: Những năm đầu của thập niên 1970 lúc ấy anh chỉ là một cậu bé "ngơ ngác" như nhà văn Hồ Minh Dũng mô tả làm tôi nhớ đến con nai vàng, cũng may thời đó không có bác thợ săn nào bên cạnh. Tập tành làm người lớn, tập tành mơ mộng, viết văn cũng NGƠ NGÁC như đã đề cập ở trên, ấy thế mà qua ngày tháng hôm nay anh đã là nhà văn mà là một nhà văn danh giá, ngòi bút của anh đẩy đưa bao nhiêu vui, buồn, bao nhiêu dấu tích thăng trầm của kiếp nhân sinh, anh có mơ đến một ngày Thụy Điển bia đá sẽ đề tên chăng?

HĐN: *Ấy chết. Ngôn ngữ trong Facebook kêu bằng "chít em roài", "em hỏng thít". Không dám đâu anh. Mình chỉ là con nhái nhảy trên bề mặt của lá sen ao hồ, tạo ra được chút sóng xô động, lăn tăn chỉ hù dọa đàn cá bơi lội bên dưới. Làm sao mọc ra được, tựu thành được một giấc mơ hoang tưởng đến thế, thưa anh. Mình biết ngoài kia sông dài biển rộng, mình chẳng có được tham vọng của kình ngư hoặc những loài thủy sản biết lội ngược dòng. Anh có thương thì đặt ra câu hỏi khác. Xí xóa câu trên.*

THĐ: Anh có hai tay nhưng lại có nhiều "nghề" hơn hẳn người khác, này nhé: Viết văn là một "nghề", làm thơ lại thêm một "nghề" nữa, điêu khắc cộng thêm một "nghề" nữa, vậy thì NGHỀ nào là nghề mà anh yêu thích?

HĐN: *Cần đính chính là hồi trước mình theo hội họa chứ không là điêu khắc. Anh bỏ chữ nghề trong ngoặc kép là đúng, bởi nào có gì chuyên nghiệp đâu. Nhưng nên thưa cùng anh là mình thích "nghề" viết văn hơn cả bởi cái sự thoải mái tha hồ tả tình tả cảnh trong lúc anh làm thơ buộc anh phải giản lược cô đọng chữ, tiếng thở dài của anh nén lại, nụ cười cũng vậy, nửa vành môi. Và truyện ngắn, thích viết vì... được trả tiền nhuận bút. Lại dùng chữ trong Facebook "he he he".*

THĐ: Ông Cao Bá Quát đã có lần tuyên bố: Trong thiên hạ có bốn (04) bồ chữ, mình ta chiếm hai bồ, một bồ thì dành cho anh em ta, bồ còn lại thiên hạ chia nhau mà xài. Anh có nhiều nghề như vậy bộ không e thiên hạ sẽ "buồn vào hồn không tên" hay sao, tôi thực sự buồn cho bản thân vì so với anh thì tôi chỉ là một "ngôi sao xấu". Buồn!

HĐN: *A, cái ngôi sao xấu nằm trong ngoặc kép! Mình có thể mượn nó từ anh để khoác thân cho thôi rét. "Ngôi sao" này cũng từng "buồn vào hồn không tên" anh ơi là anh! Từng khi "thức giấc nửa đêm lén dậy đi tìm nàng". Trống lạnh, nói anh đừng ngây ngà, viết văn làm thơ như kiểu* *mình luôn là tìm đuổi một hư ảnh để rồi va thân vào khoảng trống. Nàng ơi nàng hỡi nàng chờ bến nao?*

THĐ: Đọc ở đâu đó có người cho rằng: "Hầu hết nhà văn Việt Nam đã mắc phải một chứng bệnh khó trị: Sự dễ dãi và lười nhác trong tư duy sáng tạo." Đồng ý hoặc không xin anh nói rõ hơn về suy nghĩ của mình?

HĐN: *Người nào "cho rằng" ấy đã đưa ra nhận định quá chính xác, chẳng sai trật. Ở trong nước ra sao, mình không hiểu. Nhưng hải ngoại, thưa anh, có ai sống toàn phần vào nghiệp viết đâu? Chưa một ai sáng cắp ô đi chiều xác xơ về với công việc viết văn liên tục trong tám tiếng mỗi ngày được trả lương. Một chàng "công chức nhà văn" có thể sẽ thôi lười nhác, cắm cúi đào bới vào sáng tạo, vạch được một lối đi riêng. Còn hạng như mình và văn hữu đó đây, viết chỉ là "nghề" tay trái. Khen tui nhờ chê tui chịu. Mua vui chưa tới nửa trống canh. Một điểm cần lưu ý, "chúng tôi" không có mấy thời giờ, đi cày về thì có khối việc chia sẻ với vợ con, đi chợ, phụ nấu ăn, phụ rửa chén, phụ giặt giũ, phụ quét nhà và... đi đổ rác. Trăm dâu đổ đầu tằm, khi còn chút sức lực, ngồi xuống bàn viết, e dễ dãi với chữ nghĩa cũng là chuyện sẽ tới. Mình chẳng thích thanh minh, phân trần và cũng ghét đổ lỗi vào hoàn cảnh. Cũng đành vậy thôi.*

THĐ: Nhà thơ quá cố Tô Thùy Yên có lần đã nói: "Đối với một người cầm bút chân chính việc tối kỵ là lặp lại chính mình, chép lại chính mình, đạo thơ văn của chính mình". Là một người sáng tác, anh có nghĩ khác với điều mà nhà thơ Tô Thùy Yên đã phát biểu?

HĐN: *Điều này chẳng mới lạ gì, mình đồ rằng nhà thơ Tô Thùy Yên đã lặp lại lời của các vị ở phương Tây từ ngàn xưa. Và thành thực để tâm sự cùng anh, mình vẫn mang nhược điểm ấy, đang cố sức để thoát ra khỏi khung cửa hẹp. Nhà văn Victor Hugo có viết câu mà mình thích: "O mon Dieu, ouvre-moi les Portes de la Nuit..."*

THĐ: Tôi đoán rằng nhiều lúc rảnh rỗi thế nào mà anh lại chẳng đọc lại những tác phẩm của mình, ấy vậy anh có vừa lòng với những gì mình đã viết ra không. "Trong tác phẩm cũng có sai lầm, không đúng cả được." Có người đã nói thế, vậy những gì đã viết anh có thấy điều gì là chưa đúng, là không vừa lòng?

HĐN: *Mình viết truyện ngắn, đó là một thể loại văn học chứ không phải là một dạng nghiên cứu thuộc sách giáo khoa. Sai lầm và không đúng chẳng nên áp đặt vào một "không gian" đầy chật cả hư cấu hoặc tưởng tượng hoặc tác giả tự muốn ngòi viết phải đi lạc khi tìm kiếm vẻ đẹp. Có ai đi phê bình một bài thơ bằng cách dùng chữ sai lầm và không đúng? Hy vọng đừng nên thế. Ngược lại là đàng khác, anh phải không đúng, anh phải sai lầm (điều này sẽ viết dài ra ở một dịp khác). Thỉnh thoảng mình cũng có đọc lại, chỉ hiện lên một ý nghĩ, sao thuở đó vụng dại quá, ngây ngô quá. Chỉ hối hận, chỉ không hài lòng, nhưng vẫn không ghét bỏ, vì ít* *ra nó nhắc nhớ về một thời xa xưa, về những bàn chân chưa định ra phương hướng.*

THĐ: Khi chúng ta sợ SAI TRÁI, sợ cái ÁC tức là chúng ta đã mặc nhiên sợ tiến bộ và vì thế mà nhà văn là người phải và nên đứng trên những SAI/TRÁI, là người tỉnh táo hay nói rõ ra là nhà văn thì phải đứng trên cái thành kiến HAY/DỞ và đứng trên cái THIỆN và cái ÁC, anh nghĩ thế nào?

HĐN: *Hoàn toàn đồng ý, nếu quan niệm văn chương là một hình thức đấu tranh, phản kháng nhằm thay đổi cái xấu xa mà xã hội đang luôn bị đe dọa. Họ muốn đánh động bằng chữ viết, nhằm thức tỉnh. Nhưng khi nói đến một tác phẩm có giá trị ở mặt văn chương, chuyện này lệ thuộc vào những mặt khuất lấp khác. Đôi khi muốn "hay", nhà văn phải lao vào với cái "ác". Hắn "sai" ở phút giây đó nhưng hắn tin người đọc sẽ nhìn ra cái đúng khi gấp sách lại. Ví dụ nhỏ, hắn muốn tạo ra nhân vật nữ bằng hình ảnh một cô gái ăn sương, buộc lòng hắn phải hòa mình vào trong các động điếm. Hắn sa đọa, hắn bị nguyền rủa, nhưng nếu hắn tài ba, hắn để lại cho người đọc một tác phẩm sống động, một cảnh quang tăm tối mà đứa "thiện" chưa hề nhìn thấy. Mình rất vụng về môn phân tích, khả năng yếu kém, mình chỉ biết trình bày chút đó thôi.*

THĐ: Trong những năm gần đây người đọc dễ nhận ra rằng: Cái mà chúng ta vẫn thường gọi là Văn Học hải ngoại có vẻ như sa sút, từ từ lịm tắt như ngọn dầu lạc sắp sửa cạn dầu thiếu hẳn những sinh động như trước thời kỳ vàng son của những năm 1975-1995. Là nhà văn chắc anh cũng đã nhìn ra như thế, vậy thì nguyên nhân nào đưa đẩy đến "nỗi đoạn trường" này?

HĐN: *Nhiều nguyên nhân, thưa anh. Một tác động hỗ tương cần thiết như ban đầu đã phôi pha, giữa người viết và người đọc. Người viết than: Không ai chịu đọc. Người đọc than: Chả có gì hay ho lôi cuốn cả. Mãi trách móc nhau, mà là trách móc đúng. Phần khác, một số các người viết đã thành danh, họ nhìn nhận (từng nghe tâm sự) là mình đánh mất thời gian một cách vô lối, mình chăm đi cày để kiếm tiền, cho khỏi mang mặc cảm tội lỗi. Anh muốn làm nhà văn hả? OK, nhưng anh cần phải có việc làm vững chắc hòng nuôi lấy thân anh. Những nguyên nhân khác có thể là chính bạn, bạn làm cho gia đình mất an vui, bạn sa đà vào hư huyễn, xa thực tế. Và một chữ "nản" hiện ra, không có nhà xuất bản nào ngó ngàng tới đứa đang nuôi "âm mưu" in ra một cuốn sách. Muốn có "tác phẩm" hắn phải tự bỏ tiền túi ra, nhờ vả người này, van nài kẻ kia, quỵ lụy, rất chi là mất phẩm giá của một "nhà văn". Mình dự tính sẽ in một tập truyện ngắn, nhưng nghĩ tới chuyện tự dưng phải mất đi cả tháng lương hưu, rồi phải xuống giọng ỉ ôi chiều lòn này nọ nên quyết định: Dẹp. Tự ái nổi lên, ta đâu nỡ muối mặt thế!*

THĐ: Với dân số trên một triệu người mà hình như vấn đề in ấn cũng có vẻ lơ thơ tơ liễu buông mành, đó là nói về số lượng nhưng khi đề cập tới phẩm chất của từng tác phẩm, từng thể loại thì xem ra cũng không mấy vui, vẫn là những chuyện tình vớ vẩn, những yêu đương cũ mèm có một số nhà văn vẫn còn ngoái cổ nhìn lại thời lao tù khổ ải mà lẽ ra nên quên đi là bởi với đề tài này ai cũng biết cả rồi xưa như trái đất, bỏ đi tám nhắc lại làm chi "khổ quá biết rồi nói mãi" anh nghĩ thế nào?
HĐN: *Lại cũng xin đồng thuận. Và đào sâu một chút. "Tiên trách kỷ hậu trách nhân". Tự mình tài hèn sức mọn thôi. Đề tài tình yêu luôn không bao giờ cũ, ngàn năm nó vẫn vậy, vẫn chứa lắm vẻ đẹp e ấp. Chuyện lao tù khổ ải cũng thế, nhiều thương đau cần được phơi bày. Như vậy, rõ ràng là nhà văn chúng ta thực sự bất lực, nên nhìn nhận cái yếu kém đó. Một người bạn Gia Nã Đại nói với mình, mày lớn lên ở xứ sở chiến tranh, mày trải qua cuộc vượt thoát bằng ghe thuyền, toàn cả chết người, bao đề tài to lớn như vậy mà chính mày cũng như nhà văn Việt chẳng chịu khai quật ra cho bọn tao xem? Đó nào khác gì một gáo nước lạnh vừa tạt vào mặt mình. Tóm lại, nếu bạn có thực tài, chẳng có thứ gì xưa cũ cả. Bạn phải tìm cách làm mới nó để người đọc thu cất lại lời phê bình kia. Nói ra mới thấy đó thực sự là nỗi bất hạnh chung. Đau thương chạm đáy mà chẳng ai kêu gào đúng với tầm mức địa ngục nọ. Mình nằm trong số "ngơ ngác và ngơ ngáo và tủi hổ và tài hèn sức mọn khó dung thứ".*
THĐ: Ở hải ngoại thì đã thê thảm đến thế nhưng nếu chúng ta nhìn về "quê cha đất tổ" với dân số trên 93 triệu người mà số lượng in ấn và chất lượng tác phẩm xem ra cũng vô cùng khiêm tốn, không lẽ dân ta không còn tha thiết với chữ quốc ngữ như Phạm Quỳnh đã kỳ vọng hay là người dân VN của chúng ta đã đi theo cái nhà ông Bùi Hiển nào đó hết rồi chăng?
HĐN: *Chuyện Việt Nam bây giờ thì có nói đến 1001 đêm vẫn chưa xong bao phi lý luôn diễn ra thường hằng. Mình nhớ lại thời học Mỹ Thuật, cuối năm phải "đi thực tế", những ký họa, những bức tranh mang về sau cả tháng miệt mài trong gian khổ bị đánh giá là không đạt, buộc phải vẽ "xa thực tế". Đồng không mông quạnh là thế, khốn khó là thế, hờn tủi là thế... mà nay đưa vào tranh phải vẽ mặt cười rạng rỡ, vai u thịt bắp, lúa vàng ngập đồng, xe cày phun khói, nhà máy hiện đại. Tất cả đều gian dối và sẵn lòng "chụp mũ". Bây giờ cũng vậy thôi, tệ nạn xã hội đầy rẫy có "thằng" nhà văn nào dám khuân đặt vào tác phẩm không? Và "con" nào đang đói cho mờ người lại bảo rằng tớ đang sống trong thiên đường ấm no hạnh phúc độc lập tự do? Chúng có lương tri, chúng còn sót chút tử tế thì chúng quăng cái laptop đi, vì chúng tự tìm lấy chút an toàn cho bản thân. Một câu nói "thực lòng" của ông Phạm Trọng Đạt, Cục trưởng cục chống tham nhũng, nên là đại diện cho nhà văn "tâm tư": Tham nhũng là*

những người có chức vụ quyền hạn, chống lại họ có khi chúng tôi chết trước.

THĐ: Người dân không có tự do, nhân phẩm thì bị coi thường và chà đạp ông có thấy một nhà văn nào đó dám đứng lên thay mặt người dân để viết lên những gì mà họ không viết được hay ít ra thì cũng giống như trước kia Hoàng Cầm đã từng nói: "Dù sợi tóc còn cứa vào nhân phẩm/ Tôi còn thét to dù khản tiếng khàn hơi". Không làm được những điều như vậy thì thử hỏi chúng ta có dám ngửng mặt lên mà tự xưng mình là người cầm bút?

HĐN: *Như đã thưa ở trên, cho đến giờ phút này mình chưa thấy nhà văn nào lộ diện cả. Chỉ có nhà báo, là cô Phạm Đoan Trang, dù bị tù tội, dù bị đánh đến gãy một chân, cô vẫn bất khuất lớn tiếng trình bày một thực trạng bi đát mà đất nước cố tình che đậy, mãi chà đạp lên nhân phẩm con người. Đáng nói là những gì cô Phạm Đoan Trang trình bày ra văn bản nó mang tính chính xác cao, phê phán cái ác cái xấu của xã hội Việt Nam rất logic, rất khó chối cãi. Mình rất quý trọng tiếng nói ấy, một phụ nữ thông minh và can trường.*

THĐ: Giữa hai miền Nam/Bắc như ông đã rõ văn nghệ sĩ đã có một lối suy nghĩ và cách viết khác nhau đối nghịch như lửa với nước. Miền nói Nam thì "trăm hoa đua nở" trong khi tại miền Bắc thì "Trăm nhà im tiếng" nói thế thì có vẻ không được công bình cho lắm, miền Bắc vẫn có tiếng nói đấy chứ nhưng là tiếng "Của Đảng" viết theo chỉ thị, theo đơn đặt hàng, bây giờ câu hỏi ở đây xin gửi đến anh:

a/ Anh có cảm thấy mình đã may mắn được sinh ra và rồi thì được sinh hoạt trong một xã hội mà tương đối văn nghệ sĩ vẫn có một đời sống thoải mái, sáng tác phẩm một đôi khi cũng bị một chút dòm chừng nhưng vẫn còn dễ thở.

b/ Thử tưởng tượng bừng còn mắt dậy bỗng thấy mình đang sống ở "ngoài ấy" và đương nhiên phải suy nghĩ và viết theo chỉ thị thì anh có can đảm cầm viết nữa chăng hay cũng chỉ giống như Tô Hoài nhắm mắt qua sông để sống trong những tháng ngày của "một thằng hèn".

HĐN: *Dạ, mình quá may mắn được sinh đẻ và trưởng thành ở miền Nam tự do. Bà Dương Thu Hương phút đầu đã ngợi ca miền Nam trong ai oán "tôi bị chúng nó lừa phỉnh". Chỉ trích có bấy nhiêu lời cũng đủ hình dung ra sự tuyên truyền, cách nhồi sọ của "ngoài ta". Còn giả dụ là mình đương sống trong nước, dĩ nhiên kẻ hèn này sẽ nhập vai chạy xe ôm để mưu sinh sau khi "chà đồ nhôm" đến chẳng còn thứ để chôm đồ nhà mang đi bán ngoài chợ trời. Hắn sống với cái đầu mãi gục mặt, một đứa chỉ biết nói chuyện với đầu gối làm sao dám đủ dũng lược để viết "bậy bạ" sai quan điểm, mất lập trường. Nói theo kiểu người trong nước: Hoàn cảnh lắm anh ạ! Ngang đây mình cũng giận mấy tay Việt kiều, sao họ có thể về ăn nhậu lu bù sảng khoái mà bên cạnh có lắm người đi ăn* *xin, đi bán vé số, đi lượm ve chai. Sự dửng dưng của họ cũng tựa như một tên nhà văn mãi ngợi ca chế độ.*

THĐ: Khi chúng ta đề cập đến văn nghệ sĩ ngoài "nó" tôi bỗng hình dung ra: "chín năm đốt đuốc soi rừng/ về đây ánh lửa ngập ngừng bước chân", hoặc là: "ngàn thước lên cao ngàn thước xuống/ nhà ai xa đèn trông ra khơi/ anh bạn dãi dầu không bước nữa/ gục trên báng súng ngủ quên đời". Những năm kháng chiến ấy bao nhiêu thế hệ những người trai yêu nước đã ra đi mong giành lại độc lập, tự do cho Tổ Quốc, cái đó gọi là lý tưởng. Nhưng sau bao hy sinh, chịu đựng khi chiếm được Miền Nam thì xem ra cái hào quang ấy không còn, nhất là với những văn nghệ sĩ thì ngay lập tức họ đã nhận ra giữa cái XẤU và cái TỐT cho nên họ có viết đấy nhưng chả có một tác phẩm nào ra hồn. Anh nghĩ sao về chuyện này?

HĐN: *Họ "phản tỉnh". Có đôi kẻ nhìn nhận ra sai lầm, nhưng tất cả chỉ xảy ra trên chiếu rượu, trên bàn nhậu. Vụ Nhân Văn Giai Phẩm vẫn là một ám ảnh khôn nguôi. Chỉ có ông Trần Vàng Sao viết được nhiều bài thơ "tố cáo" nhưng thuộc dạng chuyền tay nhau đọc thôi. Bài "Tau Chửi" là một ví dụ. Chế độ đó đáng bị nguyền rủa. Đổi trắng ra đen. Mày liệu hồn, chúng tao sẵn lòng bôi đen mày, con cháu mày. Tất cả ngậm bồ hòn làm ngọt trên "xứ sở đáng sống nhất hành tinh".*

THĐ: Còn chúng ta thì sao, chúng ta ra đi không có gì cả: Ra đi không mang thê nhi/quần áo cứ thế cắp nách, có chăng khi đã đến được đất tạm dung thì ngay lập tức một vài tờ báo đã ra đời, sáng tác lai rai vì còn phải tìm kế mưu sinh, tiếng Tây, tiếng Mỹ thì "NÓI" nhiều đến nỗi mỏi tay, thế rồi sau đó ra sao, ổn định được cuộc sống thế là văn nghệ sĩ lại "lên đường", nhà xuất bản mọc lên ào ào, sách báo đua nhau in ấn vui ơi là vui. Nhưng, cuộc vui sao mà chóng tàn quá vậy, giờ đây cái thời oanh liệt ấy đã bỏ chúng ta mà đi, mọi sự khựng lại, chẳng biết ông thì thế nào nhưng với kẻ hèn này thì buồn lắm lắm. Cái nền văn học hải ngoại "nối dài" này xem vậy mà không phải vậy, nói ông chớ buồn chứ thực tình xem ra văn chương "ngoài này" những lúc gần đây chỉ toàn là những tác phẩm lăng nhăng đầu voi mà đuôi thì chuột, một vài độc giả vui miệng mà "ngôn" như vậy, anh có cho là người đã lo quá hay chăng?

HĐN: *Mình nhận ra một điều, là những câu anh hỏi luôn chứa chút bi quan. Mình từng buồn, buồn tới đổ bệnh, xuất viện và "đi chỗ khác chơi". Buồn chẳng giải quyết được gì cả, buồn cho lòng người bội bạc và xin dại khờ mang nỗi hoài nghi kia đặt vào đoản văn hoặc thơ thẩn. Nếu còn có ai đó lo xa như anh hỏi thì mình đổi buồn sang vui. Khi bạn quan tâm có nghĩa là bạn còn vương vấn, còn đoái hoài tới nó dẫu nó vẫn chưa thoát xác, vẫn đầu voi đuôi chuột. Con nai vàng ngơ ngác sống mình ên cũng sầu tủi, nay gặp con voi mai gặp con chuột há không phải là niềm vui sao, khu rừng đỡ cô quạnh. Kệ đi mà, mọi thứ đều có nguyên do, đều "vui là* *vui gượng đó mà", đời sống vẫn lạnh lùng tiếp diễn, xé rời từng ngày cho đến trang cuối, mòn hao.*

THĐ: Xin lỗi đã vô tình "chạm" phải nỗi buồn và những bi quan nhưng đời thì cũng có những vui/buồn, tôi tin là như thế. Vậy thì bây giờ xin hỏi anh nghĩ sao về cái phong trào FACEBOOK, tôi thì thấy rằng hầu như đã có rất nhiều giới tham gia nồng nhiệt, nhưng cái gì thì cũng có cái hay và cái tệ, bọn xấu nhiều khi đã lợi dụng để "xâm nhập" vào từng lãnh vực để khai thác những điều mà họ muốn, anh còn nhớ nghị quyết 36 của nhà nước XHCH/VN đã đề ra không, biết đâu đấy cũng là một vấn đề mà chúng ta cần phải quan tâm. Tôi có đa nghi?

HĐN: *Ôi, lời anh là một cảnh tỉnh đáng lưu ý. Mình vừa nhào vào cõi ấy với tất cả sự mê muội trải lòng. Tự rày bớt giảm ngừng, bớt cà khịa. Ngoài vấn nạn "an toàn" như anh bảo, mình cũng tự nhìn thấy tới chuyện hao tổn sinh khí, thường "bực cả mình". Chốn đó rất mực thượng vàng hạ cám, rất nhiều người chẳng hợp tạng mình. Nói chung là xô bồ, là "thị tại môn tiền náo", là chốn lao xao dành cho người khôn, sẽ có lúc mình làm đứa dại tìm về với vắng vẻ. Thực tâm mà nói, nếu mình mang tham vọng viết nên một cuốn tiểu thuyết, điều cần làm trước tiên là phải nghỉ chơi, xa lánh Facebook, muốn tập trung suy nghĩ thì xin ngồi chỗ vắng tiếng ong ve mà Facebook là khu rừng hỗn tạp âm thanh đủ mọi âm vực chứ nào chỉ có ong ve thôi. Đúng là "khi vui muốn khóc buồn tênh lại cười".*

THĐ: Nghĩ ra tôi đã làm phiền anh rất nhiều mong rằng với lòng nhân ái anh cũng vị tình mà không chấp. Anh còn muốn nói thêm gì nữa không với độc giả của chúng ta?

HĐN: *Nói đã nhiều, có nói thêm cũng chỉ một lời, rằng thưa thốt thì sẽ mắc lỗi lầm, đụng chạm vốn khó tránh. Nếu lỡ mang tội, xin độc giả khoan dung lượng tình bỏ quá cho. Độ rày sức khoẻ mình sa sút, một tinh thần không minh mẫn trong một thể xác chẳng tráng kiện. Xin từ bi hỉ xả, rộng mở nụ cười. Sau hết, cảm ơn nhà thơ Triều Hoa Đại đã có lòng hỏi han. Mình không tin là tâm sự của mình đã "thỏa đáng" cho những câu hỏi của anh đặt ra. Đành tạ lỗi trước.*

THĐ: Xin cám ơn nhà văn Hồ Đình Nghiêm.

Triều Hoa Đại

thực hiện bằng điện thư

VÕ CÔNG LIÊM

HỒ ĐÌNH NGHIÊM
NHÀ VĂN ĐƯƠNG ĐẠI

Hồ Đình Nghiêm: Sanh ngày 20.10.1957 tại Huế. Tốt nghiệp Cao Đẳng Mỹ Thuật Huế năm 1978. Vượt biển tới Hồng Kông 1981. Hiện cư ngụ tại Montréal. PQ. Canada. Đã xuất bản: Nguyệt Thực (Văn nghệ 1988). Tờ Mộng Rách Rồi (Tân Thư 1993). Vầng Trăng Nội Thành (Văn Mới 1997). [Trích từ Tuyển tập thơ văn Hải ngoại năm 2000]. (Nhóm Việt Thường thực hiện).

Hồ Đình Nghiêm sanh giữa lòng thế kỷ XX, thời điểm bộc phát của cả nước, nhất là các cao trào văn học nghệ thuật; một phát triển đáng chú ý giữa hai chiến tuyến Bắc Nam là một đối đầu của chiến tranh ý thức hệ và chiến tranh tư tưởng. Cả hai phía nghiêng hẳn về mặt tuyên truyền dân vận là khâu then chốt sau thời gian vãn hồi chiến tranh. Hiệp định Giơ-Neo (Geneva) 1954 cắt đôi đất nước (vĩ tuyến 17) với một làn sóng di cư vĩ đại vào Nam. Miền Bắc dưới chế độ kiểm soát văn hóa của Cộng sản, điển hình vụ Nhân văn Giai phẩm, Trăm Hoa Đua Nở là bằng chứng hùng hồn để xác định thế nào là tự do ngôn luận, thế nào là tự do viết lách. Văn nghệ sĩ miền Bắc đến với miền Nam như một lột xác, cởi bỏ những gì vốn có để mặc vào người một trang phục mới hơn. Họ phát huy không ngừng theo từng khuynh hướng khác nhau. Phải thừa nhận sự góp mặt đó là một vun xới cho nền văn hóa cả nước sống lại và đa dạng hơn xưa; tạo dựng cho miền Nam một vườn hoa nở rộ đầy màu sắc, một gạch nối đáng lưu ý của tân cổ giao duyên, một tích lũy có từ đó cho đến nay. Những thành tựu đáng kể của trào lưu văn chương, thi ca, hội họa như Tuần báo Người Việt (1955), Tạp chí Sáng Tạo (1956/1959), Tạp chí Hiện Đại và Tạp chí Thế Kỷ Hai Mươi (1960) cũng như những nhật báo, tuần báo, nguyệt san khác ra đời cùng lúc dù đình bản hay tục bản, vẫn coi đó là tài nguyên văn hóa. Một nỗ lực hùng hậu bao gồm một số nhân sĩ trí thức và những cây viết sáng giá là một dữ kiện ghi nhận rõ nét, là chứng nhân của một thời lịch sử văn chương Việt ở đầu thế kỷ XX...

Lược qua một số chứng cứ để thấy rằng người dân Việt Nam từ thượng tầng đến hạ tầng đều coi trọng chữ nghĩa và nhận ra rằng trong hoàn cảnh nào người ta đều chung một ước mơ 'dựng nước' mà trong đó kinh qua một nền văn hóa chủ lực, một thể hiện nền văn minh dân tộc có từ ngàn xưa để lại, một tích lũy trong huyết quản, cấy vào trong 'gen/genetic' của mỗi người. Cho nên chi cái sự bộc phát đó là tài năng không ngạc nhiên và chính chúng ta cũng đã ngấm ngầm có một 'ước mơ' như thế không còn lạ lẫm.

Thời điểm đó họ Hồ chưa chào đời hoặc đã chào đời và chưa biết chi mô răng rứa. Nhưng được cái trời sinh Hồ Đình Nghiêm để nhận thấy (seeing). Hồ Đình Nghiêm có đôi mắt trong suốt, có lỗ tai nghe từng lời nói, từng con chữ và một trí tuệ 'tài năng/talent' không ai tưởng được. Nhà văn họ Hồ lớn dần theo thời gian và 'mệnh nước', mệnh nước chuyển đổi qua các cuộc cách mạng chính trị, văn hóa và đời sống, mang trong người một tư thế bùng dậy để phát huy tư tưởng, một đổi mới tư duy là phá vỡ những tàn tích xưa cũ thay vào đó một tháp ngà /tour d'ivoire văn học nghệ thuật. Hồ Đình Nghiêm chưa níu tới những cành nhánh đó, nhưng, trong đôi mắt đã thấy tới, biết tới, nghe tới rất lạ ở tuổi mới lớn. Là vì, trời sinh người mù nhưng có lỗ tai, lỗ mũi thấy và nghe được, người câm điếc thì nhận thấy qua từng ngón tay, tất cả là một định hệ, được cái này thì mất cái kia là lẽ thường tình. Họ Hồ nhận cái nhiệm vụ bao quát đó.

Hồ Đình Nghiêm sanh đúng chỗ sanh nghĩa là sanh trong một gia đình có 'tai vách mạch rừng' không thể cho là không thấy, không nghe. Một gia cảnh trung lưu bề thế lại có những người anh, người chị 'đẹp mắt', chính cái đẹp mắt đó lọt phải mắt xanh của các 'công tử văn chương và hội họa'. Hồ Đình Nghiêm biết đến nhưng không đụng đến, bản chất của Nghiêm là ưa tạo cho mình một cái gì đặc thù hơn đặc biệt, nhưng, không phải vì thế mà có một 'ngăn cách/distance' giữa người lớn và con nít mà lấy đó làm ngọn đuốc soi đường. Hồ Đình Nghiêm ở tuổi trẻ non cho nên dễ uốn nắn nhờ nghe theo, học theo của những người anh đi trước. Ấn tượng sâu sắc đó đã chìm dần trong một tư duy phát tiết về sau này; ngay cái việc cầm cọ hay cầm bút có đôi phần ảnh hưởng, nhưng, ảnh hưởng của Hồ Đình Nghiêm là không cùng trường phái mà coi đó là một động lực thúc đẩy, động viên cho một tương lai không xa. Tất cả những dữ kiện đó là hoài bão và ấp ủ trong một tiềm năng chưa khơi dậy cho đến khi cầm bút là một kinh nghiệm đầy đầu; văn của Nghiêm viết không nhận ra đó là một thanh niên trẻ tuổi mà của một con người già giặn.

Hồ Đình Nghiêm đi học từ tiểu học lên trung học và từ đó chuyển ngành để tìm thấy con đường đi của mình là con đường phụng sự nghệ thuật hơn là học để thành nghề. Bởi, sự lý cụ thể là Hồ Đình Nghiêm không dựa vào bất luận chiều hướng nào mà phát huy, dù rằng phát huy trong sở đoản mà dành vào đó một sở trường để viết thành văn. Không những thế Hồ Đình Nghiêm còn mê đọc sách bất cứ sách báo nào đến tay kể cả kiếm hiệp, phong thần là những bài học để hành văn. Nói rút lại, văn nhân họ Hồ nuôi chí lớn để làm văn hơn làm tiền. Quả vậy, như đã có lần trao đổi với tác giả của những tập truyện: 'viết văn là cái thú, không làm cảm thấy trống. In sách là một biểu lộ chớ không mong sinh lợi' (HĐN).

Năm 1998 tôi bắt gặp tập truyện 'Tờ Mộng Rách Rồi' tác giả Hồ Đình Nghiêm. Tên tác giả đập vào đầu tôi, không biết tên tuổi này có trước đây hay mới đây. Điều đó không quan trọng, cái quan trọng là tựa đề của tập truyện đã cho tôi một suy nghĩ 'lạ'. Lạ ở chỗ, thông thường tựa đề 'nghe kêu' là một lôi cuốn độc giả và tỏ ra chuyện có thật (true story) mới tìm đọc. Vậy thì 'Tờ Mộng' là di chúc hay khế ước? Tất nó hàm chứa một lý luận triết học trong đó. Vào truyện là chuyện lứa đôi nhưng đi tới một bố cục thâm hậu. Đọc xong tập truyện tôi nuôi mộng của tờ mộng rách rồi. Không nhớ cơ duyên nào tôi kết thân với nhà văn Hồ Đình Nghiêm? Chỉ biết y là người Canada gốc Việt, tôi đuổi theo từ đó và tiếp tục tìm đọc những tác phẩm của nhà văn trên báo giấy và báo mạng. Có được địa chỉ email tôi bắt liên lạc và được nhà văn 'tiếp đón' nồng hậu qua thư gởi. Do từ người ái mộ hay do từ thơ văn của tôi; đấy là điều suy nghĩ chủ quan nơi tôi. Nuôi ý nghĩ xuất bản tập thơ đầu tay ước gì có lời Bạt của Hồ Đình Nghiêm. Sau đó nhà văn 'đáp lễ' bằng một lối hành văn rất 'thời thượng' không lấy điểm tựa của văn chương mà lấy giọng văn trào phúng làm điểm tựa. Ngay lời Bạt của Hồ Đình Nghiêm đã thấy khác với người ta. Một lối viết có thực!

Đọc truyện của Hồ Đình Nghiêm là một lý luận nhân bản, một hiện thực của cuộc đời đang sống, nghĩa là nó phải sống thực như mình đang sống là một khía cạnh khó tìm thấy ở những người viết văn. Viết văn thành truyện ngắn, dài (tiểu thuyết) đều mang nặng một hình dung từ của hư cấu/fiction mà ra. Đành là thế, nhưng, phải đọc để thấy người viết là chính mình và thực của tác giả là cái thực tùy ở chính mình. Đấy là cái khó thời nay để dựng truyện ngay cả truyện thật ngắn, bởi, tác phẩm là một biểu lộ và nhập thế.

Qua những tác phẩm truyện của họ Hồ có từ trước cho tới nay là trong cùng một 'khuôn khổ', cùng một mạch văn và cùng một cấu trúc tân kỳ và hiện đại, nó làm nên ở chính mình một trường phái đương đại, nghĩa là không giống ai và không ai giống mình như một số nhà văn trước và sau thường diễn một màn, trước sao sau vậy, đưa vào phòng kiểm nghiệm thì thấy rõ những nhà văn cùng một tuổi thân; hoàn toàn không có gì mới lạ, ngay cả việc phê bình văn thơ cũng đều một khuôn mẫu như nhau, không nói lên yếu tính của nó mà chỉ thấy cắt xén, ráp nối để hành văn. Lối viết và phê như thế gọi là phá sản văn chương và lạm phát tư tưởng... Với Hồ Đình Nghiêm độc lập trong cách dựng truyện, nghĩa là không lập ngôn mà là kẻ khám phá 'con chữ'. Hồ Đình Nghiệm viết văn hay làm thơ hoàn toàn làm chủ ở chính mình. Nhưng, phải nhìn kỹ, đọc kỹ thì mới thấy trong truyện của Hồ Đình Nghiêm là một biển hồ trầm lắng, gợn sóng lăn tăn nhưng nơi đó là một sự chết đuối đang sống. Xưa nay ít có những nhà văn viết trong dạng thức tâm lý như vậy, có chăng là một thứ triết lý tầm thường không mấy sâu sắc. Tôi không cho nhà văn Hồ Đình Nghiêm là nhà văn chuyên nghiệp mà là nhà văn tâm lý học. Theo ý nghĩ chủ quan người đọc truyện tợ như người thưởng ngoạn không phải đơn thuần đọc truyện mà coi đó như một sự tiếp thu nghệ thuật thẩm mỹ, tự thân phải tiếp nhận nó vào với tác phẩm để tìm hiểu tính nội tại trong truyện có sống thực hay 'hư cấu' một cách đặt điều tự dưng. Nói rộng ra đọc truyện của Hồ Đình Nghiêm là một dấn thân cùng tác giả, để tham dự, để vạch trần trắng đen trong xã hội. Cái tình trong truyện của họ Hồ là một tổng thể của hỉ nộ ái ố, cái đắm đuối ngông cuồng, cái 'lỡ dại' trong nhân vật là một chứng cứ trung thực khi viết thành văn. Hồ Đình Nghiêm sống và lớn lên ở Huế tất hiểu rõ ý nghĩa của Huế. Văn sĩ họ Hồ sử dụng giọng Huế rất mực duyên dáng và đúng chỗ, đúng ngữ điệu khác với những thi văn nhân gốc Huế. Hồ Đình Nghiêm không dựa vào ngữ ngôn đó mà 'nhai lai' người đã 'phá lẫu' ngữ ngôn Huế. Thí dụ: 'xuống đò' không có nghĩa đơn thuần mà xuống đò là đi hái hoa. Hồ Đình Nghiêm điêu luyện ngón này một cách siêu thoát hơn những người Huế khác, như tôi. Kỳ thực đó là hành động siêu thực, một siêu thực trong lý tính và coi đó là bản chất của nghệ thuật viết lách. Không phải nói phét! Viết văn là một thứ nghệ thuật khác, một thứ nghệ thuật không phải biểu hiện mà chính yếu là phát hiện cái tự-ngã của mình trong nhân vật và mặt trái của lịch sử để lại. Cho nên chi Hồ Đình Nghiêm biết chọn 'con chữ' cũng như biết chọn màu sáng tối để lên tranh, ấy là điều không lạ cho nhà văn họ Hồ, là vì, khi còn ở ghế nhà trường cũng như còn 'ở đậu' với cha mẹ và ăn 'ké' nơi anh chị, lớn lên quyết chọn con đường hội họa để hòa màu cho thích hợp với khung cảnh và cho chính mình. Kết quả đó đưa Hồ Đình Nghiêm viết văn trung thực và hiện sinh trong những tác phẩm về sau là một chứng cớ. Hồ văn sĩ viết những gì đã thấy và nghe là tả thực không e lệ, không đỏm dáng. Hồ Đình Nghiêm nghĩ rằng (theo ý tôi): 'đưa nghệ thuật viết văn như là một nhận thức sâu sắc, độc đáo để cho độc giả thấy ở chính mình cái tốt và cái xấu để 'sửa sai' để làm tốt cho một xã hội đang sống và một tấm lòng độ lượng' [rút ý trong 'Beyond Good and Evil của F. Nietzsche]. Cái sự đó gọi là nhận thức, một thứ nhận thức truyền đạt đồng nghĩa với cái lý tồn lưu, tồn lại là xác định cố hữu cho cái lý, nghĩa là không tồn lùi, là vì, tồn lùi hay tồn lui tức tồn loạt là thứ văn chương loại bỏ không được kiểm kê và coi đó là thứ văn chương hủ hóa. Bởi, con người đang đối diện với thực thể trong mọi lúc, mọi thời là vì nghệ thuật sống thực và coi đó là vùng đất hoạt động cho chính nghĩa, cho tự do.

Thêm vào đây một nhận xét khác Hồ Đình Nghiêm biết vận dụng ngôn ngữ một cách táo bạo, biết xoay xở ngôn ngữ làm sao cho thích hợp với không gian và thời gian, thích hợp từng đối tượng, một bày tỏ chính xác qua cái đẹp của từng nhân vật trong truyện, đẹp cả nam lẫn nữ hay nói đúng hơn là một thứ mặc khải của ngôn ngữ vây quanh trong một ẩn ngữ. Trong ý nghĩa này là một vận dụng trí tuệ để cho câu chuyện trở nên huyền bí và càng huyền bí càng cam go; cái đó gọi là viết khéo của nhà văn, trong ngữ ngôn văn chương là một diễn tả khác của đau đớn, của thương mong. Thành ra viết văn là một tổng thể của con người và cuộc đời... Hồ Đình Nghiêm dấn thân vào đời quá sớm, thu nhận những gì của 'biển dâu', thu nhận những gì mật đắng, gừng cay giữa cái thời nhá nhem của một hòa bình trở lại, Hồ văn sĩ chạm trán đời như một thách đố và chấp nhận đời để vượt thoát ra khỏi những bức xúc vây quanh. Chính yếu tính đó làm rạn nứt tâm hồn, đối đầu trước mọi tình huống trước khi cầm bút viết thành lời (văn). Âu đó cũng là phương cách thoát tục, một giải tỏa khác, biến đau thương ra tình yêu ngay cả trong truyện, truyện hàm chứa một bí ẩn khác của tác giả, Hồ Đình Nghiêm viết như bộc bạch ở chính mình không ai biết; nhưng, đời có con mắt 'thiên nhãn' là vì trong văn tức là người. Điều mà người ta không thể che giấu mà nghi ngờ, bởi; 'de omnibus dubitandum / all is to be doubted' (R. Descartes). Thực tế là vậy!

Hồ Đình Nghiêm hình như có một ám ảnh nội tại muốn buông thả để quên. Nhưng không! Nỗi ám ảnh đó khác chi Norman Bates trong Physical của A. Hitchcock, buông thả kể cả con ruồi xanh đang rình rập trên cánh tay, nỗi đau xót đó chính là ám ảnh nội tại để rồi biến mình trong lãnh cảm/depression. Hồ Đình Nghiêm đứng lên để sống, sống với đời là hiện hữu tại thế, lấy cái ngã để đương đầu với định mệnh không thể buông xuôi mà nhận như một sự thật không nói nên lời chỉ lấy văn chương mà huỵch toẹt cho chính mình. Cho nên người đọc phải nhận ra điều này mà cảm thông cho tác giả; bởi vậy, Hồ Đình Nghiêm viết nhiều truyện tình mà trong mỗi truyện đều ẩn chứa cái gì không nói được, mặc dù; bản thân tác giả cũng có nhiều người thương cảm để biến thành 'thương thiệt', là cái sự quay về trong tâm hồn nhà văn. Có người đã nói: 'văn thi nhân như cái máy bắt chụp lấy tương lai'. Bởi, trong cái tuyệt vọng nào đó cái sự quay về như vỗ về an ủi phận số mà ta bắt gặp những lời tha thiết ấy trong truyện ngắn 'trán lửa' [in ở TTTVHN năm 2000] không còn thấy sự bi thiết ở đó, chỉ biết tâm sự của họ Hồ nói lên cái bi thiết hùng tráng đó mà thôi. Thành ra trong những tập truyện của Hồ Đình Nghiêm là đi tìm ý nghĩa cuộc đời mà tình yêu là cái khâu 'bi thiết/tragedy' của con người. Giữa tình yêu trân quý và tình yêu tuyệt vọng không khác gì nhau. Là vì, dứt tình thì dễ nhưng dứt lý tưởng không phải dễ; trong tuyệt từ tư tưởng là nỗi đau không dứt. Trạng thái tâm lý đó không riêng Hồ Đình Nghiêm mà hầu hết chúng ta đã có, là tiếng nói 'giúp' cho chúng ta thấy được, nghe được và hiểu được. Tác phẩm có hiệu lực nhờ nói lên được cái tâm lý thường tình và tạo vào đó một cảm tính đầy hư ảo. Đó là hiện tượng thẩm mỹ trầm tư trong truyện của Hồ Đình Nghiêm chất chứa một thế giới hiện thực, vừa siêu hình vừa hiện sinh nó đan kết như ta đang đứng giữa mơ và thực, giữa thực và ảo; nhưng, để rồi tất cả là hiện thực của cuộc đời đang sống. Văn của Hồ tiên sinh bình dị rõ nét không có chi là mỹ ngữ hay sơn son thếp vàng, nó bình dị và hồn nhiên; nhưng, trong đó dàn trải một cái gì thẩm mỹ kinh nghiệm. Đó là mặt thật của một nhà văn, một sự thật siêu lý, một cái gì vô cùng, viết được như vậy là đương đại (khác những gì mà xưa nay đã làm).

Ngôn ngữ của văn chương là ngôn ngữ của cơ thể (body language) vì cơ thể là huyết mạch nuôi dưỡng tri giác, là chủ thể của thân xác một cấu tạo khác của trí tuệ, một trí tuệ sáng tạo. Hồ văn sĩ hướng tới chân tướng đó, có thể bây giờ chưa nhận ra, văn sĩ phải chờ thêm vài chục năm nữa may ra nhận thức sáng tỏ qua từng đối tượng. Nghệ thuật biểu lộ là phơi bày chân tướng của nhân vật, nhân vật đó tiềm tàng trong tư duy, bộc phát là do cơ hội diễn tả có tính ngôn ngữ. Tại sao có tính ngôn ngữ? - Bản thân ngôn ngữ là sáng tạo là khai phóng, một biến hóa kỳ diệu trong ngữ ngôn văn chương của Hồ Đình Nghiêm. Nó thẩm thấu trong mỗi tạng thức con người. Hồ Đình Nghiêm đương đại là ở chỗ đó. Cho nên những chủ đề truyện của họ Hồ vô cùng đắc địa cho một hiện tượng rã rời, tàn tạ là nói lên cái thế giới vật chất mà con người đang ngự trị, chỉ còn lại ở đó một ngữ ngôn đích thực và chính xác, chính xác của thời thượng chớ không chính xác của Vũ Trọng Phụng, Nam Cao. Có nghĩa rằng chúng ta không từ chối mà chúng ta nhận nó như một sự cố khác với cái nhận hiện thực. Giữa cũ và mới có cái đặc thù của nó nhưng với chúng ta hôm nay phải là mới và sáng tỏ; có nghĩa rằng: hôn trúng chỗ hôn, hôn sao cho cảm khoái khác với cái hôn ngày xưa là hôn lấy lệ, hôn gió là cái hôn không hiện thực giữa đời. Phải thừa nhận Hồ Đình Nghiêm trung thực giữa những cảnh trí đó, là vì Hồ văn sĩ tiếp cận với thế kỷ XXI là một thế giới đi từ siêu tưởng đến hiện thực, giữa ảo mà thực là hiện tượng kinh nghiệm, hiện tượng dung thông để trở nên thực ở chính mình và thực với người đọc; thời tất đó là nguyên lý của ngữ ngôn, một ngữ ngôn thông thường nhưng mới lạ. Hồ Đình Nghiêm đạt được tiêu chuẩn đó và hiểu được để hành văn mới trở thành một thứ ngữ ngôn văn xuôi hiện đại.

Chúng ta có đề cập ngữ ngôn trong văn chương; là bởi, bản thân ngôn ngữ là sáng tạo là khai phóng và một biến hóa thần kỳ trong văn chương của Hồ Đình Nghiêm. Nói chung là con đường đi tới ngữ ngôn / *The way to Language*. Trước đây Heidegger đã để lại trên dặm trường của ngữ ngôn: Nếu hiện hữu, thời gian và sự thật cấu thành phương châm hay ngụ ngôn là biểu trưng cho ông thì điều ấy dẫu sao sự thật có những gì, bất cứ là gì khác đi nữa có thể chúng chỉ là con chữ - Early and late; Heidegger remained on the trail of language. If being, time and truth constitute the motto on his escutcheon, it is nonetheless true that these things; whatever else they may be, are words. [trích trong *Basic Writings* của M. Heidegger]. Hồ Đình Nghiêm mong muốn tương tợ như vậy chớ không mong là thứ văn chương trích dẫn mà tự thân nó là con chữ diễn đạt mà thôi. Heidegger và Hồ văn sĩ không bao giờ đánh mất dấu hiệu của sự kiện mà coi đó là chủ đề ngôn ngữ / *thematic language*; tuy nhiên trong mọi tình huống là một lý lẽ của vấn đề ngôn ngữ là đường lối của ngữ ngôn là một định hướng thích nghi có từ lời nói hơn là viết thành lời – 'The way to language" to takes its orientation from the spoken rather than the written word. Hồ Đình Nghiêm dùng 'ngôn ngữ nói/language speaks' là một diễn tả khác của 'ngữ ngôn nói/language saying'; tuy rằng nói nhưng trong nói của mỗi đoạn văn lại hàm chứa nghĩa khác, đó là cách vận dụng con chữ một cái gì đơn thuần tợ như ở đó có tiếng vang / as simple as that sounds. Ngôn ngữ là một sự bày tỏ khéo léo đến với mọi người và mọi sự vật trong thế giới nhất là thế giới văn chương, bày tỏ cái chủ đích trình diễn qua ngữ ngôn là điều rất cần thiết khi diễn tả nội giới và ngoại giới của nhân vật. Đọc truyện của Hồ Đình Nghiêm thông thoát không thấy gì ở đó là ngạt thở hay bức xúc mà đưa vào đó một không khí điều hòa giữa người viết và người đọc. Trong bài đọc này tôi không cần phải dẫn chứng những gì tôi đã đưa ra mà tự thân nó đã nói lên cái chiều sâu mà Hồ văn sĩ đã bộc bạch qua những truyện khác nhau nhưng cùng chung một ý hướng, một ý thức tìm thấy ánh sáng trong bóng tối. Văn của Hồ Đình Nghiêm thoáng nhìn như 'vô sự' nhưng có một sự ẩn chứa siêu hình, một thứ siêu hình hiện sinh rất ít khi có ở những người viết khác, kể cả xưa cho tới nay. Cùng thời gian đó có nhiều tác giả viết truyện và in thành sách, nhưng không tìm thấy cái lạ lẫm trong truyện của nhiều người viết già, trẻ đều có nhưng khác với Hồ Đình Nghiêm là tự tìm thấy cái đặc thù trong truyện hơn là cái ngạc nhiên thường tình. Nói chung trong mọi ngôn ngữ nhất là ngữ ngôn văn chương cần có cái 'ma thuật' của nó mới thành văn một thứ hành văn độc đáo và mới lạ.

Lời cuối dành cho nhận định về Hồ văn sĩ; chẳng phải là chi, chẳng có chi mà nhận thấy ở đó một lối viết lạ lẫm và dị biệt. Hồ Đình Nghiêm có rất nhiều truyện ngắn, khởi từ năm 2000 cho đến nay trên kệ sách hay các hiệu sách hay trên các báo chí và báo mạng trong và ngoài nước. Hãy tìm đọc để nhận ra những điều mới lạ và độc đáo trong văn chương viết của Hồ Đình Nghiêm.

Võ Công Liêm

18/6/2023

PHẦN VĂN THƠ NGÔN NGỮ 27

TM

LÊ CHIỀU GIANG

PHÍA BÊN KIA VẦNG TRĂNG

Biển chạy dọc, dài theo hết California, vừa huyên náo, rất mơ màng, lại có chút gì đó nhịp nhàng trong cái tĩnh lặng của hoàng hôn.

Chiều tàn, với sắc đỏ thắm rọi soi xuống dòng nước, là chút màu sâu thẳm của ráng chiều đang nhạt nhòa vào đêm tối. Chút ánh sáng sắp tàn, phai dần cho bóng đêm, đã luôn làm tôi chìm đắm trong những ly rượu đỏ, có khi muốn uống hết, uống cho đến khi nào im hơi...

Mới bốn giờ, quá sớm cho bữa tối, tôi lang thang dọc theo phố biển San Francisco, nơi thiên hạ dập dìu với nhiều quán xá...

Tiếng guitar văng vẳng trong gió đã làm tôi phải đi theo, tìm đến. Rất bồi hồi, tôi ngập ngừng rồi ngồi đại xuống lề đường, cạnh cái hộp đàn bên trong có những đồng tiền rơi vãi. Không chút ngạc nhiên, người nhạc sĩ hát rong vẫn tiếp tục ngân dài, thiết tha ... *The lunatic is in my head... I'll see you on the dark side of the moon...*

Tiếng guitar không mạch lạc, óng ánh như David Gilmour, guitarist của Pink Floyd, nhưng chồng chất trên sáu sợi dây đàn hơi lúng túng là tiếng hát tuyệt vời. Tiếng hát diễn đạt mơ hồ ra một nơi hò hẹn, mà cho dù phải đợi tới ngàn năm sau, chắc cũng chẳng hề có ai muốn tới...

Chúng tôi sẽ không tới, vì sợ sẽ làm ánh trăng vỡ tan, và cũng sẽ vỡ hết những vần thơ trác tuyệt, đẹp ngời như những giấc mộng vàng của ngàn xưa đan góp lại.

oOo

Cũng chẳng phải tôi đã quên mất một chiều khi đi cùng Anh tới Los Angeles Bus Station. Giờ để lên chuyến Amtrak đi Santa Barbara đã sát sao, tôi lại cứ nấn ná bên một ông homeless già, ngồi đàn say sưa Nocturne số 9 của Chopin trên một Piano rất mới, đặt ngay góc bên ngoài một quán Café của Bus Station nhộn nhịp, đông người. Anh gay gắt hối thúc, tôi năn nỉ được đổi vé chuyến sau... Nocturne, Ballade và ngàn ngàn chuyến xe bus, Amtrak xuyên bang... Những tưởng mọi âm thanh xô bồ, náo loạn trên toàn thế giới đã hòa quyện cùng nhau nơi đây.

Nhưng sao tôi vẫn nghe ra những mơ màng, nhận ra cách sống bạt mạng, sôi nổi và đầy những đam mê của George Sand, cùng với khói thuốc cigar của Bà quyện bay nồng nàn, trong từng note nhạc đắm say của Chopin.

Nhạc, chúng ta nghe lúc thức, khi ngủ và ngay cả khi không nghe thấy gì giữa những ầm ĩ của thế gian. Nhưng bất chợt chúng ta nghe ra, nhìn thấy những đam mê, những chìm đắm của Chopin đang được đàn bởi một homeless.

Santa Barbara, ngày mai hay tuần tới? Những chuyến xe chắc vẫn chờ chúng tôi, bền bỉ. Nhưng sau hôm nay thì tôi còn biết sẽ tìm người Homeless Pianist này, nơi đâu?

Cuối cùng, chuyến đi Santa Barbara của chúng tôi đã bị hoãn lại chẳng biết đến bao giờ, sau những lườm những nguýt và cả những đùng đùng giận dữ...

oOo

"Mùa Hè Đỏ Lửa", Nhà văn Phan Nhật Nam đã gắn tên của một tác phẩm vào những nghiệt ngã, trầm luân của quê hương. Vậy mà tuổi trẻ chúng tôi chỉ loáng thoáng "nghe" chiến tranh qua radio hoặc với những phóng sự trên truyền hình, báo chí...

Riêng anh tôi đã không chỉ nghe, mà còn "sợ". Nếu thi rớt, tương lai sẽ là những xa khuất mịt mù, không còn biết mình sẽ ở tận chốn nào, và đến những nơi đâu?

Một chiều tan học tôi về trễ, vì còn mải quanh quẩn trong sân trường hít hà mùi đất ướt. Tôi mê đắm cái mùi đất vừa ngai ngái vừa nồng nồng đầy quyến rũ, sau những cơn mưa nho nhỏ của Saigon. Cái mùi âm ẩm mốc đó, đã chẳng còn có bao giờ tôi được hít đầy cho hết phổi như muốn để dành thở tiếp, sáng mai. Nó đã mất tiêu, biến hết đi theo cùng với cement, và gạch đá.

Đi ngang qua phòng học của anh, tôi thấy chút là lạ. Lờ mờ trong bóng chiều sắp tối, anh tôi giật mình khi tôi mở sáng đèn. Trên bàn, bên cạnh sách vở là cây guitar bị đập nát. Tôi òa khóc và anh tôi cũng khóc theo, tiếng khóc của mất mát, của phẫn nộ, và bi ai. Tiếng khóc của anh em tôi trong một chiều tăm tối, ngân dài lan man với nhiều điều tiếc xót... Tôi mở hết những khóa, gỡ sáu sợi dây đàn như tách rời ra hết những mộng mị triền miên của anh mình, của chúng tôi.

Jimmy Page, Guitarist của ban nhạc Led Zeppelin, người mà anh tôi mơ ước sẽ trở thành!!

Bản *"Going to California"* của Robert Plant, với lead guitar Jimmy Page đã làm anh em tôi say sưa, nghe đi nghe lại từng sáng, mỗi chiều... Bỏ bê xao lãng hết việc học hành, đã nhiều lần làm Ba tôi giận dữ, la mắng.

Phải chăng khi đập nát một giấc mơ chỉ để đuổi theo một giấc mộng khác ít "dễ sợ" hơn, lòng anh tôi cũng đã nát tan như cây đàn mới vỡ?

Chập chờn trong những giấc mơ của tôi sau đó, không phải bạn bè nào hết, cũng chẳng có gương mặt xanh xao vì sách vở của anh tôi, mà là cây đàn.

Cây đàn đã châm theo ngọn lửa biến ra tro, đã không còn treo bên cạnh tủ sách trên căn gác nhỏ. Nhưng nó đã vang lên trong những giấc mơ đêm, mà loáng thoáng đôi khi còn có thêm đôi mắt biếc xanh, dáng dấp bụi đời, với mái tóc hippie quăn dài rất hấp dẫn của Jimmy Page.

oOo

Từ Downtown San Diego, tôi thích theo chiếc ca nô nhỏ qua bờ bên kia, thành phố biển Coronado.

Biển, cho dù có sóng tràn, nước giạt đến đâu, âm thanh vẫn ngọt ngào thân ái. Tôi mê biển như nhớ dòng sông nhỏ trước hiên nhà những tháng năm còn ở lại, còn sống với những đay nghiến, rất âu lo và muôn ngàn tức giận...

Dọc theo con phố rộn ràng đầy du khách, tôi mua hai café, để cùng ngồi uống với một homeless hát rong.

Tôi thích ngồi với những nhạc sĩ bất đắc chí này ngoài đường phố, có khi là chai beer, hay một ly rượu đỏ. Tôi đã không nghe họ hát với lòng trắc ẩn, bởi sự trắc ẩn đâu đó đã như một xúc phạm lớn lao.

Qua tiếng hát đục khàn hay vút cao. Chính họ đã phát sinh, nuôi nấng, đã gợi ra cho tôi những cảm xúc mới tinh, tuyệt vời và trong veo như giọt sương sớm trên những lá xanh...

"*Stairway to Heaven*", theo yêu cầu của tôi, Ông đã hát thêm lần nữa, chỉ với cây guitar cũ kỹ bằng gỗ chứ không là đàn điện.

Robert Plant hát bài này cường điệu và quay quắt làm dáng bao nhiêu, thì ông đã chỉ bằng một giọng chân phương hơi đơn điệu, nhưng với tiếng đàn rất bóng bẩy, tân kỳ. Ông hát như một tín hiệu cho nhân gian biết rằng: "Đường lên tới trời cao, lên tới chốn thiên đàng xa xăm mù mịt kia, sẽ mãi mãi, sẽ muôn đời như một ước mơ đầy bất trắc..."

Nhìn cây guitar ôm trong đôi tay gầy ốm của người hát rong, tôi chợt rùng mình. Trong xót xa tôi nhớ tới cây đàn của anh tôi, cây đàn đã nát tan theo cùng giấc mộng ngây thơ của tuổi mới lớn.

Bỏ thêm những đồng bạc vào chiếc khay nhỏ, tôi yêu cầu ông đàn bản *"Going to California"* của Led Zeppelin. Nhạc đã dìu tôi trở về với những ngày tháng mà cả hai anh em lơ là, bỏ quên sách vở... Trên căn gác nóng như lửa thiêu, ngồi nghe như nghe kinh thánh từng note một, qua tiếng đàn thủy tinh của người nhạc sĩ mình yêu mến.

oOo

California, tôi đang ngồi đây, biển xanh êm đềm trong nắng chiều lấp lánh. Hôm nay đã chẳng có một người hát rong nào nơi những con phố tôi đã đi qua.

Nếu có guitar bây giờ, tôi sẽ ôm đàn ngồi ngân nga hát. Tiếng hát tôi sẽ như tiếng chuông vang giữa chợ đời.

Tôi sẽ hát cho những giấc mộng xa vời tuổi nhỏ, những thất thoát niềm tin tuổi mới lớn. Và còn mong manh chút hơi thở cuối cùng, tôi dành lại chỉ để hát cho phía tăm tối bên kia của vầng trăng. Trăng. Nơi tôi sẽ phải đến, sắp đến như đã cùng có lời hò hẹn...

"... The lunatic is in my head...
I'll see you on the dark side of the moon..."

* Brain Damage: Pink Floyd
* Nocturne #1 Op.9: Chopin
* Going to California; Stairway to Heaven: Led Zeppelin

Lê Chiều Giang

ĐẶNG KIM CÔN

NHỮNG CON VỊT TRỜI

Một thời gian dài, thằng bồ của con gái tôi đi làm ăn xa, bầy vịt trời phía sau nhà, vô tư nhởn nhơ bơi lội quanh cái hồ lớn, có vẻ như chúng sinh sản vội vã hơn, ấp trứng ngắn ngày hơn, lông cánh mọc nhanh hơn để kịp chống chọi với sự truy sát của hắn, một kẻ thường khoe là cả một thời niên thiếu trưởng thành trên ghe thuyền, lênh đênh sông hồ, ăn tươi nuốt sống những con vật bắt được trên sông nước.

Có lần tôi thấy, một con vịt trống đứng canh chừng cho con vịt mái đẻ trứng nơi bụi cây ngay trước cửa ra vào, bị gã "giang hồ" kia lấy trứng (lúc đó gã ra xe đi làm, không kịp chờ cho con vịt rời tổ), cả hai vợ chồng con vịt tung lên vừa la oạp oạp vừa đá kẻ cắp, tất nhiên rồi cũng bị mất trứng, để rồi chúng lại "xây" cái chỗ đẻ khác, và rồi, lần lượt hai con vịt cũng không tránh khỏi bị gã giang hồ cho vào nồi nước sôi, chả là, gã nghiện món tiết canh, nghiện đàn đúm bia rượu cho những chuyện trả nợ ân nghĩa có lợi cho cái việc hắn gọi là làm ăn, mà đối tác của hắn đã không tiếc lời ca ngợi có tài, cái tài chinh phục đám vịt trời và chế biến tiết canh.

Có vẻ là gã cũng ngó chừng tôi, vì dù tôi chỉ là một người thuê phòng, nhưng là mẹ của đứa con gái mà gã đang cố níu áo, chắc cũng nuốt vội nuốt vã, tránh sự phát hiện của tôi, vì biết tôi rất thương yêu chúng. Có điều, làm sao tránh hoài được, khi mà chúng tôi cùng ở chung nhà, ăn chung mâm. Bầy vịt bao nhiêu con, tôi gần như nhớ mặt hết, cứ lâu lâu mất một con là tôi nói xa nói gần, mà xa gần thì có dốt mấy gã cũng thừa biết tôi nói ai, "Cô nghĩ, chỉ có mấy thằng nhậu nhẹt Việt Nam, cứ uống máu được một con vịt thì cái da mặt chúng nó mới dày thêm lên một chút, tới mức, thà chịu chửi cha chửi mẹ còn hơn phải nhịn thèm". Tôi nhìn thẳng mặt hắn, có vẻ hai cái răng nanh đang chực thòi ra như Dracula, mỗi lần ngang qua đàn vịt ấy, cũng có phần thụt vào, khi nghe tôi than phiền, nhưng rồi, chỉ tội nghiệp cho những lời nói của tôi (hay tội cho bầy vịt) vì nói gì cũng trôi tuột như nước đổ đầu vịt.

oOo

Chung cư chúng tôi ở đa số là dân Haiti, họ thân thiện với mọi người chung quanh và cả với mấy bầy vịt trời trên hồ. Tôi thường thấy họ đem bánh mì, thực phẩm khô cho vịt ăn, và trong suốt thời gian gã giang hồ ấy đi xa, đàn vịt chỉ có thêm chứ không hề giảm bớt.

Sáng sáng chiều chiều tôi cũng cho vịt ăn, thay vì đổ cơm cũ vào sọt rác, thì cho chúng ăn đỡ buồn. Vịt Mỹ không chê cơm Việt, mà có vẻ còn háo hức hơn thực phẩm Tây, chả là hễ cứ thấy bóng dáng tôi, là cả bầy, nhiều bầy lao vội đến, có nhiều con từ bờ bên kia hồ rộng bay xào xào sang, rúc lấy rúc để, chỉ một loáng mấy tô cơm nguội không còn một hạt, rồi hả hê ưỡn ngực vỗ cánh lao xuống hồ...

Cứ thế, ngày tháng trôi đi, bầy nọ lớn lên, bầy khác làm tổ đẻ trứng, quanh tôi là cả một sự sống sung mãn, tươi tắn, xoay vần. Một cái tổ bảy trứng dưới gốc cây đầy lá khô cuối thu, ngày nào tôi cũng thấy vịt mẹ ấp, có khi cả hai con trống mái cùng ấp (không biết có phải là bố chúng hay không nữa, có khi theo nịnh đầm để hưởng cú bỏ guốc cũng nên), dễ chừng không mấy ngày nữa thì sẽ có thêm một bầy vịt con mũm mĩm lạch bạch trên thế gian này.

oOo

Bất giác chiều kia trời đổ gió, gió tung trời như muốn lật úp cà thành phố, và, lạnh xuống!

Một trận mưa lớn, kéo dài mấy ngày, đài khí tượng loan báo bão, nhiều hãng xưởng đóng cửa, nhiều người không đi làm được, trong đó có tôi. Buổi sáng, như lệ thường, tôi lấy cơm ra cho vịt, một hồ nước trắng mênh mông, đàn vịt đã biến mất không còn một con nào. Chúng đã thiên di đến một nơi ấm hơn? Nơi nào mới là quê hương chính của chúng? Tôi sống nơi này chưa tròn một năm, nên không biết rõ sinh hoạt của chúng thế nào. Tôi chợt nhớ cái tổ trứng trước nhà, thật may, vẫn còn nguyên đó, không biết là mẹ chúng bỏ tổ từ lúc nào, trước hay sau khi bão tới, mà, tôi là người, không nắm được sinh hoạt của chúng, chứ không lẽ, vịt trời cũng không quen được quy luật của bốn mùa sao? Cứ đẻ đại rồi bỏ, thì khác gì mấy cô chửa hoang?

Tôi đem hết bảy quả trứng vào nhà, lấy quần áo cũ ủ ấm, mở sưởi trong nhà, phập phồng lo, bị mẹ bỏ ấp mấy đêm e trứng ung mất. Cũng tự an ủi, nhiều trứng vịt lộn già, mua về không ăn kịp, để trần trần trên bàn mà nó vẫn nở. Chắc là không sao đâu.

Vâng, nhờ trời không sao, đến ngày thứ ba (ba ngày liền tôi để tiệm cho con gái coi, chạy đi chạy về thăm chừng), thì chỉ trong một buổi, bốn con vịt nở, còn ba trứng nằm im. Chao ôi, những con vịt con đáng yêu làm sao! Nó mướt rượt, vàng óng, mới nở đã mở tròn đôi mắt (nhìn tôi) trong veo hòa nhập với cuộc đời. Tôi có phần lúng túng lúc đầu để tìm cách chăm sóc thích hợp nhất cho chúng. Việc đầu tiên là giữ cho chúng không đi lung tung, bốn con thì chỉ cần bỏ vào một cái sọt đựng quần áo, lót giấy báo cho nó vệ sinh, thay mỗi ngày, bóp bánh mì vụn, ngâm vào sữa cho nó ăn, qua một ngày không thấy chúng èo uột gì, ngày hai, ngày ba, có vẻ chúng mạnh hơn, thế là tốt.

Đám vịt "bạn cũ" của tôi không thấy quay về, trước mắt tôi còn có được bốn cô chú "chim cảnh" này, để thấy lòng hân hoan trông chúng lớn lên, cũng như thấy màu lông thay đổi từng ngày, để thấy những cặp mắt bớt ngơ ngác mà như mừng rỡ, như trông mong mỗi khi tôi đến gần, để nghe chúng lí nhí tập kêu, rồi có lúc tôi thả chúng trong nhà, chúng lúc thúc quanh quẩn chân tôi như tìm hơi mẹ.

Bốn con vịt đã ăn cơm được, chúng mau lớn, tôi chuyển chúng qua một cái thùng giấy và đặt trước hiên nhà, sáng sáng cho ăn cơm rồi thả cho chúng xuống hồ bơi đến chiều, khi đi làm về tôi "rú rú" mấy tiếng là cả bọn hối hả bay về... dùng bữa tối và được tôi tóm gọn vào "biệt phòng", kết thúc một ngày nhởn nhơ bơi lội.

Năm nay lạnh dài, đám vịt trời thiên di kia không thấy trở về, nghĩa là bốn đứa con vịt mồ côi không biết đến bao giờ mới có cơ hội gặp lại bố mẹ. Thoắt mà ba tháng trôi qua, bầy vịt đã trổ mã, cái thùng giấy đã được thay lớn hơn nhiều lần, tôi cũng đã có thể phân biệt được trống mái, con gái tôi than phiền, "Mẹ coi chừng ban quản lý chung cư đuổi, nếu không cũng bị phạt", nhưng cũng may, có một vài lần nhân viên văn phòng xuống sửa chữa một vài việc lặt vặt, có thấy đám vịt mà họ đã không nói gì.

Và càng ngày chúng tôi, bầy vịt và tôi, càng khắng khít không thể thiếu nhau.

oOo

Có mất công tìm chỗ đậu xe chút, mà tôi cũng quên để ý mấy chiếc xe lạ đậu trước bãi đậu xe nhà chúng tôi. Định vào thay quần áo rồi trở ra cho vịt ăn, bất ngờ nắm cửa nhẹ tênh, không khóa trái, bên trong đang là một tiệc nhậu: thằng bồ con gái tôi và hai người bạn của gã đang ăn uống.

Gã bối rối mời tôi, vừa giới thiệu mấy người bạn, nhìn cái mồm nhai nhồm nhoàm cùng mấy vệt máu tóe ra mép gã, tôi liếc vội xuống mấy cái chén, một luồng khí lạnh chạy dọc sống lưng làm tôi rùng mình, trên bàn, bên những chai bia lăn lóc, còn là một đĩa tiết canh đang ăn dở, và trong mấy cái chén thì đang nhòe nhoẹt những máu đỏ lòm. Gã lúng túng nói, "con có để dành cho cô trong tủ lạnh", không trả lời, cũng không kịp vào phòng cất túi xách, tôi quay ngoắt ra cửa, nhìn qua cái thùng giấy rồi chạy vội ra hồ. Hồ vắng ngắt, rộng mênh mông, mênh mông hơn bao giờ. Cố nén xúc động, vớt vát chút hy vọng mong manh, chỉ là một lầm lẫn thôi, tôi đuổi mắt khắp hồ một lần nữa, không bỏ sót những căn chung cư bên kia hồ, may ra chúng đang được ai đó tốt bụng cho ăn.

Tôi cất tiếng gọi vịt thường ngày, mấy tiếng "rú rú" như nghẹn ngào trên mặt hồ lạnh lẽo, vang xa...

Mùa đông còn mù mịt như sương mù trên mặt hồ buổi chiều vắng lặng. Tôi ngồi xuống một tảng đá lớn, hai chân bủn rủn cơ hồ không đứng dậy nổi.

Tôi thầm mong một điều chưa bao giờ mong, bầy vịt trời đang thiên di đến một phương trời ấm áp nào.

Đặng Kim Côn

em đang đứng giữa nắng chiều
hay là nắng sáng, mỹ miều như nhau
không cần ngó quẩn đâu đâu
khen phong cảnh đẹp khởi đầu từ em
lhoán.

KIỀU GIANG

CHUYẾN TÀU ĐỊNH MỆNH

*[Viết tặng nhà thơ Tô Thùy Yên,
nhân ngày giỗ đầu của anh 21-5]*

Ta về một bóng trên đường lớn
Thơ chẳng ai đề vạt áo phai
Sao bỗng nghe đau mềm phế phủ
Mười năm đá cũng ngậm ngùi thay.
Tô Thùy Yên

Bóng của hai người đàn ông đổ dài dưới ánh đèn hắt hiu vàng bệch, nhấp nhô trên mặt sân ga xi-măng lở lói bong tróc, lởm chởm đá. Đầu cúi thấp, họ lặng lẽ bước dọc theo đường ray hướng về phía bắc của nhà ga cũ kỹ, chỉ còn trơ trọi hai gian nhà nhỏ, mái ngói đã xỉn đen, vừa được vá từng mảng lớn, dấu tích của một thời bom đạn, một dành cho nhân viên gác tàu và một để đặt máy truyền tin.

Giá Ray, một cái tên nghe ngồ ngộ lạ tai, một cái ga xép, ở về phía bắc của thành phố Sài Gòn, trước 1975, nó còn nằm giữa rừng lá, nơi có thể ẩn nấp cho cả một sư đoàn, vùng oanh tạc trắng. Một nhà ga gần như đã hoang phế, lỗ chỗ những vết đạn đủ cỡ trên lưng, cũng may, nó không mang trong mình cái thân phận hủy diệt như bao nhiêu thứ khác ở xung quanh.

Đất ở đây lại rất màu mỡ, mới được khai hoang bởi những người vừa bị đẩy sang bên lề xã hội. Những ngôi nhà mọc lên với tường và mái được che bằng lá buông, lá cọ, xám một màu tiều tụy hoang sơ. Nhà ga giờ đây chỉ là nơi tránh tàu chứ không còn đón khách, nên không được trùng tu, cái vẻ hoang phế gần như dần dà phủ lên gương mặt nó.

Hai người đàn ông dừng lại khi đã cách nhà ga khoảng vài trăm mét. Ánh trăng thượng tuần không đủ sức tạo hai chiếc bóng trên bờ đất lẫn với đá sỏi của đường ray. Nếu nhìn từ xa, người ta chỉ nhận ra hai vệt tối mờ, in trên nền trời đêm mùa đông hiu quạnh của một vùng đất vừa mới hồi sinh.

Người đàn ông đứng tuổi, tóc hoa râm, ôm vai cậu thanh niên rồi kéo sát vào người. Những cơn gió cuối đông nghe thấm buốt, càng làm hiện rõ cái đêm hãi hùng đó trong đầu ông.

Ba năm sau ngày chế độ miền Nam sụp đổ, trên chuyến tàu chợ xuôi Nam, đến ga Mương Mán, một thiếu phụ trạc 25 tuổi, tay dắt một bé trai, khó nhọc, hấp tấp leo lên tàu, sau khi ném hai chiếc bao gai vào cuối toa. Người đàn bà có gương mặt thanh tú, dáng mảnh mai, nét đài các vẫn còn phảng phất trên đôi mắt đen ẩn dưới làn mi cong sâu thẳm, nước da trắng đã xanh xao mệt mỏi, nhưng thao tác khá nhanh nhẹn, sau khi đặt đứa con khoảng 3 tuổi ngồi trên dãy băng ghế đối diện với một người thanh niên, chị đưa mắt cho người đàn ông như muốn gửi đứa con, rồi vội vã đi ngược về phía cuối toa tàu, kéo hai cái bao gai chứa đầy cá khô, về nhét dưới gầm chiếc ghế mà đứa nhỏ đang ngồi, rồi ghé người ngồi sát bên cạnh. Chị đưa tay vén lại những sợi tóc mai xòa xuống mắt, rồi cúi hôn lên đầu đứa con, trước khi nó ngã gục vào lòng mẹ ngủ thiếp đi.

Người đàn ông lên tiếng:

- Chị xuống ga nào?
- Ga Giá Ray, chính xác là ở gần đó.
- Chị là người ở vùng Rừng Lá sao?
- Dạ... Nhưng không!
- Tôi chưa hiểu?
- Em không phải là dân Rừng Lá, nhưng đã là dân vùng này vì là diện "kinh tế mới".
- Chị phải đi kinh tế mới một mình với đứa bé sơ sinh?
- Vì là vợ sĩ quan ngụy, "gây nhiều tội ác"!
- Trước 75, anh ấy ở đơn vị nào?
- Đại úy chiến tranh chính trị sư đoàn 22.
- Chiến tranh chính trị thì không cầm súng, mà cũng không có quyền hành quyết ai?
- Người ta nói cầm bút như anh ấy, còn gây nhiều tội ác hơn người cầm súng. Anh ấy là một nhà thơ. Chắc nhà thơ làm chiến tranh chính trị, gây nhiều tội ác lắm phải không anh?

Người thanh niên tên Lâm nhìn xa xôi vào cánh rừng bạt ngàn lá buông lá cọ, xé gió chạy ngược với đoàn tàu ì ạch lướt tới trong đêm, trong đầu anh ngổn ngang những suy tư xuôi ngược xé nát cõi lòng. Hồi lâu, anh quay nhìn người thiếu phụ đáng thương và hình ảnh của người

yêu tên Thư lại hiện về lãng đãng trong anh, "cũng may, hồi ấy ta chưa cưới nàng", anh thầm lẩm nhẩm.
- Gây tội ác hay không gây tội ác thì cũng tùy quan điểm của từng người, từng chính thể. Người ta nói "bên này dãy Pyrénée là chân lý, nhưng bên kia là sai lầm" mà chị!
- Tội ác hay nhân văn, chắc cũng phải có mẫu số chung chứ?
- Vâng, đúng vậy, nhưng cái mẫu số chung ấy còn nằm trong tay của lịch sử...

Người thiếu phụ chìm trong cơn u buồn, gương mặt như người về từ cõi âm, gắng gượng hỏi:
- Còn anh, sao anh cũng vào đây?
- Khi tôi vào trại cải tạo được một năm, gia đình tôi cũng tự nguyện đi vào đây, nếu không muốn bị lưu đày lên vùng cao nguyên Dakto, theo sự chỉ định của chính quyền. Tôi ở trong trại KS 3 năm, mới vừa được thả ra cách đây một tháng, nay tôi vào thăm cha mẹ mình. Tôi cũng cùng số phận với chồng chị, nhưng thật tội nghiệp, anh ấy chắc phải ở lâu!

Người thiếu phụ trẻ gục đầu lên đứa con đang say ngủ, đôi vai rung lên, có lẽ là để nén tiếng nấc mà chị không muốn nó bật ra trước mặt người đàn ông vừa mới quen, khi nghĩ về những ngày tháng đơn thân nuôi đứa con trai 10 tháng tuổi, đã gần ba năm nay, trong căn chòi tranh tre nứa lá, ngày nắng lửa, đêm mưa dầm gió hú, hòa trong tiếng ễnh ương và tiếng chim rừng khàn giọng, như nhắc nhở một thời hồng hoang nào, xa xôi lắm.

Ít đêm nào tròn giấc, chị thường thức dậy nửa đêm, lặng lẽ đẩy liếp cửa sổ nhìn vào rừng sâu thăm thẳm, vào khoảng không vô tận. Nhìn đứa con thơ say ngủ, chị càng nhớ đến T. da diết. Nước mắt ràn rụa, chị nói trong khốn cùng, "Anh yêu ơi, anh đã từng bảo em rằng "văn chương cứu rỗi con người", như lời của văn hào Vargas Llosa, và đúng như vậy, những vần thơ của anh đã cứu cướp đi linh hồn em từ thuở 15, nhưng bây giờ, chính những vần thơ ấy, lại giam hãm đời anh vào ngục tối, chưa biết bao giờ mới thoát ra được, để đêm đêm em phải lịm dần trong khắc khoải chờ mong..."

Hồi lâu, người đàn bà ngẩng lên, những sợi tóc còn bê bết nước mắt trên gương mặt thanh tú xanh xao, dưới ngọn đèn leo lét như còn gắng gượng nhả những giọt sáng vàng vọt từ trên trần toa tàu, chị nhìn người đối diện hình như cũng đang chìm trong suy tư. Chị nghẹn ngào:
- Không biết em còn sống nổi cho đến ngày anh ấy trở về?
- Chị đừng quá bi quan, bi quan không phải là điều cần thiết cho chúng ta lúc này. Thượng đế luôn luôn chừa cho ta một cánh cửa, ta nên cố lách qua cánh cửa hẹp này. Anh ấy rồi sẽ về như tôi. Tôi tin rằng những nhà thơ không bao giờ bi quan, vì trong họ luôn hiện hữu một chân trời

mơ ước. Chị hãy cứng rắn lên vì chị còn cháu Nam để yêu thương và phải chăm sóc, còn có anh ấy, dù trong chốn lao tù, có lẽ không phút giây nào không hướng mắt về người vợ hiền, thủy chung đợi chờ, ánh mắt của chị sẽ xé toạc đêm đen để sưởi ấm lòng anh ấy. Đó là niềm hạnh phúc vô biên dù là trong hơi thở ngậm ngùi của sự kiên trung và lòng kiêu hãnh, thời gian sẽ dần xóa đi những tháng năm đen tối của đời người...

Lâm nhìn gương mặt ủ rũ của Thu Lan (tên thiếu phụ) đang thẫn thờ nhìn ra bóng đêm lướt qua thân tàu, rung từng nhịp trên đường ray già cỗi, trong lòng anh ngập tràn lo âu và thương cảm, anh chuyển câu chuyện sang hướng khác:

- Hình như chị đi buôn bán gì?

- Em mua cá khô từ Bình Thuận về vùng kinh tế mới này để bán, kiếm chút ít nuôi con. Ở đây dân nghèo lắm, chỉ ăn cá khô với rau rừng! Nguồn sống duy nhất của họ là lá buông và những khoai sắn trồng được, đem ra ngồi dọc theo quốc lộ bán cho khách qua đường trên các chuyến xe đò liên tỉnh.

- Nhưng sao chị phải giấu đút khổ sở quá vậy?

- Họ coi chúng em là loại người "phe phẩy", buôn lậu, nếu bị bắt sẽ bị tịch thu, có khi còn bị giam nữa! Em đã một lần bị lấy hai bao cá khô, em khóc hết nước mắt, đem thằng nhỏ này ra để làm "bùa hộ mệnh", nhưng họ vẫn không tha!

- Ôi cuộc mưu sinh trong tăm tối, khắc nghiệt quá!

- Nhưng em đâu còn cách nào khác! Tay yếu chân mềm, xuất thân từ một cô nữ sinh lớp 12, chỉ biết tung tăng nơi sân trường với bè bạn, lấy chồng chưa tới tuổi đôi mươi, chưa bao giờ biết đến cây cày, cây cuốc, bây giờ bị đẩy vào đây làm rẫy, làm sao em làm được, mà cũng không ai mướn, hơn nữa biết bỏ thằng nhỏ cho ai!

- Anh ơi, chút nữa đây, em và con em phải nhảy tàu.

- Nhảy tàu? Là sao?

- Hôm nay may quá, có anh xuống cùng ga, anh giúp em một tay nhé!

- Tôi sẵn sàng, nhưng có lẽ là nguy hiểm lắm, mình không nên đâu!

- Nếu đến ga, mình mới xuống, thì hai bao cá khô của em sẽ bị tịch thu. Do đó khi cách ga chừng 100 mét, tàu sẽ chạy chậm lại, em sẽ ném hai bao cá xuống, anh nhảy trước, em đưa thằng nhỏ này cho anh ẵm giùm và em sẽ nhảy theo cuối cùng, đi lượm hai bao cá, rồi mình cùng về. Lúc đó tàu chạy chậm lắm, em vẫn thường làm vậy, anh đừng lo!

Lâm nhìn người thiếu phụ trẻ mà lòng dâng trào nỗi lo lắng và thương cảm. Anh là đàn ông, nhưng chưa một lần dám mạo hiểm như vậy, hơn nữa cũng chưa có dịp nào để anh phải nhảy tàu, như cách mà những người phụ nữ buôn thúng bán bưng ở đây phải liều thân mình để kiếm chén cơm. Lâm ái ngại nhìn thiếu phụ:

- Vậy khi nào thì mình nhảy?

Anh chuẩn bị đi, đến nơi em sẽ nói. Từ chỗ mình xuống, xuôi theo con đường mòn chừng 200 mét, cái chòi lá một gian là nhà của em, chắc nhà cha mẹ anh cách nhà em cũng không xa...

Mọi người trên tàu chắc còn đang ngái ngủ, con tàu hờ hững huýt còi tiến vào sân ga, còn Lâm thì rú lên, "Trời ơi, Thu Lan, chị có sao không?", nhưng tiếng kêu thất thanh đó chỉ rơi vào khoảng không lạnh lùng, dưới màu sương mờ đục ánh trăng rằm cuối đông, nàng vẫn đang hôn mê, mặt úp sấp xuống mặt đá lởm chởm, máu không ngừng rỉ ra từ vết rách dọc theo cổ, có lẽ là do cái bàn đạp sắt lên xuống tàu cắt qua, khi Thu Lan ngã sấp, đầu va mạnh xuống đất, do cái áo lạnh vướng vào cần tay nắm. Lâm ngồi bệt xuống đất, xé chiếc áo sơ mi trắng đang mặc, quấn chặt quanh đầu nạn nhân, đặt đầu chị lên đùi của mình rồi gào to, để may còn có người đến giúp, nhưng sự gào thét của anh cũng chỉ rơi vào khoảng không lạnh lùng. Thằng bé, có lẽ không hiểu được câu chuyện, nhưng thấy mẹ nằm bất động, nó ôm mẹ khóc thảm thiết, "mẹ ơi, mẹ ơi... mẹ đừng chết bỏ con..., tiếng rên của thằng bé cũng mất hút vào từng cơn gió đông nghẹn ngào.

Giữa khu rừng mênh mông, không còn biết kêu cứu ai, Lâm xốc Thu Lan lên vai đi về phía căn chòi của chị, tay dắt thằng bé vừa đi theo vừa khóc "mẹ ơi... mẹ ơi...". Trong nỗi đớn đau tuyệt vọng, người thanh niên cũng không ngăn nổi dòng lệ trào lên đôi mắt, mà bao nhiêu năm nay anh chưa nếm trải, kể cả trong những ngày cầm súng, thường xuyên đối diện với cái chết.

Người thiếu phụ nước da trắng bệch, hơi thở thoi thóp trên chiếc chõng tre lót lá, có lẽ đang cố hết sức để chống lại tử thần. Trước khi trút hơi thở cuối cùng dưới mái chòi lá buông, trong khu rừng tràn ngập hoang vu, đã cố hết sức hé đôi mắt tím bầm đẫm lệ, một tay yếu ớt ôm đứa con vào lòng, một tay nắm áo Lâm, thì thào: "Em gửi cháu Nam lại cho anh... Xin anh hãy nhận làm cha thứ hai của nó... Mai mốt anh T. về..., anh trao lại cho cha của nó..., xin anh nhắn lại với anh ấy rằng... em xin lỗi,... vì không thể chờ anh ấy được. Dưới suối vàng em nguyền tạc dạ ơn anh!". Nàng buông đứa con thơ khỏi tay mình, khi nó còn chưa hiểu rằng mẹ nó sẽ ra đi vĩnh viễn. Nhưng một sức mạnh siêu hình nào đó cũng làm cho nó ôm chặt người mẹ xấu số, gào lên nức nở. Vạn vật như chìm vào bóng đen thăm thẳm trước mặt Lâm, anh cúi xuống ôm lấy thiếu phụ, "Thu Lan ơi, giữa cái mênh mông nghiệt ngã của số phận, tôi đành bất lực, tôi có tội với chị và với anh ấy!".

Hai người đàn ông mở cửa bước vào căn nhà mà 25 năm trước họ đã tiễn đưa người thiếu phụ xấu số ra đi trong tức tưởi giữa tuổi thanh xuân. Nhưng hôm nay trở về, trên chiếc bàn thờ bằng mi-ca chân sắt đơn sơ, lại có đến hai tấm bài vị của đôi vợ chồng, hình như họ đang nhìn nhau mỉm cười vào lưng của thế cuộc. Nam quỳ xuống ôm hai tấm bài vị, gục đầu khóc nức nở. Hồi lâu, cậu ngẩng nhìn lên hai tấm liễn vải thô màu trắng treo trên vách hai bên bàn thờ, đọc những câu thơ nhói lòng của cha mình để lại, người cũng đã ra đi cùng với mẹ, sau hai năm cậu theo người cha nuôi đến xứ người: *"Ta khóc tạ ơn đời máu chảy/ Ruột mềm như đá dưới chân ta/ Mười năm chớp bể mưa nguồn đó/ Người thức mong buồn tự cõi xa...*

*"Ta về như lá rơi về cội/ Bếp lửa nhân quần ấm tối nay/ Chút rượu hồng đây xin rưới xuống/ Giải oan cho cuộc biển dâu này..."**

Sau hơn mười năm "mặt sạm soi khe nước", để "hóa thân thành vượn cổ sơ"*, người tù, nhà thơ tên T. được thả về từ núi rừng, với tấm thân xiêu vẹo trên đôi nạng gỗ của thời gian. Hôm được ra trại, không biết ghi địa chỉ ở đâu, cuối cùng, anh ghi vào hồ sơ: "Rừng lá, Xuân Lộc...", vỏn vẹn chỉ có thế. Cũng may, còn lại cái xum mái lá để anh ghi vào hồ sơ của người được "khoan hồng", cái địa chỉ mông lung, không khác gì người ta nói là về âm phủ, chung chung!

Chỉ một năm sau ngày trở về, anh được đi định cư ở Mỹ theo diện HO ưu tiên vì bị thương tật, nhưng anh nhất định ở lại cùng Thu Lan, người vợ mà anh biết rằng trong từng giấc chiêm bao của nàng đều có hình bóng của anh. Anh ở lại với cái mái lá mà nàng và đứa con dại mới 10 tháng tuổi đã núp dưới búa rìu của nhân gian, gần 4 năm trời, trong những đêm mưa rừng như trút nước, người yếu vía có thể nghĩ đến một trận hồng thủy. Anh ở lại với cánh rừng lá buông bạt ngàn nắng lửa mưa dầm, trên lưng hứng chịu không biết nhiêu tấn bom đạn của một thời đất nước nồi da xáo thịt. Anh ở lại, để đêm về được ôm tấm di ảnh của Thu Lan bên mình, một thời là hoa khôi của một trường trung học. Anh ở lại để mỗi sớm mai anh được thắp nén hương lên ngôi mộ đất với bát hương làm bằng vỏ đạn, để tạ lỗi với nàng. Và anh ở lại để đêm về được nghe tiếng rít của chiếc bánh sắt nghiến vào nỗi đau khôn cùng của anh, tiếng còi của chuyến tàu định mệnh, không chỉ là định mệnh của anh và Thu Lan, mà còn là định mệnh cho cả cuộc bể dâu này. Anh sẽ mãi mãi nằm lại trong nấm đất của quê hương, nơi rừng thiêng, bên cạnh người con gái anh yêu...

Kiều Giang

Sài Gòn, những ngày gió bão tháng 3-2020.

** TA VỀ, thơ Tô Thùy Yên.*

ĐOÀN PHƯƠNG

GIÁ TRỊ NHÂN BẢN TRONG BÀI THƠ CHIỀU TRÊN PHÁ TAM GIANG CỦA TÔ THÙY YÊN

Có một lần tôi tình cờ được đọc và vô cùng thích thú với bài thơ CÁNH ĐỒNG CON NGỰA CHUYẾN TÀU của Tô Thùy Yên. Nhưng tôi cũng chỉ mới "cảm thấu" được phần nhỏ nội dung bài thơ. Vài dòng tôi viết cũng vụn vặt, non nớt mà thôi, rằng bài thơ mô phỏng cuộc rượt đuổi liên tục, khốc liệt của "con ngựa với chuyến tàu...". Một thước phim sống động. Cách gieo vần "au" tạo giọng điệu vui tươi, tràn trề hy vọng. Nhịp thơ nhanh, mạnh, như nghe được nhịp vó câu phi "thật mau, thật mau", con ngựa đang hào hển lao theo tốc độ con tàu... Nhưng con ngựa không thể bắt kịp con tàu... Bài thơ được sáng tác từ 1956. Đằng sau cuộc đua gợi lên một trường liên tưởng về sức mạnh của cơ giới hóa, hiện đại hóa và tư tưởng nông dân bảo thủ, lạc hậu. Thế kỷ 21, đọc bài thơ có từ 1956, mà vẫn thấy ngỡ ngàng, cuốn hút bởi giọng điệu mới lạ, riêng biệt của Tô Thùy Yên.

Tôi nghĩ mình sẽ tiếp tục đọc và viết về Tô Thùy Yên. Vậy mà mãi đến hôm nay tôi mới đọc một bài thơ nổi tiếng của ông. Rất xúc động! Cảm xúc trong thơ khốc liệt và dấu ấn nó để lại thì đậm sâu. Tôi không biết có thể gọi nó là trường ca hay không. Đó là bài CHIỀU TRÊN PHÁ TAM GIANG.

Thoạt đầu tôi còn tưởng ông là nhà thơ miền Bắc dù thơ Tô Thùy Yên có khác biệt với những bài thơ mà tôi đã biết. Hóa ra ông là người miền Nam, mà là "lính Ngụy" nữa. Ông viết CHIỀU TRÊN PHÁ TAM GIANG năm 1972, khoảng thời gian mà tôi còn quá nhỏ để hiểu những gì đang diễn ra khi đó. Nhưng tâm trí thì còn đọng lại vài ký ức khủng khiếp. 1972 là năm trong khu xóm nơi tôi ở liên tiếp có những đám ma người tử trận. Có gia đình nhận được xác người thân đã thối rữa. Bạn tôi còn thò lò mũi xanh, đeo khăn tang đi học, cả nhà nó vừa chôn cất hai quan tài một lúc, là cha và anh nó... Khu xóm nhỏ, khi những đám ma đi qua, mọi người hai bên đường hay lẳng lặng đứng nhìn. Quan tài đi trước. Người thân quần áo, khăn sô trắng theo sau, vật vã khóc than. Cảnh ấy gieo vào lòng tôi nỗi ám ảnh, sợ hãi không tên. Cô giáo dạy chúng tôi phải cúi chào người đã khuất, thế thôi. Chỉ biết là tang tóc vậy thôi, không hiểu điều đó có ý nghĩa gì cao siêu hơn. Hôm nay, những hình ảnh ấy hiện lên rõ mồn một...

Cũng hôm nay tôi mới thực sự "nhìn thấy" hình ảnh người lính không quân VNCH đang tuần tra hay chuẩn bị tấn công bằng trực thăng (?). Từ trên không, anh ta nhìn xuống phá Tam Giang:

Chiếc trực thăng bay là mặt nước
Như cơn mộng nhanh
Phá Tam Giang, phá Tam Giang
Bờ bãi hỗn mang, dòng bát ngát
Cát hôn mê, nước miệt mài trôi

Thật lạ lùng, cảnh sông nước thường xinh đẹp, hiền hòa, nhưng ở đây nó "hỗn mang" như "cơn mộng" (có lẽ là ác mộng). Như người bệnh trầm kha, dòng chảy của nó mệt lả "miệt mài", bờ cát nằm lặng im "hôn mê".

Bởi vì anh đến đây không phải để du ngoạn, mà với nhiệm vụ và tâm trạng nặng nề: điều gì sẽ diễn ra khi "ta" và "địch" đối đầu? Vậy nên anh chợt nhớ "câu ca dao sầu vạn cổ". Từ xa xưa, trong dân gian đã lấy một vế trong ca dao và sử dụng như tục ngữ, thành ngữ: "Truông nhà Hồ, Phá Tam Giang" để chỉ nơi hoang vu, địa thế hiểm trở và nạn cướp bóc hoành hành. Nhưng cũng có câu ca dao khác:

Phá Tam Giang ngày rày đã cạn
Truông nhà Hồ, Nội tán cấm nghiêm

Câu ca dao ca ngợi công lao của ngài Nội tán Nguyễn Khoa Đăng, thuộc hạ của chúa Nguyễn Phúc Chu, có công dẹp yên giặc giã trên sông Tam Giang.

Tô Thùy Yên nhắc đến câu ca dao ấy để diễn đạt một ý khác:

Ngươi há chẳng thấy sao
Phá Tam Giang, phá Tam Giang ngày rày đâu đã cạn?

Dù phá Tam Giang bây giờ rất thơm, rất đẹp:

Chiều giòn tan, nắng đọng nứt ran ran
Trời thơm nước, thơm cây, thơm xác rạ
Thơm cả thiết tha đời

Trên sông, có những ghe thuyền đang "quần tụ" qua lại. Nhịp sống thanh bình, yên ả. Nhưng than ôi, những ghe thuyền kia đâu hay biết bất cứ lúc nào thảm cảnh cũng có thể xảy ra: hàng thùy dương gãy rũ, "Từng cây như nỗi bất an già", những hàng cây chà nước "Từng hàng như nỗ lực lao đao", những ngôi nhà trốc nóc "Từng ngôi như mặt đất đang gào".

Không bình yên chút nào! Tiếng cánh quạt phi cơ quay vù vù tạo ra những trận cuồng phong dũng mãnh nhưng không làm người phi công phấn khích mà cảm thấy như bị gió quất vào mặt, buồn đến thẫn thờ:

Rào rào trận gió nhám mặt mũi
Rào rào trận buồn ngây chân tay

Người lính đang nghĩ đến dân lành vô tội, đến những phận người "lỡ bước", "nhỏ nhoi"; những sinh vật, sinh mạng ở bên dưới. Nên cảnh dân cư sinh hoạt trên sông hiền hòa như "trẻ nhỏ" nhưng sao không khí căng thẳng như trong phim kinh dị, đối phương cũng có thể trà trộn trong đó:

Ta ngó thấy ghe thuyền quần tụ
Từng đoàn như trẻ nhỏ ghê ma

Câu hỏi là: Vì sao như thế?

Vì sao ngươi tới đây?
Hỡi gã cộng quân sốt rét, đói
Xích lời nguyền sinh Bắc, tử Nam
Vì sao ta tới đây?
Lòng xót xa, thân xác mỏi mòn
Dưới mắt người làm tên lính ngụy

Ví dầu ngươi bắn rụng ta
Như tiếng hét
Xé hư không bặt im
Chuyện cũng thành vô ích
Ví dầu ngươi gục
Vì bom đạn bất dung
Thi thể chẳng ai thâu
Nào có chi đáng kể
Nghĩ cho cùng, nghĩ cho cùng
Ví dầu các việc ngươi làm, các việc ta làm
Có cùng gom góp lại
Mặt đất này đổi khác được bao nhiêu?

Ta phá lên cười, ta phá lên cười

Khi tưởng tượng ngươi cùng ta gặp gỡ
Ở cõi âm nào ngươi vốn không tin
Hỏi nhau chơi thỏa chút tính bông đùa:
Ngươi cùng ta ai thật sự hy sinh
Cho tổ quốc Việt Nam - một tổ quốc...?
Các việc ngươi làm
Ngươi tưởng chừng ghê gớm lắm
Các việc ta làm
Ta xét thấy chẳng ra chi
Nên ngươi hăng điên, còn ta ảm đạm
Khi cùng làm những việc như nhau

Ta tự hỏi vì sao
(Còn ngươi, có bao giờ ngươi tự hỏi?)
Và ta tự trả lời
(Có bao giờ ngươi tự trả lời?)
Chúng ta khác nào cánh quạt phi cơ
Phải quạt, phải quạt
Chỉ vì nó phải quạt
Ta thương ta yếu hèn
Ta thương ngươi khờ khạo
Nên cả hai cùng cam phận quay cuồng
Nên cả hai cùng mắc đường Lịch Sử
Cùng mê sa một con đĩ thập thành

Những câu hỏi và những câu trả lời đan xen đầy tính suy tưởng, tính triết lý và đầy bi kịch. Những câu hỏi và trả lời tưởng như không phân định đúng sai, tưởng như vô nghĩa, tưởng chẳng giải quyết được gì, nhưng người đọc vẫn nhận ra bản chất vô lý, oái oăm của cuộc chiến tranh.

Nét "Người" nhất trong thơ Tô Thùy Yên đó là cảm hứng tình yêu. Tình yêu ở đây không chỉ là xót thương đồng bào vô tội, mà còn là tình yêu đôi lứa. Trước giờ sinh tử, người lính nhớ người yêu. Không còn gì Người hơn, trẻ trung hơn, chân thật hơn. Hình ảnh người yêu hiện lên trong tâm trí anh. Khi là cô đang đọc sách ở thư viện, khi cô đi rong chơi, khi cô thức muộn để ôn thi. Anh có vẻ rất hiểu cô vì anh như đọc được những gì cô nghĩ. Anh biết cô thường nghĩ tới tương lai, nghĩ tới người mẹ đăm chiêu, nghĩ tới đứa em nghịch ngợm, nghĩ tới đủ thứ chuyện linh tinh mà "cô gái nào cũng nghĩ tới". Thật dễ thương! Nhưng thật tội nghiệp khi cô nghĩ tới người yêu:

Rồi nghĩ tới anh, nghĩ tới anh
Một cách tự nhiên và khốn khổ

Tôi thích nhất hai chữ "tự nhiên" và "khốn khổ". Đó là những lúc không gian tự nhiên gợi buồn và lãng mạn nhất. Là lúc trời đang mưa, cô gái nép mình dưới hàng hiên sướt mướt, nhìn bong bóng nước chạy trên hè... Hoặc cô vào một quán nước quen, nơi họ thường hò hẹn. Tự nhiên thấy lẻ loi, tự nhiên thấy vắng anh "Giữa những đám ghế bàn quạnh quẽ". Thế là tự nhiên cô bật khóc. Sao có thể không khóc và không khốn khổ cho được khi nghĩ tới điều mà cô không dám nghĩ: lỡ chiến tranh cướp người yêu của cô đi mất! Nỗi khốn khổ vì những hy sinh, đau thương, mất mát là quy luật tự nhiên và chính đáng của loài người sao có thể phủ nhận, bóp chết được nó và tại sao phải triệt tiêu thứ tình cảm vốn rất Người như vậy?

Quả là khốn khổ! Nhịp sống và con người trên phá Tam Giang và nơi phố thị mà nhà thơ miêu tả đã phản ánh về những miền đất thanh bình mà ông buộc phải cầm súng chiến đấu và bảo vệ lãnh thổ. Người lính VNCH ra trận cũng nhận thức rõ cái chết đang rình rập, cũng sẵn sàng chiến đấu, cũng nuối tiếc thanh xuân. Những lời anh thầm nói với người yêu cũng giống như lời từ biệt:

Anh yêu em, yêu nuối tuổi hai mươi
Rực chiếu bao nhiêu giấc mộng đua đòi
Như những mặt trời con thật dễ thương
Sẽ rơi rụng dọc đường lên dốc tuổi
Mỗi sáng trưa chiều tối đêm khuya
Anh yêu em, yêu nuối tuổi hai mươi
Coi chuyện đó như lần đi tuyệt tích

Đặc biệt ở hai đoạn thơ cuối, nhà thơ như độc thoại với một kẻ mà có lúc ông gọi bằng "Mày", bằng "Gã hề". Tâm trạng của nhân vật này rất rối loạn: nhìn con nước xiết bờ bãi ngổn ngang hắn chỉ lặng câm, nhưng đầu óc thì nghĩ tới những công trình "mày" có thể hoàn thành rồi bỏ dở, nghĩ tới kiếp người, có lúc nghi hoặc, lúc kinh sợ, lúc chua cay, lúc nghĩ tới ẩn cư, lúc nghĩ tới tuổi già vô tích sự... Và kinh khủng nhất là nghĩ tới cái chết:

Cái chết lâu như nỗi héo hon dần

Phải sẵn sàng và phấp phỏng, chờ đợi, chờ đợi cái chết đến "héo hon" thì sao không "bực bội", "kinh sợ" cho được. Đến nỗi gã hề cầu mong cái chết có đến thì đến nhanh đi, để tuần hoàn kiếp khác:

Gió thổi thêm đi, gió thổi thêm đi
Cho cỏ cây mau chết, mau hồi sinh

Cả hai khổ thơ khiến tôi liên tưởng đến tâm trạng nhân vật Kiên trong "Nỗi buồn chiến tranh" của Bảo Ninh. Thật ám ảnh! Có khi nào truyện của Bảo Ninh lấy ý tưởng từ bài thơ này???

Nhưng "Mày" là ai? "Bầy ác thú" là ai? Là người lái trực thăng "dớn dác ngó" xuống biển cạn để tìm diệt đối phương? Hay ngược lại, người đang lẩn khuất giữa dân thường, giữa rừng cây rậm rạp bên sông "dớn dác ngó" lên trời để ẩn núp hay bắn rụng trực thăng? Mọi suy diễn đều đúng, đều khốn khổ, đều tàn nhẫn, khủng khiếp!

Bao nhiêu năm "giải phóng" là bấy nhiêu năm tôi được học hành, được hun đúc văn thơ XHCN. Thì tôi thấy thơ Tô Thùy Yên thật khác với thi ca mà tôi được truyền thụ, kiểu như: Đường ra trận mùa này đẹp lắm, Quét sạch nó đi lời bác vang lệnh tấn công, Má thét lớn tụi bay đồ chó/ cướp nước tao cắt cổ dân tao...

Thơ Tô Thùy Yên viết về chiến tranh không hùng hồn, khoa trương, chát chúa như vậy, mà từ tốn, ngẫm nghĩ, đớn đau.

Đến mấy mươi năm sau "giải phóng", người ta mới thấy xuất hiện chỉ một vài cây bút "lại hiền như xưa", lại tìm về giá trị đích thực của văn chương là tính NHÂN BẢN, chẳng hạn truyện của Bảo Ninh, Nguyễn Minh Châu... thơ của Nguyễn Duy, Trần Mạnh Hảo...

Xin kết lại bài viết bằng một nhận định về thơ Việt Nam sau 1975 của tác giả Nguyễn Hữu Công, dù nhận định còn chưa rõ ràng, rành mạch lắm về "sử thi" và "lịch sử", về "chính trị" và "nhân bản":

"Sau năm 1975, cùng với hiện thực đa chiều, con người được nhìn nhận trong hoàn cảnh xã hội cụ thể với muôn mặt tốt - xấu, thiện - ác đan xen. Đặc biệt với sự thức tỉnh và trỗi dậy của cái tôi, quan niệm về con người cá nhân trở lại trong văn học nhưng phát triển ở một tầm cao mới so với văn học giai đoạn trước. Có thể nói, văn học thời kỳ này đã đưa con người về đúng vị trí và bản chất vốn có của nó. Nếu trước đây với cảm hứng sử thi, văn học chủ yếu quan tâm đến con người trong các vai trò xã hội, thì cảm hứng chủ đạo trong các sáng tác của các tác giả thời kỳ này là cảm hứng nhân bản."

(Nguyễn Hữu Công - THƠ VIỆT NAM 1975 - 1985 VIẾT VỀ CHIẾN TRANH SAU CHIẾN TRANH - Tạp chí Khoa học và Công nghệ, trường Đại học Khoa học Huế - tập 18, số 3, 2021)

Vâng, nhân bản! Thì phong trào Nhân Văn Giai Phẩm ở miền Bắc, văn học miền Nam trước 1975 nói chung và thơ Tô Thùy Yên nói riêng, đã hướng tới NHÂN BẢN từ đầu thế kỷ 20 rồi.

05-06-2023

Đoàn Phương

TIỂU LỤC THẦN PHONG

EM XẨM TIỀU

Cách đường lớn có mấy mươi mét mà con hẻm 69/3/17 này là cả một thế giới khác. Chùa Ông Bổn nằm ngay ngã ba giao nhau của mấy con hẻm luôn, từ đây tỏa ra và chạy quanh quẹo sâu vô trong những xóm nhỏ khác nữa. Những con hẻm ở đây cả ngày chẳng có nắng rọi, chỉ trừ lúc giữa trưa, những ngôi nhà cao tầng bao quanh ở mặt tiền che chắn hết nắng trời. Cái không khí mát dịu hơn bên ngoài nhưng cũng rất ủm thủm ẩm thấp.

Hậu đến đây đã nhiều lần nhưng vẫn không làm sao nhớ nổi hết lối đi, cứ mò mẫm men theo lối quen thuộc nhất là từ cầu Ba Li Kao mà vô, đi lớ ngớ là lạc đường cứ chạy vòng vèo mất thì giờ. Bạn của Hậu là Diệc Thành, một thằng bạn người Tiều chánh gốc, hai đứa chơi thân với nhau. Lần đầu Hậu biết xóm này là vì theo nó đi thăm bà cô họ của nó. Nó kêu bả là cô Phùng, người Việt mình kêu là Phượng, bà già Tiều răng rụng gần hết nên móm sọm, tóc cắt ngang vai, lúc nào cũng mặc bộ đồ xá xẩu truyền thống của người Tiều. Cô Phùng dễ thương, hiền lành nhưng phải cái tật nói liệu. Lần đầu gặp cô Phùng, bả xổ một tràng tiếng Tiều làm Hậu điếc luôn. Diệc Thành mới nói với bả:

- Cô Phùng à, bạn con người Việt Nam, nó hổng biết tiếng Tiều đâu!
- Ây da, vậy hả? Mà sao nị làm bạn với nó được?
- Cô Phùng, nhà nó ở gần nhà con mà, lâu rồi cô Phùng hổng tới nhà con nên quên hết.

Diệc Thành nói xong đem mấy món đồ ra đưa cho cô Phùng. Bà già nhìn thấy có vẻ thích thú, cười híp mắt:

- Tó chè, tó chè! Ây da, ông Dậu tốt với Phùng quá!

Cô Phùng cầm tay Diệc Thành lắc lắc rồi quay qua Hậu:

- Xính xáng nị cành lồi hủ mé?

Hậu hổng hiểu, nhìn Diệc Thành cầu cứu, Diệc Thành cười:

- Cô Phùng hỏi mày ăn uống gì chưa đấy!

Diệc Thành lại nhắc cô Phùng:
- Cô Phùng à, bạn con hổng biết tiếng Tiều đâu!
- Ây da, ngộ lại quên nữa rồi, xúi quẩy thiệt đa, ngộ già dồi nên trí óc nó hổng còn ngon lành nữa.
Hậu vỗ vỗ bàn tay gầy guộc xương xẩu với làn da trắng thiếu nắng của cô Phùng:
- Hổng có sao cô Phùng, con là bạn của Diệc Thành mà.
- Ây da, dỉm tu tắc, ây da, sao cũng được mà!

Cô Phùng hồi trẻ chắc đẹp lắm, giờ già rồi mà đường nét trên mặt vẫn còn rất rõ. Cô Phùng sống với cô con gái là cô Lìn trong căn nhà nhỏ và cũ xì, khói muội ám đen cả đồ vật, mọi thứ trong nhà cứ như đồ của hai thế kỷ trước. Căn nhà ẩm thấp tối tăm, ánh đèn neon nhợt nhạt bật cả ngày đêm, thời gian dường như đọng lại ở trong ngôi nhà này và cả những ngôi nhà khác ở trong mấy con hẻm quanh đây. Còn đang mải ngắm nghía và suy tưởng lung tung, chợt cô Lìn từ nhà sau bước ra, cô Lìn mặc bộ đồ rộng rinh, mặt bôi phấn hồng hồng, miệng cười lỏn lẻn.
- Ây da, Diệc Thành mới tới hả? Vậy còn đây là ai?
- Chế à, bạn của Diệc Thành
- Ây da, đẹp chai quá chời luôn!
Nói nhiêu tiếng Việt đó xong cô Lìn xổ toàn tiếng Tiều với Diệc Thành, Hậu đực mặt nghe chứ có hiểu gì đâu, chẳng qua Hậu biết chào hỏi chút chút thôi. Bất chợt cô Lìn nằm xoải ra giữa nhà, tay chân co giật nhẹ, miệng méo xẹo, hai mắt nhắm nghiền. Hậu hoảng kinh ngỡ cô Lìn trúng gió hay mắc kinh phong. Cô Phùng và Diệc Thành thì thản nhiên như chẳng có gì xảy ra. Diệc Thành nói với Hậu:
- Cậu lại ôm chế một cái đi!
- Í, đâu có được, chế của mầy cũng là chế của tao, sao làm vậy!
- Không sao đâu, hổng có ý bậy bạ gì đâu. Mầy ôm một cái là làm phước đó! Chế mắc bệnh đàng dưới, thỉnh thoảng bị lên cơn nhất là những khi gặp trai đẹp. Những lúc ấy chỉ cần có đàn ông con trai ôm nhẹ một cái cho có mùi đàn ông thì sẽ khỏi ngay.
Hậu thấy thật khó xử, nhưng người ta đang như vậy mà không giúp cũng không được, nên miễn cưỡng bước lại ôm cô Lìn. Quả thật cứ như phép mầu, chỉ chốc lát là cô Lìn tỉnh lại cười nói huyên thuyên như thể chưa xảy ra chuyện gì.
Ra khỏi nhà cô Phùng, Hậu nói với Diệc Thành ghé vô chùa Ông Bổn chơi, đi qua nhiều lần mà chưa bao giờ vô. Chùa nhỏ xíu chứ hổng lớn như miếu Nhị Phủ, trong ngoài chùa toàn tiếng Tàu. Hậu hổng

đọc được, chánh điện có quá nhiều tượng. Hậu chỉ biết có mỗi tượng Quan Công và ông nhật bà nguyệt trên nóc, tiếng là chùa nhưng hổng thấy thờ Phật, chỉ thấy Ông Bổn và mấy vị thần người Tàu thôi. Chùa có năm bà già Tiều, giống hệt cô Phùng, tuổi cũng trạc vậy. Diệc Thành nói mấy bả cô đơn nên ở nhờ chùa và cũng là người chăm nom đèn đóm hoa quả, quét dọn chùa luôn. Thực phẩm thì có mấy đại gia tộc Trần và những xì thẩu khác cung cấp.

oOo

Hậu lên Sài Gòn ở nhờ nhà dì Tư để đi học, nhà dì Tư là láng giềng thân với nhà Diệc Thành, hai đứa trạc tuổi nhau nên chơi thân luôn. Nhà Diệc Thành là đầu mối bỏ hạt keo PP, PE cho xưởng túi nylon của nhà dì Tư, mỗi tuần Diệc Thành đến nhà dì Tư để cộng sổ thâu tiền. Hai thằng gặp nhau, nói chuyện linh tinh hạp tánh và nó dạy cho Hậu những câu tiếng Tiều thông dụng hàng ngày. Những lúc rảnh nó ghé qua chở Hậu đi chơi. Hậu thích ngắm nghía phố phường nên nó chở Hậu đi khắp các ngõ ngách của Chợ Lớn. Nhờ vậy mà Hậu khám phá ra một thế giới khác biệt với xã hội người Việt, một thế giới lắng đọng trầm tích ở đằng sau những con đường sầm uất ở bên ngoài. Một thế giới tĩnh lặng gần như thời gian ngừng trôi, rất khác với sự hào nhoáng của mặt tiền Đồng Khánh, Châu Văn Liêm, Lê Quang Sung, Hải Thượng Lãn Ông, Tuệ Tĩnh, Dương Công Trình... Những xóm nhỏ người Hoa vô cùng đông đúc, nhà cửa ken kín, những xóm người Hoa cứ như là những tiểu trấn bên Tàu từ thời xa xưa. Dưới quê của Hậu vốn khác với Sài Gòn, chưa bao giờ thấy những xóm toàn người Hoa như thế, đừng nói là dưới quê, ngay cả Sài Gòn trung tâm cũng khác hẳn với Chợ Lớn. Phải nói Chợ Lớn và những hẻm phía sau đường lớn là một thế giới khác biệt đã làm Hậu mê mẩn, ngoài ra những món ăn của người Tàu cũng kích thích Hậu, Hậu quất không chừa món nào từ mì xào, hủ tiếu xào, bột chiên, tào phớ, chí mà phù, lục tàu xá, xá bấu, coóng xại... món nào cũng ngon bá cháy luôn. Người Việt cũng biết làm mì xào nhưng không thể nào ngon bằng, cho dù có là nhà hàng sang trọng cũng không bằng dĩa mì xào lề đường ở Chợ Lớn. Ngon quá, ăn cỡ nào cũng không hết thèm nhưng ngon hơn như thế nào thì Hậu hổng biết tả.

Một lần Diệc Thành chở Hậu về nhà nó chơi, gặp bữa cơm vậy là ăn luôn. Hậu thấy nồi cháo trắng đặc sệt to tướng trên bàn. Cháo trắng ăn với củ cải muối, xá bấu, cải cà na, coóng xại... ăn cháo trắng mà lại ăn bằng đũa. Hậu thấy lạ quá, Diệc Thành nói:

- Người Tiều giàu hay nghèo cũng đều ăn cháo trắng, ăn hàng ngày, có người ăn cả ba buổi trong ngày.

Vậy ra cháo trắng là món đặc sản quốc hồn quốc túy của người Tiều, dù ở đâu, dù đi đâu thì người Tiều cũng luôn ăn cháo trắng. Những xì thẩu của Chợ Lớn ăn không thiếu món ngon vật lạ gì trên đời nhưng trong bữa ăn vẫn có chén cháo trắng.

Nhà Diệc Thành là một xì thẩu ở Chợ Lớn, cả nhà nói tiếng Tiều với nhau, chỉ nói tiếng Việt khi giao tiếp với người Việt. Ngoài A Dánh là ba và A Má là mẹ, Diệc Thành có cô em gái kề rất đẹp, đẹp như sách vở viết vậy, con nhỏ trắng phỉu, má hồng hồng, hổng biết ra đường ăn mặc sao chứ ở nhà cứ mặc mấy bộ đồ sặc sỡ bông hoa như mấy cô xẩm Tiều trong phim bộ Hồng Kông. Lần đầu gặp ẻm, Hậu thích ghê luôn vậy đó:

- Nỉ hạo, nị đẹp quá, tui tên Hậu.
- Nỉ hạo, anh là cháu dì Tư hãng túi nylon Hồng Ký phải không?

Hậu hơi bất ngờ vì sự dạn dĩ và mau miệng của ẻm. Hậu cứ ngỡ ẻm bẽn lẽn, mắc cỡ như những cô gái ngoan ở nhà. Hậu trổ tài miệng lưỡi:

- Diệc Thành là bạn anh, vậy mà nó xạo, nó nói em đẹp

Đến lượt ẻm hơi bị thốn, vẻ mặt hơi chững lại nhưng vẫn tự tin:

- Bộ em xấu hả?
- Không phải vậy, phải nói là rất đẹp, đẹp bá cháy luôn, chỉ nói đẹp là xạo, là dìm hàng con người ta

Ẻm được khen nên thích chí cười nắc nẻ, vẻ mặt tươi như hoa và hồng hào như đánh phấn:

- Con trai "Diệt" Nam dẻo miệng dễ sợ.

Hậu và ẻm đang nói chuyện ngon lành thì Diệc Thành xía vô:

- Hậu, mầy bán đứng tao để tán Kíu Cúa em gái tao?
- Hổng phải, tao chỉ đính chính thôi, mầy nói Kíu Cúa đẹp nhưng thật ra phải nói là rất đẹp mới đúng.

Bấy giờ đang giấc xế, mọi người bắc ghế ngồi ngoài hiên chơi, trời nắng chang chang nhưng chẳng nhằm nhò gì. Có lẽ mọi người cũng quen với cái nắng Sài Gòn kể từ khi sanh ra rồi. Hậu rủ:

- Tụi mình xuống Nguyễn Tri Phương ăn bò bía nha?

Gì chứ nói chuyện ăn hàng thì xưa nay chưa có ai từ chối bao giờ, Diệc Thành chở Kíu Cúa bằng chiếc Attila mới cáu, Hậu chạy song song bằng chiếc Future. Người ta nói con gái ăn ít giữ eo hoặc nói chữ "nữ thực như miêu", điều này hình như hổng đúng với Kíu Cúa. Em quất thiệt tình luôn, những ngón tay thon dài túm cuốn bò bía quẹt tương rất điệu nghệ và tém sạch sẽ, nhìn Kíu Cúa ăn không thôi cũng đủ sướng như thể mình ăn. Bò bía, cóc, me, xoài ngâm... Kíu Cúa hổng chừa món nào, ấy vậy mà dáng em vẫn đẹp đúng nghĩa mình hạc xương mai, có lẽ tạng người của em nó thế. Hậu thích Kíu Cúa ra mặt, Kíu Cúa cũng biết nhưng cứ cười nói tỉnh bơ.

oOo

Có lần dì Tư nói với Hậu:

- Người Tiều họ hổng có lấy người Việt đâu!

Có lẽ dì Tư thấy Hậu chơi với Diệc Thành, thích Kíu Cúa nên dì Tư nghĩ Hậu muốn tán Kíu Cúa. Hậu cũng biết sự khác biệt văn hóa và tập quán của hai dân tộc rất lớn, ấy là chưa nói đến những quan niệm, những luật lệ bất thành văn khác. Thật ra thì Hậu có thích Kíu Cúa nhưng không có ý định tán tỉnh gì, chỉ là đi chơi chung thế thôi. Hậu biết người Tiều quanh đây rất nhiều, họ ở Chợ Lớn đã nhiều đời. Họ chỉ lấy nhau trong cộng đồng của họ chứ chẳng lấy vợ hay lấy chồng người Việt, chí ít là trong sự thấy biết ít ỏi của mình. Hậu chưa thấy có mối tình trai Việt gái Tiều hay trai Tiều gái Việt ở đây.

Không ít lần Hậu ghẹo Diệc Thành:

- Nị gả Kíu Cúa cho ngộ đi, ngộ sẽ kêu nị là a ca.

- Nị cứ kêu ngộ là a ca trước cũng được! Sau này Kíu Cúa chịu thì ngộ gả cho.

- Đâu có được! Phải có danh chánh trước thì ngôn mới thuận!

- Nị tập kêu ngộ bằng a ca trước cho quen, mai kia có lấy được Kíu Cúa thì kêu ngộ bằng a ca khỏi mắc cỡ.

Kíu Cúa ngồi nghe hai đứa khịa, cười khanh khách, tiếng cười giòn và trong trẻo như con trẻ:

- Bộ tui là cục đất hay sao mà ông thì đòi lấy, ông thì muốn gả?

Hậu nhìn mặt Kíu Cúa cười:

- Tại Kíu Cúa đẹp quá, hổng phải mình Hậu muốn lấy mà bất cứ người đàn ông nào trên đời cũng mơ được lấy.

Diệc Thành xía vô:

- Vậy từ giờ kêu ngộ bằng a ca hén?

- Còn lâu, chừng nào Kíu Cúa chịu là ngộ kêu liền.

Kíu Cúa dẩu đôi môi đỏ mọng:

- Chuyện của hai ông hén, mắc mớ gì tới tui! Với tui hổng có gả hay lấy gì hết trơn á!

Ly sâm bổ lượng cạn hết nước, Kíu Cúa dùng ống hút khều khều mấy hạt câu kỷ tử đỏ như màu môi, nhấm nhấm mấy hạt còn sót. Hậu thầm nghĩ trong bụng: "Giá mà cắn chung hạt câu kỷ tử với đôi môi ấy thì sướng phải biết". Kíu Cúa là con gái nhạy cảm, ẻm như đọc được tâm tư của Hậu nên nghi ngờ:

- Nị cười gì Kíu Cúa vậy?

- Hổng có chi, chỉ là cảm thấy vui và thoải mái lắm!

- Vậy thì lúc nào muốn vui thì qua bao ngộ đi ăn hén!
- Chuyện nhỏ!
Diệc Thành ngồi im lặng, cắm cúi vào cái điện thoại di động cá nhân. Hậu lên tiếng:
- Tối thứ bảy này tụi mình đi bar chơi?
Không ngước mắt lên, Diệc Thành hỏi:
- Bar nào?
- Lan Quế Phường chơi hoài, nay qua Apocalypse Now đổi không khí!
- Ừ! Dỉm tú tắc, sao cũng được!

oOo

Đêm vũ trường thật máu lửa, đèn chớp chớp quét loang loáng, âm thanh dập làm cho tim tưng tưng theo. Mọi người lắc lư nhún nhảy theo nhạc như thể đang lên đồng, chẳng ai biết đến người xung quanh. Kíu Cúa mặc quần ôm áo chẽn hở eo, dáng vô cùng bốc lửa, eo thon, chân dài, tướng tá khiến ai cũng phải trầm trồ. Diệc Thành diện như công tử trong phim, nó đặt trước một cái bàn đứng gần trung tâm. Anh bồi mang ra chai Chivas khui ra rót mấy ly shoot. Anh ta nói vài lời miệng lưỡi sau khi nhận tiền bo rồi lui đi. Quất vài ly bắt đầu tưng tưng, Hậu và anh em Diệc Thành hòa vào những người đang nhảy nhót, càng lúc càng hưng phấn lạ thường. Đêm vũ trường tràn đầy sức dụ hoặc quyến rũ, đã chơi rồi mà bỏ thì cứ thèm thèm thiếu thiếu thế nào ấy. Đêm vũ trường xả hết năng lượng thừa, xả luôn cả những căng thẳng mệt mỏi trong đời sống hàng ngày. Đêm vũ trường cho mình thể hiện mình một cách đúng với bản chất mình nhất.

Những bàn xung quanh dân chơi hút shisha, hookah nhả khói mờ mịt, mùi bồ đà hăng hắc khắp nơi, quan sát một tí sẽ thấy những tay chơi cắn Ime, phê thuốc lắc. Mấy em cave lượn lờ săn mồi. Kíu Cúa nhìn Hậu cười đá mắt về mấy cô cave, vít đầu Hậu, hét vào tai:
- Nị chọn một em đi!
Hậu cười to, trong lòng hưng phấn muốn hôn Kíu Cúa một cái. Hậu thích Kíu Cúa thật, Diệc Thành cũng biết nhưng điều này quả thật tế nhị khó nói ra. Thực tế thì Kíu Cúa vẫn là em gái Diệc Thành, bởi vậy Hậu phải giữ đúng phép một người anh.
Đêm càng khuya, dân chơi càng đông và sự dậm dật càng tăng thêm, máy lạnh chạy hết công suất, mùi khói thuốc, mùi rượu, mùi phấn son và mùi hơi người quyện vào nhau tạo thành một cái mùi rất đặc trưng của vũ trường. Có mấy tay chơi phê thuốc cứ kê tai vào mấy

cái loa để mặc cho âm thanh dập vào màng nhĩ. Vũ trường Apocalypse Now là vũ trường chơi rất sung nhưng lịch lãm và an toàn, ở đây khách Việt nhiều hơn. Lan Quế Phường thì khách Tàu, Đài Loan, Đại Hàn nhiều hơn, mức độ chịu chơi, mức độ máu lửa thì cả hai cũng ngang ngửa nhau. Trước khi quen và chơi với anh em Diệc Thành, Hậu chỉ chơi ở Apocalypse Now, sau này mới qua Lan Quế Phường. Hậu với Diệc Thành ngoéo tay không bao giờ thử bồ đà hay thuốc lắc!

Cả ba quẩy đến hai giờ sáng thấy cũng đã đời lắm rồi nên chẩu, về đến nhà Hậu không thay đồ cứ vậy lăn ra ngủ, trong giấc ngủ lạc vào cơn mơ lạ, thấy mình đang sống giữa một cổ trấn xa xưa nào đó. Hậu đi vào một phạn điếm và ở đấy gặp một em xẩm đẹp não nùng, đẹp thiên kiều bá mị không bút mực nào tả được. Nhìn em xẩm quen lắm nhưng không tài nào nhớ ra là đã gặp ở đâu, em xẩm hút hồn gã lai khách đường xa, làm cho gã ngẩn ngơ như lạc cung trời mộng. Gã khách lạ mê mẩn em xẩm nhưng biết mình không có cửa nào. Cả phạn điếm đầy những tài chủ và công tử địa phương, bọn họ sẵn sàng bỏ ra ngàn vàng để mong được em xẩm, ấy vậy mà rốt cuộc em lại chọn lấy gã du khách viễn phương. Em xẩm ôm hồ cầm khảy khúc "Du tử trong phạn điếm một đêm mưa". Tiếng là để mua vui cho tửu khách trong phạn điếm nhưng thực chất tỏ tình hoài với chàng lữ khách phương xa.

Bớ chàng trai Việt
Khách đường xa đến đây trêu hoa ghẹo nguyệt
Tình đầu mày cuối mắt
Biết chàng nho nhã thi thơ
Ngặt đời không như mơ
Thiếp phận xẩm ca xang mua vui cho khách điếm
Bớ chàng khách Việt!
Em gái Tiều khó có thể theo người
Luật bất thành văn mà bao đời vẫn thế
Em, xẩm Tiều
Giữ trong tâm chút thương yêu
Nào đâu dám mộng uyên ương hồ điệp
Không tấu khúc "Phượng cầu hoàng"
Tình khôn ngăn cản

Tiểu Lục Thần Phong
Ất Lăng thành, 0723

VÕ PHÚ

THẰNG MẤT GỐC

Ông Toán sững sờ đứng lặng người khi nghe thằng Tony, con trai ông, nói như thét:

- Mấy người lúc nào cũng nói muốn cám ơn nước Mỹ mà cứ lợi dụng kẽ hở để moi tiền nước Mỹ. Ơn gì mà ơn... Ơn tiền thì có.

Nói xong, Tony mở cửa đi thẳng ra sau vườn. Cậu ta đóng rầm cánh cửa...

Cơn gió nhẹ thổi qua. Hơi mát của những ngày cuối xuân vẫn còn quanh quẩn đâu đây, nhưng nỗi bực dọc trong người Tony vẫn chưa nguôi. Câu nói của đứa em gái còn văng vẳng bên tai về việc đi làm rồi mà vẫn còn xin thêm tiền trợ cấp thất nghiệp.

Ở trong nhà, ông Toán mặt phừng phừng cơn giận. Ông muốn chạy ra ngoài vườn đá cho cái thằng con mất gốc này một cái. Nếu ông còn ở Việt Nam, dám có thể ông cầm rựa chém nó một phát vì cái tội hỗn hào, không coi ông ra gì.

Nghe ồn, bà Tâm, vợ ông từ trên cầu thang đi xuống, hỏi:

- Chuyện gì mà cha con ông rần rần dưới này?

Nghe vợ hỏi, ông như người đuối nước vớ được phải phao, nói liền một mạch:

- Thì thằng con của bà kìa nó nói tui lợi dụng nước Mỹ để lấy tiền. Mà tui có lấy cũng lấy tiền của Mỹ chớ có lấy tiền của ông cố nội nó đâu mà nó làm ầm lên. Bà coi có được không? Cái đồ mất gốc.

- Mà chuyện gì mới được? Ông nói không đầu không đuôi tui có biết chi mà lần.

Ông Toán dịu giọng kể lể cho vợ nghe:

- Thì hôm trước tui với bà nói với nó là tuần tới vợ chồng mình dìa lại với con Thủy để giữ con cho tụi nó đi làm vì tiệm nails của hai vợ chồng nó sắp mở cửa trở lại. Cái thằng đó nó đồng ý xong hết, nhưng khi nãy nghe tui nói chuyện với con Thủy, tự nhiên nó nổi khùng la tui với con Thủy một trận. Con Thủy lật đật cúp máy. Đúng là thằng mất gốc mà.

- Mà ông với con Thủy nói chuyện gì mới được?

- Thì con Thủy nó gọi cho tui nó hỏi chừng nào ba má dìa? Tui nói để cuối tuần. Nó hối tui với bà dìa sớm để nó chuẩn bị đi ra tiệm nails phụ chủ lau chùi, bắt kiếng chắn, sửa soạn để thứ Hai đi làm. Rồi nó kể chuyện bà chủ tiệm của nó chịu trả tiền mặt thêm mấy tuần để nó ăn tiền thất nghiệp. Tự nhiên nghe tới đó, thằng Tôn nó nổi khùng rồi nói tui với con Thủy là tham lam lợi dụng để bòn rút tiền của nước Mỹ. Bà nghĩ coi có tức không chứ?

- Cũng tại ông thôi...

- Tại tui? Sao lại tại tui? Tui chưa có đi làm mà sao tại tui?

- Ai biểu ông nói chuyện điện thoại lúc nào cũng oang oang rồi còn mở loa cho lớn. Mở lớn chi cho nó nghe rồi nó la ùm lên?

- Đụng tới quý tử của bà là bà binh chầm chập. Tui nói thiệt với bà chứ hên là nó ở đây chứ như hồi còn ở Việt Nam là tui dzớt nó vài đá rồi. Cái đồ mất gốc.

- Mà chuyện tiền thất nghiệp gì mà nó đùng đùng vậy?

- Thì từ lúc dịch Covid-19 này nè, vợ chồng con Thủy nghỉ ở nhà xin tiền thất nghiệp. Tui cũng có apply và nhận mỗi tuần mà tui có nói với bà đó. Mỗi một tuần vợ chồng con Thủy, mỗi đứa tụi nó nhận được một ngàn mấy, trừ thuế ra cũng hơn chín trăm, nhiều hơn đi làm. Nghỉ ở nhà còn được nhiều tiền hơn, nên khi chánh phủ thông báo mở cửa để mọi người đi làm lại tụi nó không muốn đi làm liền. Tụi nó mới nói với chủ tiệm trả tiền mặt cho để xin thêm tiền thất nghiệp cho đến khi bị cắt thì trả lại check như bình thường. Nghe tới đó là thằng Tôn nó khùng lên. Nó nói tui mang ơn, nợ nước Mỹ, này nọ mà lợi dụng để trục lợi. Chỉ có cái thằng mất gốc đó mới nói vậy thôi chứ tui thấy ai cũng làm hà rầm. Mình không lấy thì người khác cũng lấy. Mà mình nộp đơn đàng hoàng, chứ có phi pháp đâu mà nó làm ùm. Nước Mỹ này giàu và nhiều tiền mà. Năm bảy ngàn có thấm béo gì đâu. Mùa dịch này bọn Mỹ lời chán vì số người già chết quá nhiều. Mỹ khỏi cần phải trả tiền Social. Tui nói vậy bà thấy có đúng không?

- Nói như ông vậy mà nghe được? Thằng Tôn nó nói cũng phải mà ông...

- Bà lại bênh nó nữa. Đúng là con hư tại mẹ mà...

- Ông với con Thủy mới hư đó. Mình mới vừa lãnh một người một ngàn hai mà. Nước Mỹ đâu có bỏ đói mình đâu mà vợ chồng con Thủy còn bòn rút nữa. Với lại ông phải thông cảm cho thằng Tôn chứ. Nó qua đây từ nhỏ, nên tánh nó dzậy thôi. Ông phải từ từ nói cho nó nghe, dạy biểu nó.
- Dạy gì được với cái thằng mất gốc đó. Thôi bà lên trên chuẩn bị quần áo, tui chở bà dìa ở với vợ chồng con Thủy. Tui không đợi cuối tuần gì hết nữa.
- Ông nói cuối tuần thì để cuối tuần chứ ông đòi dìa bây giờ thì ai coi tụi nhỏ cho vợ chồng nó?
- Không cuối tuần gì hết trọi. Bà khéo lo... Hồi trước khi dịch, không có tui với bà, nó cũng lo được.
- Nhưng...
- Không nhưng nhị gì hết...
- Ông thiệt là... Có muốn gì thì cũng chờ con vợ nó dìa để vợ chồng nó tìm chỗ gởi mấy đứa nhỏ chớ.
- Bà muốn ở lại thì một mình bà ở. Còn tui... Tui dìa. Tui không muốn thấy cái bản mặt thằng mất gốc đó nữa.
- Thôi được rồi. Mà thằng Tôn đâu?
- Nó dộng cửa cái rầm rồi ra sau vườn...
Bà Tâm đi ra sau vườn tìm con. Bà thấy Tony ngồi trên chiếc ghế đu, cạnh hồ cá. Có lẽ Tony đang nhìn mấy con cá koi đang bơi lội trong hồ. Bà nhớ hồi còn nhỏ, mỗi lần có chuyện buồn là nó hay ra ngoài lu để ngắm cá. Bà đi đến sau lưng con, nhẹ nhàng gọi:
- Tôn...
Tony quay lại, nhìn bà:
- Dạ... Má...
Bà Tâm nhìn con, bà không biết bắt đầu từ đâu. Người đàn ông trước mặt bà không còn là thằng Tôn mười hai tuổi của ba mươi năm về trước. Mà là cậu thanh niên chững chạc, tóc đã điểm vài sợi bạc. Một người thân nhưng cũng xa lạ đối với bà... Bà Tâm ấp úng...
- Má...
- Má có chuyện gì nói với con?
- Ừa... Chuyện mày với ba mày khi nãy... Giờ ổng muốn dọn về nhà con Thủy liền thay vì cuối tuần...
- Dạ... Vậy thì má đi với ổng đi...
- Còn mấy đứa nhỏ?
- Không sao đâu má. Con với vợ con sẽ gọi vô sở nói họ đổi ca hay vợ chồng con xin nghỉ vài ngày để coi tụi nhỏ chờ lúc *daycare* mở cửa rồi tụi con đem gởi...

- Má... Má... không biết nói sao... Nhưng...
- Con không hiểu được ba với con Thủy nghĩ gì. Vợ chồng con Thủy đâu có nghèo. Tụi nó cũng dư ăn dư để, vậy mà còn tính bòn rút của nước Mỹ. Còn ba nữa. Ba nghe nó nói, ba cũng không khuyên còn nghe theo nó tiếp tục xin thêm tiền thất nghiệp...
- Thì ổng thất nghiệp thiệt mà...
- Con biết, nhưng đi làm lại rồi mà còn muốn lấy thêm... Vậy mà cứ nói là yêu nước Mỹ. Nhớ ơn nước Mỹ cưu mang này kia nọ. Con nghe phát bực.
- Tại con sống ở đây từ nhỏ nên không biết chứ người mình nghèo nên khi có tiền thì...
- Nghèo là hồi còn ở Việt Nam kìa má. Giờ mình ở Mỹ rồi đâu có nghèo. Không có tiền thất nghiệp tụi nó cũng không có đói. Bòn rút thêm chi khi nước Mỹ gồng mình trong cơn đại dịch này... Nhưng mà thôi…
Ngưng một chút, Tony tiếp:
- Má lo thu xếp dọn đồ về trên đó với vợ chồng con Thủy đi chứ không khéo ba lại la má.
- Ừa... Vậy má thu dọn xong, chờ con Tina về rồi ba má đi.
- Dạ.
Bà Tâm trở vô nhà rồi đi lên phòng. Lúc vào phòng, bà thấy ông Toán đang nằm trên giường coi điện thoại. Mắt không rời khỏi cái phôn, ông hỏi:
- Bà nói chuyện với nó xong rồi hả?
- Ừa. Xong rồi.
- Rồi nó có nói gì không?
- Không. Nó kêu tui lo thu xếp rồi đi theo ông dìa. Tụi nhỏ vợ chồng nó lo được.
- Đó, tui nói với bà có sai không. Nó đâu cần mình.
Bà Tâm vừa xếp áo quần vừa nghĩ đến Tony.

-oOo-

Ba mươi năm trước...
Thằng Tôn của bà chỉ là cậu bé mười hai tuổi. Bà còn nhớ rõ, năm đó vào dịp hè, bà cho con ở lại nhà cô Lan để cậu bé vui chơi cùng thằng Hải, đứa em cô cậu, ở thành phố biển Nha Trang. Trong một chuyến vượt biển, cô Lan đã dắt theo thằng con trai của bà. Đùng một cái bà mất con cho đến hai mươi năm sau mẹ con mới được gặp lại mặt nhau. Lúc gặp nhau thằng Tôn của bà không còn là thằng bé thuở

nào mà đã là một cậu thanh niên với cái tên rất Mỹ, Tony. Tony giờ đã học thành tài. Một dược sĩ với mức lương ngất ngưởng và chuẩn bị lấy vợ.
Thằng Tôn của bà nghe theo lời cô dượng nó, cũng là cha mẹ nuôi trên giấy tờ, nên đã làm giấy tờ bảo lãnh cả gia đình ông bà qua Mỹ trước rồi mới làm đám cưới sau.
Trong ngày cưới của con trai có đầy đủ cả gia đình ông bà. Có cô Lan dượng Trung và còn có vợ chồng cô em gái của Tony. Lễ cưới của con trai mà bà cứ tưởng của người ngoài vì mọi chuyện đều do cô Lan lo hết. Ông bà có mặt cũng chỉ làm "hình nền" thêm cho đầy đủ màu sắc trong ngày trọng đại của con. Bà buồn lòng, nhưng không nói ra. Còn ông Toán thì lại trách cô em gái đã qua mặt qua quyền, nên từ đó đã giận luôn cô em. Ông không thèm qua lại với gia đình em gái.
Thời gian trôi qua bà Tâm đã sống ở đất nước này hơn mười năm. Sống mười năm, vậy mà bà chưa từng đi làm ở bất cứ nơi đâu, ngoài việc chăm lo cho chồng, cho con, cho cháu. Mỗi tháng, con trai, con gái cho bà vài trăm đô để dành dưỡng già. Mấy tháng trước khi dịch cúm vi khuẩn Corona bùng phát, chính phủ đã trợ giúp cho mỗi người một ngàn hai trăm đô la. Gia đình bà trừ con trai và con dâu (vì chúng làm vượt qua mức lương quy định để nhận được sự trợ giúp) thì ai cũng nhận được tiền. Bà thầm nghĩ, nước Mỹ này quá tử tế đối với một người như bà. Bà chẳng làm gì, nhưng vẫn được tiền trợ giúp. Số tiền đó, bà trích ra phần lớn gởi về cho thân nhân bên Việt Nam, phần còn lại bà cất dành.
Bà Tâm nhớ lại trong những buổi tiệc, lễ lộc, chung vui của gia đình, nhất là ngày Thanksgiving, bà luôn nói với các con là gia đình bà rất biết ơn nước Mỹ đã cưu mang đùm bọc cả gia đình. Bà nói với các con hãy cố gắng hết sức mình để làm việc và đền ơn nước Mỹ, đất nước đã giúp đỡ mình. Chắc có lẽ vì vậy mà Tony nghe và nhớ những lời căn dặn của bà? Thành thử khi nghe em gái và cha bàn chuyện đi làm nhận tiền mặt để xin thêm tiền thất nghiệp, nên nó mới giận cha và em. Nghĩ tới đây bà chợt mỉm cười. Bà nghĩ thầm: "Thôi kệ, thằng Tôn mất gốc, nhưng nó vẫn còn nhớ tới những lời nói của mình. Và, hơn hết, tuy nó mất gốc, nhưng không mất nhân cách làm người. Còn cái gốc như cha con ông Toán cũng chỉ là đồ bỏ."

Võ Phú

TRẦN VẤN LỆ

TIẾNG CHUÔNG

Cũng tiếng chuông đó,
sao hồi sáng nghe vui?
Lúc đó hoa cỏ thắm tươi,
rộn ràng chim hót,
hít, thở, thấy ngọt,
thấy yêu thêm một ngày...

Buổi trưa, tiếng chuông lay,
những cành cây lá động,
mây trôi trên làn sóng,
nước con sông thật xanh,
nghe, hình như quanh quanh...
đất thở đều nhịp thở,
bạn đến nhà, hớn hở,
nói cười nghe thật vui!

Buổi chiều thì... bồi hồi,
nghĩ gì đâu không biết.
Mở phong thư, đọc miết,
vẫn là lời hỏi thăm,
vẫn là lời chúc đẹp.
Rồi cầm lên cây viết,
hồi âm cho có thư...
Tiếng chuông chiều ngẩn ngơ
chân mây mờ sương khói!

Nhìn xa xa đồng nội.
hương hoa hoàng hôn lan...
cầm đũa đưa miếng cơm,
tiếng chuông đòi chia sớt.
Một ý vui bất chợt.
Một thoáng buồn trầm ngâm...

Boong boong boong
boong boong boong... ■

PHƯƠNG TẤN

RU PHƯƠNG PHƯƠNG NGỦ ĐI THÔI

Sáng đi chơi Hội An
Trùng trùng con ruộng bên xe
Áo che dạ lẫn quần che động tình.

Trưa ăn cơm dọc đường
Một xuân tình lạc trong cơm
Đũa so chiếc hẹn chiếc thơm da người.

Chiều ngắm biển Mỹ Khê
Một bông cát trổ trong chân
Hai ghe tí tẹo cập dần bồn trăng.

Đêm ở ngoại ô Đà Nẵng
Một tà lụa khép trong sương
Hai đồng tiền ngậm bên đường con con.

Khuya vỗ về nhau
Ru Phương, Phương ngủ đi thôi
Còn đêm còn mộng mai rồi rã riêng.

Và đời đời hai đứa
Ô hay lệ nép bên người
Có xin chỉ mỗi giọt cười cũng không ■

(Đà Nẵng)

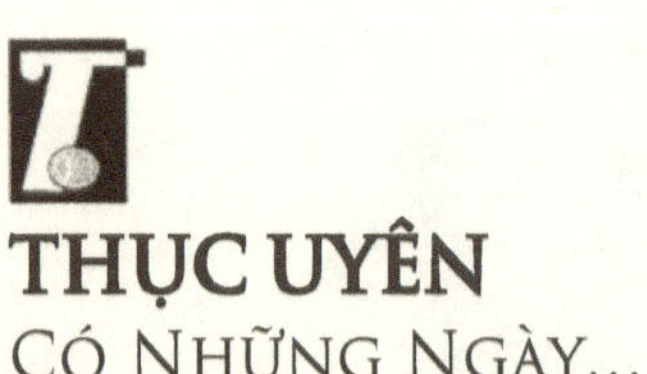

THỤC UYÊN

Có Những Ngày...

Có những ngày tôi không nhận ra tôi
Mắt hồn nhiên thoáng câm lặng rồi
Môi ai ngạo mạn cười chua chát
Soi gương chẳng nhìn thấy bóng tôi...

Có những ngày ta không nhận ra nhau
Hai mảnh linh hồn lạc bước tinh cầu
Dòng sông bỗng xé chia đôi ngả
Nhát chém hư vô nào sâu rất sâu...

Có những ngày bão lùa qua phố vắng
Rớt từng cơn trong lời cuối ăn năn...
Ngày chậm qua xin gom về chút nắng
Xin mắt nào lau lệ thật ân cần...

Có những ngày tôi không nhận ra tôi
Vết tàn phai thấp thoáng bên kia đồi
Chuông đêm vang dội hồn tỉnh thức
Sực tỉnh cơn mê biết luân hồi... ■

CHU VƯƠNG MIỆN

NHƯ XONG

thế thì cứ kể như xong?
năm canh sáu khắc chả mong chả chờ
trên bàn toàn những quân cờ
con thắng ở lại con chờ qua sông?

củi khô theo nước chia dòng
nước trôi vật vã thuyền không không chèo?
người về ta vẫn tỉnh queo
thuyền không bánh lái lộn lèo lăn quay

trường giang một mặt nước đầy
người đi kẻ lại chiều nay lên đường?
một đường tìm lại cố hương
một đường nhìn mỏi bóng chim dáng cò

đại giang vốn lụy phà đò
cầu phao tấp nập kẻ cho kẻ mời
sự đời cũng chỉ thế thôi
trầu cay nhổ xuống nước trôi lạnh lùng

theo em lạc tuốt lên rừng?
khi không thành một người dưng bến bờ
chờ em từ sáng tờ mờ
đến khi trăng giãi còn mơ còn mòng
thế thì cũng kể như xong? ■

THÁI TÚ HẠP

HUYỀN DIỆU TÌNH CHUNG

Có những lúc buồn lên với núi
Suối trăm năm xõa tóc ân tình
Cho dù đường rêu phong thiên cổ
Chim hót vang chào đón bình minh

Phố phường ta bỏ đời hữu hạn
Trời đất mênh mông mây viễn phương
Đỉnh cao gió hú cùng tri kỷ
Thanh thản hồn xuân ngộ cố hương?

Một kiếp làm người như giấc mộng
Theo bước thời gian sớm bạc đầu
Còn đâu quê quán mờ sương khói
Ngàn dặm hư không nối nhịp cầu?

Đêm trường ta tìm sao Bắc Đẩu
Chỉ hướng người về với phương đông
Thăm núi Sơn Trà - Trăng Phố Hội
Huyền diệu tình chung quá mặn nồng

Kiếp trầm luân nắng chiều hiu hắt
Bên kia trời tiếng Mẹ gọi Con
Xót xa như chim Bằng bỏ xứ
Trăm năm hoài vương vấn nguồn cơn

Ước nguyện ngày đi hẹn trở về
Sa mạc trùng dương theo gió bụi
Điêu tàn khe suối lạnh cơn mê
Tha thiết quá nước non diễm tuyệt...

Tình quê bao dung từ vạn kiếp
Mùa sen thơm ngát mấy dặm đường
Tạ ơn người hồn nguyên tỉnh thức
Mẹ như Trăng tỏa sáng nghìn phương... ■

Los Angeles tháng 8, 2023

TRẦN THANH QUANG

NGỒI HÁT RU TÌNH XANH XƯA

Ngày theo chồng về nội
đôi mắt ngập nỗi buồn
hoa vàng rơi đầy lối
thênh thang chiều vẫn trôi

vai em gầy như lá
hư hao những ngày chờ
ta bây giờ chim lạ
đậu bên rào ngẩn ngơ

nhớ chăng ngày phố vắng
ta hát lời yêu thương
Văn khoa chiều đầy nắng
chờ ai bên giảng đường

xin một lần ta khóc
cho cuộc tình xanh xưa
ta làm người lỗi hẹn
nên thành kẻ lọc lừa

núi dẫu chờ đời núi
sông cứ trôi đời sông
ta vẫn là chim lạ
nhìn em đi lấy chồng. ■

T

HUỲNH NGỌC THƯƠNG

CHỊ VỀ TẮT NẮNG BUỒN ƠI!

1-
Chị về ngại chuyến đò đông
Sợ khi bóng xế bên sông lắm người
Cải ngồng héo nụ, chị ơi
Đã chông chênh trải nắng nôi một đời
Sông dài lạnh tiếng chim côi
Oằn vai gánh mãi chưa vơi cuộc tình

2-
Trái lòng day dứt hương trinh
Lời ru đọng giọt phận mình lưu vong
Ai đưa chim sáo xa đồng
Cho cơn nước lớn nước ròng buồn hiu
Cầu vồng cõng nắng liêu xiêu
Chị qua bên ấy để chiều ngẩn ngơ

3-
Mai về nhặt lại bơ vơ
Đem phơi hương sắc câu thơ lỡ làng
Sông sâu đợi chuyến đò ngang
Đồng xưa chờ đón gian nan chị về
Chín chiều chim nhạn kêu quê
Cây đa bến cũ lời thề gừng cay

4-
Trông lên mưa gió cùng ngày
Chị ươm kén lụa cho đầy lời ru
Sao Khuê thắp ngọn tương tư
Tua Rua chín cái đền bù tóc mai
Lỡ chiều chớ để vàng phai
Có con bướm lượn bên ngoài mái hiên ■

NGUYỄN ĐỨC NAM

ĂN NĂN

Đường lên Chùa hoa nở
đẹp như một bức tranh
Lòng trần nay gột bỏ
cùng đố kỵ, bon chen

Nam Mô (A) Di Đà Phật
Theo Thầy lên tam quan
Lâng lâng hồn siêu thoát
Tưởng vào Cõi Niết Bàn

Thầy trước, con theo sau
Lần tràng hạt nguyện cầu
Thích Ca Mâu Ni Phật
Con thắp hương, cúi đầu

Ngày xưa nhiều tội lỗi
Ngày xưa nhiều oan khiên
Ngày nay xin sám hối
Xin xóa hết ưu phiền

Hỡi người yêu dấu cũ
bây giờ tôi đã tu
đừng giận hờn tôi nữa
về những ngày xa xưa

Ánh đạo vàng sáng chói
Trên mái chùa bao dung
Tôi, con-người-tội-lỗi
Xin quỳ gối ăn năn... ■

(Chùa Todai-ji 東大寺 Japan, tặng Q.C)

T

NGUYỄN AN BÌNH

CALI NGÀY GẶP LẠI

**Viết tặng anh chị Lê Hân trong lần gặp không hẹn trước ở Cali.*

Cuộc gọi không ai bắt
Ngày hôm trước đó thôi
Ngỡ bên này tất bật
Chắc lỡ gặp nhau rồi.

Anh bất ngờ điện lại
Mời đến thăm ân cần
Ngôi nhà bên bãi biển
Trước khi về Việt Nam.

Gặp nhau không hẹn trước
Nơi xứ lạ quê người
Nhớ lần gặp sau cuối
Đâu đã nhiều năm rồi.

Trước ngôi nhà xinh xắn
Xanh mướt màu cỏ non
Anh đứng chờ trong nắng
Gió biển Huntington.

Bên tách trà ấm áp
Mấy câu chuyện văn chương
Sách báo nhiều – ngăn nắp
Trên kệ thật gọn gàng.

Chuyện vui chị kể lại
Khi chuyển nhà đến đâu
Bỏ lại bao nhiêu thứ
Sách không bỏ cuốn nào.

Chả giò chiên rất giòn
Chén chè thơm ngọt lịm
Cám ơn món ăn ngon
Chị chuẩn bị từ sớm.

Quê nhà bao chuyện cũ
Nhắc người quen không ngờ
Qua những lời chị kể
Về cậu Nguyễn Văn Thơ.

Tập thơ Phạm Cao Hoàng
Vừa mới in xuất xưởng
Mực giấy thơm nồng nàn
Anh thay người gởi tặng.

Cám ơn lòng tri ngộ
Ân tình giữa Cali
Quê nhà chờ tương ngộ
Đâu nhạt lời tương tri ■

**Cali-Sài Gòn 15/06/2023*

T

NGUYỄN VĂN GIA

CHÙM THƠ

HỌP

Người nghe: một anh điếc
Người nói: một gã câm
Nhưng cả hai đều biết
Đang bàn cái–trống–không.

VUI THÔI

Dễ gì bên nhau mãi
Sao không vui người ơi
Mai sau dẫu luân hồi
Chắc chi còn gặp lại!

TÌNH CỜ

Có cũng vui -
Không cũng vui
Vẫn còn ấm
một nụ cười ban sơ
Có - Không là cái tình cờ
Trước kia chẳng có
bây giờ cũng không.

CŨNG NHƯ KHÔNG

Tiếng vỗ một bàn tay
Dẫu vang vọng đâu đây
Lòng ta như trống trận
Làm sao mà nghe thấy!

CHỐN BÌNH AN

Dẫu khôn dại sang hèn
Đều bên nhau. Thầm lặng
Chẳng còn chi tranh cãi
Rất bình an. Nghĩa trang.

NIỀM VUI NHO NHỎ

Hạnh phúc lớn ở đâu xa
Niềm vui nho nhỏ
quanh ta thật gần
Bôn ba chỉ khổ tâm - thân
Càn khôn nằm gọn
trước sân nhà mình. ■

ĐẶNG HIỀN

Ngủ Thăm

Nếu anh đến thế nào cũng cho anh "ngủ thăm"
Hôm qua trời nóng rất thật
Tiếng phong linh gõ từng tiếng gió
Đêm hồn nhiên như tình em

Em đi lang thang cùng núi
Lội qua suối bước qua đèo tình anh theo em
Em hướng về bình minh
Lột bỏ anh từng phần từng phần ra khỏi em

Mây quyện bay vào mái chùa sương sớm
Em đón ánh nắng đầu ngày ở đỉnh núi cao
Bên cửa thiền trầm mặc
Chiều qua em tịnh chay cùng kinh kệ

Có người không chịu được tình nhớ
Nên phải đến tận miền hoang dã
Núi rừng lan sương khuya và ngọn đèn phòng luôn tắt
Em dọa trốn mất biệt ở chốn thiền môn

Mai kia nếu em về vùng nhiều cây trái
Anh tưới nước hàng ngày cho khu vườn của em
Có hàng dừa chung quanh khu cây măng cụt
Mọi chuyện sẽ êm đềm như trang sách cũ

Và anh đến, em có mời anh "ngủ thăm"
Yên tâm, anh không "ngủ thật"
Có phải là bài kinh nhật tụng
Khi gió rừng cất tiếng hát anh yêu em, anh yêu em... ■

DAN HOÀNG

BÀI TÌNH THƠ THỨ SÁU

Bài tình thơ đau xót,
Vết đâm ngọt vào hồn.
Anh viết vào thứ sáu,
Trời dầm dề mưa tuôn.

Thiếu một nụ hôn ấm,
Vắng một tiếng cười vang.
Ôi! Cuộc đời đằm thắm,
Phút chốc sắp lìa tan...

Gần nhau mà chẳng nói,
Mắt đăm đắm nhìn trời.
Đóa hoa hồng nở vội,
Trên bàn cũng tả tơi.

Mưa rơi. Mưa rơi mãi...
Để lòng luống ngậm ngùi.
Chưa phai nồng ân ái,
Mà đã sầu chơi vơi.

Mình tôi lặng lẽ bước,
Em bên đời sao vui?
Ước gì mà vớt được,
Những ngọt ngào đã trôi?

Tiếc một đời chiu chắt,
Thương những bước dở dang.
Em ơi đời chán ngắt,
Khi tình chít khăn tang? ■

Phố biển, 07/20/23

NGUYỄN VĂN ĐIỀU

THƠ NGÀY XA XỨ

Sáng dậy muộn nằm nghe chim hót
Chợt thấy yêu cuộc sống ngoài kia
Bao nhiêu năm quê người tất bật
Nhớ quê xưa một thuở xa lìa

Ở đây ngày tháng qua mau quá
Cuộc đời tất bật đã thành quen
Ta tìm ta giữa dòng hối hả
Mặc cho đời thỏa sức bon chen

May quá còn em ngồi đun nước
Ly cà phê nóng ấm ban mai
Một chút ân tình ngày xa xứ
Dắt dìu nhau bước tiếp ngày mai

Bỗng dưng ta thấy yêu cuộc sống
Và thích làm sao một bếp hồng
Thương quá tóc em vài sợi bạc
Chút lòng xưa vẫn trắng như bông. ■

VINH HỒ

TÀ ÁO THƯ SINH

Ngày nào em tan trường về
Tà áo trinh nguyên với mái tóc thề
Có anh chăm chỉ đợi chờ đưa đón
Đi sát bên nhau như là phu thê.

Ngày nào trời mưa ướt áo
Em càng xinh đẹp như tranh
Nép vào lòng anh tình thêm thắm thiết
Hàng dương xanh biếc, mắt biển long lanh.

Ngày nào em bước theo chồng
Giọt lệ anh rơi chảy ngược vào lòng
Từ giã mái trường vào nơi gió cát
Đêm buồn nghe tiếng vạc còn hoài mong.

"Ta quen nhau mùa thu, ta thương nhau mùa đông" (*)
Để rồi tàn theo mùa hạ
Chim về xứ lạ vẫn còn đứng trông
Tà áo thư sinh giữ mãi trong lòng. ■

(*) Trích "Tà áo xanh", nhạc của Đoàn Chuẩn & Từ Linh.

TRẦN TRUNG THUẦN

ĐỌC "XẾP MÀU CHO TUỔI" THƠ ĐẶNG TOẢN

Thơ Đặng Toản... Ba chữ là hàng chữ cuối trên bìa cuốn sách nhan đề *Xếp Màu Cho Tuổi.* Cái bìa trước của cuốn thơ Đặng Toản "giản đơn" như thế. Bìa sau chỉ có màu. Bìa trước phía trong có hình phác họa tác giả qua "nét vẽ tài hoa của họa sĩ Trương Đình Uyên", đó có thể coi như độc giả đã bước đầu biết tác giả ra sao qua ngòi bút chì đặc biệt của một họa sĩ đặc biệt nổi tiếng phác họa chân dung...

Tôi đã từng uống-mút-chỉ với Trương Đình Uyên... Chưa gặp Đặng Toản bao giờ, nhưng qua bức phác họa tác giả *Xếp Màu Cho Tuổi*... tôi gặp Đặng Toản như người trong mơ! Với tôi Đặng Toản là Thi Sĩ, anh làm thơ, anh có tác phẩm.

Cuốn thơ *Xếp Màu Cho Tuổi*, tuy dày như cuốn Từ Điển không làm cho tôi chán mà ngược lại nó gây cho tôi tò mò, cho tôi thích thú, tôi hiểu ra Thơ là Thơ! Đặng Toản dễ thương và hùng dũng đi trên mặt nước đầy sóng, vẫn tới nơi: In Một Cuốn Thơ! Đặng Toản đã in xong... không phải là một cuốn sách! Nó không giống bất cứ cuốn sách nào mà người ta bày bán giữa chợ. Tôi nghĩ nó là công trình của một kiến trúc sư xây dựng công trình trên những tờ giấy dùng để vẽ "họa đồ". Đặng Toản đi làm mướn kiếm sống trên nước Mỹ như bao người Mễ, người Nam Mỹ đi tìm mặt trời mới. Tôi cũng vậy, nhưng tôi âm thầm, tôi thẹn thùa, tôi giấu giếm cái tôi thiếu-khả-năng thừa hơi thở để sống sót. Tôi chiêm ngưỡng Đặng Toản qua cuốn thơ có bề dày thật là bề dày. Tôi gặp lại Lâm Anh người bạn học cùng lớp Đệ Tam Đệ Nhị hồi năm 1958... 1960, ở Đà Lạt. Năm 2016, tôi về Đà Lạt, gặp Nguyễn Dương Quang, anh ấy có nhắc Lâm Anh với nhiều thương yêu. Nay thấy Đặng Toản nhắc nữa một người làm thơ chưa có tên mà đã tử vong rồi... Hỏi sao tôi không xúc động?

Tôi xúc động khi đọc được hơn một bài Đặng Toản nhắc Lâm Anh... tôi đọc thêm: bài nào của Đặng Toản cũng tràn trề hồi ức!

Thơ Đặng Toản không "vong bản". Thơ Đặng Toản hồn nhiên như nhiên. Thấy sao thì viết vậy. Nhớ sao thì nhớ thêm. Yêu quý như nước suối chảy đá không mòn, không bao giờ mòn để sụp đổ! Tôi mơ màng... Thơ Đặng Toản cho tôi cái chập chờn của con người tha hương biệt xứ...

Cuốn thơ *Xếp Màu Cho Tuổi* chỉ có màu mè ở bìa ngoài và những bài thơ in bên trong. Không tựa, không bạt. Không có lời giới thiệu của ai. Không cả lời phân bua, thổ lộ điều gì của tác giả. Nó đã là Tác Phẩm. Và tôi đọc hết rồi: Nó là Tác Phẩm Văn Chương! Tôi đã hồi âm cho tác giả sau khi tôi nhận được cái bì thơ dày từ nhà Bưu Điện, nhân dịp Father's Day, tôi cảm ơn và chúc tác giả best wishes!

Tôi chú ý về cái bìa sách. Nó là khung bố loang lổ màu. Tôi nghĩ thầm: nó chứa đựng cái gì đó ở bên trong! Quả thật thế! Với 180 bài thơ chỉ là một trái tim, tôi bắt gặp - trái tim bị thương, trái tim bị bóp giẹp, trái tim được nâng niu, trái tim còn đập, còn làm nhiệm vụ của Hệ Tuần Hoàn! Tôi thật lòng muốn trích dẫn ra đây, bài viết này, vài bài thơ tiêu biểu, vài khổ thơ, vài cặp câu mình tâm đắc... nhưng tôi mệt quá! Tôi ở tuổi chớp mắt là xong... Bài thơ nào của Đặng Toản cũng dài, những bài ngắn nhất thì tôi không muốn nó chừng đó. Tôi biết tôi đang làm chuyện không ai yêu cầu, chỉ tại tôi có nhu cầu: muốn nói về Đặng Toản. Tôi muốn tôi phơi bày chút tình cho thơ... Đặng Toản là Thơ! Đặng Toản khác "người ta" ở chỗ Đặng Toản là Đặng Toản, chừng đó! Đặng Toản không than thở, không vọng tưởng, không ra ngoài quê hương dù thực tế đang vong quốc!

Làm sao tôi gợi ý cho bạn có sách của Đặng Toản đây? Đây là cuốn sách không bán và tác giả không khoe địa chỉ của tác giả?

Tôi thấy trên Website TranThiNguyetMai.wordpress.com... có giới thiệu tập thơ Đặng Toản, có in ra một số bài tâm đắc, tôi xin mạn phép copy/paste ở đây:

TRANG THƠ ĐẶNG TOẢN

BĂNG QUA MÙA XUÂN
Có gã mặt trời tận tụy
Kéo bầy thê tử chơi rong

Đánh một vòng quay túy lúy
Dạo quanh vũ trụ hồng hồng
Anh cuộn mùa thu tay áo
Đuổi theo đông chạy trên đường
Chợt nghe râm ran tiếng pháo
Ồ xuân đã đến rồi sao?
Muốn múc một gàu nắng mật
Từ nơi vũng sáng bềnh bồng
Tưới một linh hồn khuyết tật
Và nghe sỏi đá đơm bông
Tóc vẫn một chiều gió khuyết
Áo ai bay giục vàng thu
Nắng đã soi vào đáy huyệt
Và thơ lại cất lời ru
Anh băng qua vùng nhật nguyệt
Gọi tên em một nốt trầm
Đất đã tan rồi băng tuyết
Mưa tình trổ nụ lâm thâm
Anh băng qua trời ẩn dụ
Hỏi xin một lá ngô đồng
Thấy chim phượng hoàng cánh rũ
Vừa bay về phía mênh mông
Houston 22-02-2022
(trích từ thi phẩm *Xếp Màu Cho Tuổi* của Đặng Toản)
*
BUỒN CHI LẠ THÁNG TƯ!
Anh đang ước một ngày mưa tháng sáu
Rửa tan trên phần mộ tháng tư gầy
Chư thiên xuống trao đời cây viết báu
Chép hịch truyền, an trăm họ đông tây
Anh vốn biết quê hương mình nhược tiểu
Chú vịt con trước một lão ngan cuồng
Như gà trống núp dưới chân đà điểu
Nên ngàn năm dân tộc ngậm hờn suông
Thế kỷ trước vương xích xiềng viên mãn
Dân Nam mình máu lệ buổi cơm chan
Thời quá độ dài lê thê hung hãn
Cú hồi thương tư bản độc vô vàn
Anh chẳng thích nghe theo lời phủ dụ
Rằng quê hương đang sắp sửa hóa rồng

Trăng liềm đỏ nhìn sao vàng quá đủ
Bày thêm chi vòng số tám mênh mông
Anh không dám ngước nhìn quê trẩy hội
Lòng buồn như trẻ nít chịu tang cha
Xin cúi xuống nhìn miền Nam hấp hối
Tháng tư về, nỗi nhớ lại đi qua
Anh sợ hãi một chiều thu lá nám
Cố cung buồn, vương đế cũng lao lung
Con mắt bão băng qua trời nắng xám
Bao anh tài đất nước rụng như sung
Anh đâu dám viết bài thơ chém gió
Buổi dịch tràn nhân loại khổ đau chung
Bước lầm lẫn đầu tiên hang khốn khó
Để muôn đời huynh đệ chẳng tương dung
Richmond, 21/4/2020
(trích từ thi phẩm *Xếp Màu Cho Tuổi* của Đặng Toản)
*
XẾP MÀU CHO TUỔI
Anh chất màu lên đêm
Để trang hoàng bộ nhớ
Khi ngả lưng nằm đếm
Nhìn đỉnh trần màu thơ
Anh nói cùng hư hao. Sẽ ghim màu thành chuỗi, Ký ức thầm lao xao...
Hãy thêm màu vào tuổi
Huynh gán màu cho muội, Màu xanh non dậy thì. Tuổi dỗi hờn vàng chuối. Tuổi dại khờ màu chi?
Tuổi u hoài tím nhạt. Tuổi buồn nhiều tím than. Tuổi chiều yêu tím Huế. Tuổi hồn nhiên màu hồng
Tuổi xanh cũng màu hồng. Tuổi hồng thường xanh biếc. Tuổi già màu tóc bạc. Tuổi hẹn hò màu chanh.
Chanh có vàng có xanh, biết màu chi mà nói. Tuổi đợi chờ màu khói. Tuổi mộng mơ màu mây
Tuổi thợ cày màu đất. Tuổi thiền môn nâu sòng. Tuổi chiến chinh đỏ rực. Tuổi ngậm ngùi màu cam.
Anh xếp màu đơn sơ, vào tuổi nào rắc rối, rồi xếp màu hôn phối, vào tuổi đời cô đơn
Anh xếp màu thiệt thà, bên tuổi đời lừa lọc
Anh xếp màu dè sẻn, vào tuổi đời phí hoang...
Anh xếp màu khôn ngoan, vào tuổi đời vụng dại
Anh xếp màu mặc khải, vào tuổi đời trầm tư

Anh xếp màu hao hư, vào tuổi đời phung phá
Còn nhiều màu chưa xếp, còn nhiều tuổi chưa qua
Tuổi dịch ôn màu xám, tuổi đi chùa màu lam...
Tuổi tráo trở màu chàm, tuổi màu đen vĩnh biệt...
Tuổi học trò bảy sắc
Gắn quạt bàn anh quay
Thành màu ngây ngất trắng
Như mộng sớm mơi này.

Houston 20/3/2020
(trích từ thi phẩm *Xếp Màu Cho Tuổi* của Đặng Toản)

Cũng trên TranThiNguyetMai.wordpress.com... bạn có thể đọc thêm bài Đọc Thơ Đặng Toản của Hai Trầu Lương Thư Trung, một nhà phê bình văn thơ rất nổi tiếng. Bài ấy Rất Hay!

*

Phần riêng tôi,
tôi thích mấy câu này, bốn dòng, cuối trang 279:

Khi em dừng chải tóc
và nhìn theo bóng bầy chim quần đảo
anh lặng lẽ ngồi
thắp một nén thơ...

Chừng nhiêu! Không chấm, không phết, không mời mọc, không se sua...

Trần Trung Thuần

nhờ em gắng giữ mùi hương
không cần phân biệt địa phương rõ ràng
tự nhiên tôi gặp Việt Nam
là nơi hồn đậu khi tàn xác thân
lhoán

LƯƠNG THIẾU VĂN

ĐỌC THƠ TÔN NỮ THU DUNG TRÊN ĐẤT MỸ

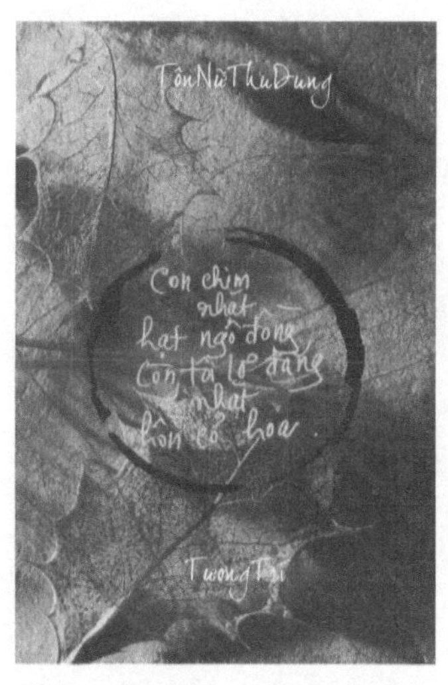

Tôi rất vui khi nhận tập thơ *"Con Chim Nhặt Hạt Ngô Đồng. Còn Tôi Lơ Đãng Nhặt Hồn Cỏ Hoa"* mà Tôn Nữ Thu Dung tặng tôi khi chúng tôi hẹn gặp cà phê cùng chị ở khu thương mại Phúc Lộc Thọ của người Việt ở quận Cam Ca-li. Thật ra khi đáp chuyến bay từ bờ Đông thành phố Boston sang bờ Tây Los Angeles, người tôi muốn gặp đầu tiên là chị. Lần gặp chị lần cuối ở Sài Gòn chắc cũng gần năm năm rồi thì phải. Không biết nói thế nào cho rõ về tình bạn văn thơ giữa hai chúng tôi: thời học sinh chị hay gởi bài cho Tuổi Ngọc, Tuổi Hoa và một số tuần báo nhật báo khác, tôi cũng thế nhưng chưa bao giờ quen biết hay thư từ chào hỏi làm quen với nhau cho đến ngày đất nước tan hàng, mỗi người nổi trôi theo vận mệnh riêng của từng người. Rồi chị sang Mỹ, bắt đầu viết lại, lập trang Tương Tri và in sách. Có thể nói Tôn Nữ Thu Dung như con ong chăm chỉ, mỗi ngày bay đi tìm mật hoa về xây tổ ấm của mình. Thời còn học sinh ở trường Thánh Tâm-Nha Trang chị đã có một tập truyện vừa *Ngày Tháng Nào* do tủ sách Tuổi Hoa phát hành được nhiều bạn đọc cùng lứa tuổi yêu thích, sau này qua Mỹ chị đã tái bản một vài lần để ghi lại một quãng đời đẹp đẽ yêu văn chương với đôi mắt xanh biếc mơ mộng thuở ấy. Đến nay gia tài văn chương của chị cũng khá dày dặn: Về thơ có các tập: *Kỷ Niệm, Nhật Ký, Tiểu Khúc*. Truyện ngắn có các tập: *Hướng Dương Giấu Mặt, Thiên Thần Không Mang Đôi Cánh*. Các tập truyện vừa: *Ngày Tháng Nào, Mùi Bánh Kem, Thủy Tinh Tan Vỡ*.

Tập thơ *"Con Chim Nhặt Hạt Ngô Đồng. Còn Tôi Lơ Đãng Nhặt Hồn Cỏ Hoa"* là tập thơ mới nhất chị vừa cho ra mắt vào năm 2022.

Có thể nói tiêu đề tập thơ này có lẽ là cái tên dài nhất trong các tập thơ mà tôi được đọc hay biết đến. Chị lấy hẳn hai câu thơ lục bát để thể hiện chủ đề của tác phẩm. Hai câu lục bát dễ thương chứa đựng một tâm hồn nhạy cảm trước những biến thiên của cuộc đời nhưng lại rất đỗi trong sáng đến độ hồn nhiên vô tư. Tôi đọc thơ Tôn Nữ Thu Dung nhiều, những bài thơ từ thuở xa xưa trên Tuổi Ngọc, Tuổi Hoa cho đến những bài thơ viết sau này và cảm thấy hình như thời gian ngừng lại trong thơ chị. Nói như thế có lẽ hơi nghịch lý một chút các bạn nhỉ? Hơn nửa thế kỷ trôi qua, cô bé Thu Dung ngày nào với những câu thơ nhí nhảnh, hồn nhiên đôi khi yểu điệu ra vẻ già trước tuổi giờ vẫn dòng thơ vẫn vậy, tất nhiên chỉ có điều trầm lặng và sâu sắc thêm lên khi cuộc đời trải qua nhiều thác ghềnh dòng nước vẫn ngọt ngào tuôn chảy về xuôi một cách êm ả, thế thôi.

Nói như nhà văn Đinh Tiến Luyện khi viết lời bạt cho tập thơ: *"... Thơ Tôn Nữ Thu Dung thoát qua từ tâm mình qua thời gian luôn đổi thay nên phong phú ý và chữ. Không ai đặt hàng trước cho những bài thơ. Những câu thơ theo người và người viết theo những câu thơ của mình. Có khi chẳng ai nhớ ai, người buông ra nó hay nó chui từ tâm người như một điều tự nhiên, thế thôi. Đó là sáng tác."* Người làm thơ tự thân mình viết là vì thích viết có lẽ đó là điều duy nhất thế thôi.

Tập thơ trình bày thật trang nhã, trang bìa khá lạ mắt và chia làm hai phần: Phần THƠ và phần VÀ NHỮNG BÀI KHÁC. Có lẽ Thu Dung muốn phân định một ranh giới nhỏ nào đó cho người đọc chú ý để nhận ra điều đó, cùng hai lời giới thiệu của nhà văn Đinh Tiến Luyện và nhà văn Quyên Di. Chúng ta dễ nhận ra hai nhà văn tên tuổi này của tuần san Tuổi Ngọc và Tuổi Hoa một thời nổi tiếng của văn chương miền Nam trước 1975, có lẽ chị muốn tìm lại một chút kỷ niệm đẹp đẽ thời áo trắng mà bao biến đổi của thời cuộc đã làm mất mát và tàn phai hơn là tìm chút hào quang nào đó. Phần THƠ gồm 95 bài hé mở cánh cửa vào vườn thơ của chị như một khung cửa nhỏ nhưng là một khung cửa rất lạ:

Khung cửa nhỏ - mở ra –
ngày nắng hạ.
Ngày thương yêu, thuở ấy,
Nắng Sài Gòn.
Những hàng cây ven đường lay bóng lá.
Chỉ dám nhìn – guốc mộc – gót chân son.
(Có một điều rất lạ - trang 24)

Và cứ thế chúng ta dõi theo *"bước chân son"* ấy đi vào thơ, khám phá thế giới nội tâm trong tâm hồn nhỏ bé đó, để thấy được *"Em dễ ghét từ khi còn đi học", "từ nụ cười răng khểnh"*, để rồi *"Tôi rưng rưng/mở ký ức dịu dàng. Ngón tay gầy còn giữ búp Ngọc Lan"*.

Với bản thể non tơ đó, ta bắt gặp ánh mắt ngập ngừng đôi lúc cô quạnh từ một tiếng chim, một dòng sông, một bờ trăng nào đó trong quá khứ trên đường ta đi qua đã từng hội ngộ, bắt gặp khi vừa mới quay đi đã trôi vào hư vô mất biệt:

Chiều đã phai tàn bên kia núi
Ai còn trôi giạt phía hư không...
(Giọt chiều – trang 26)

Hay:

Tạm biệt dòng sông, vầng trăng huyễn hoặc
Tạm biệt môi hôn thuở ấy xuân thì
Ai gõ cửa mở về khung trời vắng
Tôi nghẹn ngào đánh đổi cuộc ra đi...
(Nhật ký tháng tám – trang 27)

Đôi lúc ta bắt gặp *"bước chân son"* ấy hình như bước lạc qua một thế giới khác chỉ có trong thế giới của cổ tích, thần tiên, hồ ly, kiếm hiệp, phải chăng Thu Dung muốn thoát khỏi hiện thực đầy những phiền muộn và thả hồn mình trong khói sương cổ tích chăng?

Ngoài hiên hồ ly bước khẽ
Nghẹn ngào giọt nến lung linh
Trang sách thở dài rất nhẹ
Thư sinh rơi bút... giật mình.
(Đêm Hồ ly – trang 30)

Và đây Doanh Doanh dưới ánh mắt của "Lệnh Hồ Xung" trong Tiếu Ngạo Giang Hồ:

Em ở phương nào xa khuất quá
Cầm tiêu hợp tấu biết tìm đâu
Lang thang muôn nẻo đường phiêu giạt
Chìm nổi trong ta khúc Phượng Cầu".
(Bài tặng Doanh Doanh – trang 101)

Có lúc ta lại thấy thấp thoáng hình ảnh của "bước chân son" ấy ẩn hiện trong "Hồn cỏ hoa", trong "Mây" trôi về phương trời vô định,

"Quỳnh" của tháng chạp nào đó đang chờ hé nụ hay cô đơn hơn trong tiếng "Con dế buồn" thâu đêm:

Con chim nhặt hạt ngô đồng
Còn tôi lơ đãng
Nhặt
hồn cỏ hoa
(Hồn cỏ hoa – trang 40)

Con chim nhặt hạt ngô đồng đã lạ rồi và khó bắt gặp được còn "Tôi lơ đãng nhặt hồn cỏ hoa" thì thôi vô phương tìm thấy. Hai câu thơ vừa hay vừa lạ lẫm làm ta ngất ngây như vừa uống một chén rượu bồ đào, nó không làm ta say khướt nhưng lại đưa hồn ta vào một thế giới huyễn hoặc nào đó không tìm được lối ra?

Chỉ còn lại:
tôi, nỗi buồn và cỏ
Và muôn trùng tiếng sóng vỗ lặng yên
Em cũng thế: Con-Dế-Buồn bé nhỏ
Dặn tim mình... Không nỡ nói:
Em quên!
(Con dế buồn – trang 86)

Tôi không rõ những bài thơ được tập hợp in trong sách viết vào những thời điểm nào nhưng làm cho tôi có cảm giác dàn trải và mênh mông vô tận, chưa đi hết một đời người mà ta bắt gặp bao sự đổi thay dâu bể để người bên trời phải *"Đứng nhớ phương Đoài"*, đếm từng cái *"Mười năm"* đi qua cuộc đời mình, rồi nhớ tà *"Áo tím qua đồi"*, chiều hiu quạnh đón *"Khúc thu rơi"*, ngắm *"Vầng trăng cũ"* mà buông *"Lời từ biệt"* và khi nhận ra chỉ *"Còn lại tiếng muôn trùng"*:

Khi về lại tôi nghẹn ngào tự hỏi
Tôi tìm gì trên lối cũ xót xa
Những hoài niệm cũng phai tàn như thế
Xác vàng hoa rơi rụng trước hiên nhà.

...chỉ còn mây... mà mây thì bay mãi
Chỉ còn em... mà em đã xa rồi
Chỉ còn lại tiếng muôn trùng khắc khoải
Chỉ còn tôi... vô vọng... một mình tôi.
(Còn lại tiếng muôn trùng – trang 120)

oOo

Phần VÀ NHỮNG BÀI KHÁC đặt ta vào một hướng rẽ khác trong thơ Tôn Nữ Thu Dung, những tên bài như Người Homeless và con chó nhỏ, Vết thương, Đất nước tôi, Tháng tư xưa, Từ một nước Việt buồn, Mặc khải sau ngày phục sinh, Tổ quốc gọi tên ai... gợi cho ta những ký ức không lấy gì làm vui vẻ, nó như một vết thương đã liền da nhưng vẫn làm ta nhức nhối những khi trái gió trở trời:

Thời chúng ta khó mở lòng trắc ẩn
Mỗi con người tự ôm ấp vết thương
Lúc thấm mệt ngã bên trời khắc khoải
Tan tác buồn, thuở cát bụi tha phương.

Khi tàn cuộc những thanh âm bất lực
Bài Tụng Ca cũng rời rã vô hồn
Chiếc mặt nạ cuối cùng... rơi nước mắt
Tiếng thở dài buốt lạnh cả hư không...
(Vết thương – trang 129)

Trong thế giới xô lệch đầy bất ổn có lẽ Tôn Nữ Thu Dung cảm nhận hết nỗi bất lực của mình cũng như bao người Việt Nam khác, chị cảm thấy mình *"... được sinh ra từ một nước Việt buồn..."*, thôi thì hãy như *"hạt cát nhỏ nhoi"* cuốn theo dòng đời đầy dông bão:

Nhìn cùng tôi đóa Quỳnh Sa Mạc lẻ loi
Rất rực rỡ nhưng vô cùng cô độc
Trong vô thức... bất tận buồn... muốn khóc
Chúng ta mỗi người chỉ là hạt cát nhỏ nhoi...
(Mặc khải sau ngày phục sinh – trang 145)

oOo

Nhà văn Quyên Di có nhận xét: "Thơ Tôn Nữ Thu Dung quá đa dạng, có tính trong sáng, tươi mát, chín chắn và lãng mạn. Theo dòng thời gian tính tươi mát bớt đi nhưng sâu sắc nội tâm thì tăng lên. Nét lãng mạn vẫn rất rõ, khác chăng là cách biểu lộ nét lãng mạn ấy." Đó phải chăng tính lãng mạn của một người nữ làm thơ mà Đinh Tiến Luyện nhận xét: "Dù không được đọc những tập thơ trước đây của Tôn Nữ Thu Dung, trong tập thơ này cũng đủ cho tôi nhận ra tính phong phú của một tâm hồn lãng mạn (thi sĩ nào cũng thế, nam lãng 1 thì nữ lãng 10)" chăng?

Khép sách lại, tôi đứng lên và bước ra balcon. Từ tầng 5 của khách sạn Silver Trumpet nằm trên Avenue of the Arts nhìn xuống công viên nhỏ bên dưới, một hồ nước trong vắt được bao quanh bởi những thảm cỏ xanh rờn, những bồn hoa đầy màu sắc được chăm bón cẩn thận, có hai cây sồi mọc bên nhau cao thẳng tắp đang reo cùng gió ngàn. Tôi lơ đãng nhìn lên bầu trời xanh thẳm. Chiều Cali xuống thật êm đềm. Ngày mai tôi về Việt Nam sau gần một tháng ở lại xứ Cờ Hoa, trong hành lý sẽ mang theo hương thơm cỏ hoa ẩn trong những bài thơ của người phụ nữ làm thơ mang tên Tôn Nữ Thu Dung.

Lương Thiếu Văn
Cali-Sài Gòn, tháng 7-2023

Tham khảo:

1- *Với Tôn Nữ Thu Dung của Đinh Tiến Luyện*
2- *Thơ hãy nói, tôi nghe của Quyên Di*

hồi mô chừ Huế vẫn buồn
riêng tôi Huế tặng vết thương ngọt ngào
(Huế dễ thương bắt ước mơ
và rồi đoản hậu phỉnh phờ tôi riêng)
quyết quên, không nhắc nỗi phiền
nhiều khi đáng kiếp phụ duyên, rủa thầm
lhoán

 1

NGUYỄN CHÂU

HAI ĐIẾU SAMIT

Tôi nhận giấy mời từ tay chú dân quân: "Mời ông sửa xe đạp. Đúng 8g ngày... tháng... năm 198... Đến văn phòng ban Ấp. Lý do: Cho biết sau...

Tôi che tấm bạt bên đường vá xe đạp, ngoại trừ cái bằng cử nhân, tôi chẳng biết làm gì ngoài nghề đã từng đi dạy học.

Tiếng gà gáy sáng vang lên từ đâu đó, nhìn trời mây u ám mà lòng tôi nặng trĩu, chờ sửa hay vá xe có tiền sẽ đi trình diện. Điếu thuốc miếng trầu là đầu câu chuyện mà. Tôi định mua hai điếu thuốc SAMIT ở quán café bà M. Nhưng đâu có mua thiếu được.

Hơn 8g, văn phòng ban Ấp vẫn còn đóng cửa, lát sau có một người thọt chân, mắt lé lạch cạch bước vào, tôi định đưa tay đỡ vì nghĩ anh khuyết tật này cũng bị mời như mình. Bỗng tôi giật mình, đôi mắt lé trợn trắng gạt mạnh tay tôi lạnh lùng móc xâu chìa khóa. Giọng hách dịch:

- Anh sửa xe hay hớt tóc? Vô đây.

Té ra Năm Hơn, trưởng Ấp.

Tôi khẽ khàng ngồi xuống băng ghế dài, bối rối lấy ra hai điếu thuốc SAMIT. Từ sáng đến giờ thỉnh thoảng tôi đưa tay áp nhẹ túi áo sợ hai điếu thuốc không còn thẳng thớm chứ không phải hồi hộp lo sợ.

Tôi đặt nhẹ hai điếu thuốc trước mặt Năm Hơn, mắt Năm Hơn đăm đăm nhìn tôi nhưng hai con ngươi quay ngoắt sang hướng khác:

- Anh ở mô tới đây? Giọng trọ trẹ khó nghe.

- Tôi ở...

Tôi định nói: Ở tiệm sửa xe đạp nhưng "tiệm" to quá, sang quá.

- Nì, làm chi cũng có phép có tắc, chấp hành chủ trương đường lối chính sách nghiêm túc. Sống, làm việc theo hiến pháp và pháp luật, nghe rõ chưa? Không phải ai muốn làm chi thì làm. Loạn hết, loạn hết!

Âm lượng Năm Hơn càng nói càng hăng, sùi bọt mép.
- Làm đơn, làm đơn...

Năm Hơn tỉnh rụi nhón lấy điếu thuốc đưa lên môi, bật quẹt lửa rít một hơi dài, mùi khói thuốc thơm dịu loãng tan bay nhẹ trong ánh nắng ban mai xuyên vào cửa sổ. Tôi chưa được hút thử loại thuốc này lần nào, chỉ dùng toàn thuốc rê...

Tiếng kèn xe đò chạy than rít lên, phả làn khói mù mịt khiến tôi suýt ngộp thở. Năm Hơn nhìn tôi quát:
- Chạy đi, dừng làm chi đó?

Té ra Năm Hơn quát tài xế xe đò.

Suốt đêm trằn trọc chờ sáng, tôi bâng khuâng không biết kính gởi ban Ấp hay Ô. Năm Hơn.

Tôi trầm ngâm nghĩ ngợi, tấm bạt che vá sửa xe đạp giăng bên lề đường, cột vào hai cây cao su già để nương nhờ bóng mát làm sao có số nhà hay địa điểm cụ thể nào!

....

May quá chuyện gì cũng qua, có lẽ tôi ở hiền gặp lành. Gần tết, rừng cao su rụng lá trơ cành đưa lên trời như đôi tay khẳng khiu của những người lam lũ. Những chuyến xe than chạy qua kéo theo bụi đỏ mịt mù, dòng mương nhỏ từ nhà máy cao su mang theo mùi khê nồng tan loãng trong không khí xộc vào mũi khó ngửi. Tôi đang loay hoay tìm trong thùng đồ nghề lấy dụng cụ sửa xe đạp cho chị bốn Hơn. Bỗng chị kéo vai tôi, biểu ngồi trên thùng đạn:
- Đi theo chị làm vài chuyến kiếm tiền mua áo quần cho mấy cháu, chị thấy tội quá!

Mà thiệt, đứa con trai lớn mới tám tuổi của tôi đang ngồi vá xe đạp mặc chiếc quần tây cũ cắt ngắn, đưa cái lưng trần lòi xương.
- Làm gì chị?
- Đi buôn tiêu...

Thời buổi ngăn sông cấm chợ, tôi ngần ngại:
- Lỡ bị bắt, hết vốn. Mà em không có vốn...
- Đừng lo, mua trước trả sau. Em có quần dài nào rồng rộng không?
- Em chỉ có quần xa-vi-ot mua ở hợp tác xã...
- Không được, loại đó ống quần ngồi xuống đứng lên như cái lò xo, kiếm cái quần lính...

Mấy hôm sau chị bốn Hơn đem cái quần treillis cũ của chồng chị biểu tôi cởi quần mặc thử, quần rộng thùng thình, chị ngắm nghía ra vẻ hài lòng:
- Được rồi!

Tôi chưa hiểu ý chị, chị ra ngoài đem vào hai bịch tiêu khoảng mấy ký được bỏ vào ruột tượng may bằng bao cát. Chị lại biểu cởi quần ra, chị ốp ruột tượng tiêu vào hai ống chân tôi, bó lại bằng dây nylon.

- Mặc quần vô!

Tôi làm theo lời chị, đi tới đi lui...

Chờ nông trường kéo còi, khoảng 5g sáng hai chị em leo lên xe than về Saigon. Tôi ngồi gần cửa lên xuống, mùi khí carbon dioxide hăng hắc khó chịu nhưng không khổ sở bằng hai bắp chân bắt đầu nóng lên ngứa ngáy. Thấy tôi ngọ ngoạy không yên, chị bốn Hơn nháy mắt ra dấu ngồi im. Từ Trảng Bom qua Hố Nai chỉ hơn mười cây số tôi tưởng chừng như xa vạn dặm. Không còn gì khổ hơn phải chịu đựng cả nóng lẫn ngứa mà không được gãi!

Xe từ từ tấp vào trạm quản lý thị trường Ngã Ba Vũng Tàu, hành khách bị lùa hết xuống xe. Tôi tưởng chừng như được giải thoát, đi nhanh về phía bụi cây ven đường tha hồ gãi ngứa nhưng:

- Anh kia, quay lại đây!

Cái ống kim loại có đầu nhọn hoắt thọc vào ống quần... Chị bốn Hơn nhìn thấy muốn trào nước mắt, tôi lại thấy những đôi mắt thiếu đói của lũ con tôi dõi theo những hạt tiêu mẹ tiêu con chảy tràn ra đất.

Họ thu mua... Họ thanh toán sòng phẳng chỉ đủ tiền xe và hai ổ bánh mì.

.....

Bỗng nhiên tôi nhớ đọc ở đâu đó:

"Và khi bạn yêu thích tất cả những việc mình làm để kiếm sống, trong cả cuộc đời, bạn sẽ không bao giờ mệt mỏi với công việc".

Bruce Karatz

Ức vì mất vốn, tôi bỏ nghề sửa xe đạp đi buôn đậu nành.

......

Chị bốn Hơn an ủi:

- Em đừng buồn, thua keo này mình bày keo khác. Chuyện tiền nong mấy ký tiêu ra Giêng chị tính cho.

Vậy là áo quần mới cho con mặc Tết bay theo gió bụi. Lũ nhỏ nhìn thấy cha về trên tay cầm hai ổ bánh mì tưởng cha trúng mánh mừng nhảy tưng tưng. Tôi ngồi nhìn hai bắp chân nổi sần chưa hết ngứa mà nỗi lòng không biết tỏ cùng ai. Nói ra sợ vợ con buồn, tôi đạp xe ra chợ mua sáu cái trứng gà về làm ốp-la để cả nhà ăn mừng vì đi buôn thắng lợi hơn sửa xe đạp.

Tôi ngán buôn tiêu, chị bốn Hơn nói đậu nành đang có giá.

Ngày mai ông Táo về trời nhưng bếp núc quạnh hiu, xóm Hố chìm trong màn đêm âm u chỉ nghe tiếng côn trùng rả rích buồn thúi ruột. Tôi bật dậy ra sân nhìn bầu trời xanh ngắt đầy sao long lanh mong tìm phương kế đổi đời như ngày xưa đưa tàu hải hành khơi xa nhìn chòm sao Bắc Đẩu để xác định phương hướng đường về.
Quyết làm ăn lớn nhưng không có vốn, nhìn trước nhìn sau không có tài sản nào đáng giá ngoài chiếc xe đạp mini và cái đồng hồ "Seiko 5".

Ngoài vốn tự có cộng thêm vay mượn mua được một tạ đậu nành. Tôi hì hục cho vào túi bao cát, mỗi bao mười ký. Sáng ra chị bốn Hơn ghé nhà, tôi chỉ đống bao đậu nành được phủ tấm nylon, các con tôi đang ngủ ngon lành trên chiếc giường mới. Chị cười:
- Chuyến này chắc ăn như bắp, có xe bộ đội chở giùm mình lại không tốn tiền. Chị cũng làm hai tạ nhưng mình phải thồ băng lô cao su đến đường đất sau lưng trường tiểu học X., họ cho lên xe ở đó...

Tôi mượn chiếc xe sườn mobilet của P. thường hay thồ chuối chất mỗi lần năm bao đậu nành lên xe, che chắn cẩn thận. Hàng gởi nhà mẹ chồng chị bốn Hơn gần điểm hẹn an toàn, tôi thở phào uống cạn ca nước quày quả ra về để chuyển tiếp năm bao còn lại.

Đường lô cao su lồi lõm, mùa khô miền Đông Nam bộ đất bazan đỏ quạch xen lẫn đá vụn, đẩy xe thồ về không còn mệt bở hơi tai như lúc đi, tôi cất tiếng hát hân hoan vang lừng giữa rừng cao su hoang vắng, niềm hy vọng sáng ngời trước mắt xua tan bao nỗi nhọc nhằn trong tôi.

Chuyến thứ hai đi gần đến nơi, mặt trời đã treo lơ lửng trên đầu, tôi tựa xe vào gốc cao su lấy khăn lau mồ hôi đã ướt đẫm cả áo lẫn quần. Đôi chim bìm bịp từ bụi cây rậm bay vụt lên, mất hút về phía đoạn đường tôi đã đi qua.

Tôi nhủ lòng mình: Cố lên tôi ơi! Nghị lực sống của tuổi ba mươi còn sung mãn đâu sá gì gian khổ. "Đường đi khó không khó vì ngăn sông cách núi mà khó vì lòng người ngại núi e sông" (Nguyễn Bá Học)

Gần đến nơi, bỗng tôi nghe văng vẳng tiếng ai kêu khóc giống tiếng mẹ chồng chị bốn Hơn. Tôi dừng lại nghe ngóng đồng thời đẩy xe tránh khỏi đường lô cao su, giấu hàng bên gốc cao su già. Tôi thả bộ về phía trước, tiếng quát tháo giọng đàn ông nghe như tiếng sấm:
- Đậu nành này ở đâu ra? Bà khai ngay...

Tôi lùi lại chạy về chỗ chiếc xe thồ, cố đẩy xe về hướng nhà bạn để trả, nếu xe bị tịch thu thì...

Tôi đi như chạy quay lại nơi giấu hàng, tim tôi đập thình thịch trong lồng ngực khi năm bao đậu nành của tôi không cánh mà bay...

Tôi chưa dám tìm gặp chị bốn Hơn để hỏi thăm tình hình, có còn xơ múi được gì không?

Tôi thất thểu về nhà, nhìn bộ dạng thiểu não của tôi mấy đứa con đứng xa lấm lét nhìn, tôi ôm thằng bé nhất gần hai tuổi trần truồng đang bò dưới đất, mặt mũi lấm lem như thằng hề, tôi bỗng bật cười ha hả mà nước mắt ứa ra, mấy đứa khác chạy trốn mất chắc chúng nghĩ cha nó lên cơn điên.

Vợ tôi gánh nồi niêu bán mì Quảng ở chợ vừa về lom lom nhìn hai cha con tôi, không hiểu chuyện gì đã xảy ra. Tôi vồn vã:

- Bán hết không em? Nghỉ mệt đi, để anh rửa cho... Lời được bao nhiêu?

- Mười lăm đồng.

Tôi mừng thầm, được năm ký gạo đâu phải chuyện chơi!

Tiếng còi nông trường hú dài trong sương sớm, mọi ngày giờ này vợ tôi đã dậy nhóm lửa nấu nước lèo, phần tôi xắt mì thành sợi và chuẩn bị quang gánh cho nàng gánh ra chợ. Nhưng hôm nay... Tôi lay vai nàng:

- Sao không dậy đi bán?

Giọng nàng nghe chừng thút thít, đáp xụi lơ:

- Ngày nào cũng lỗ...

- Sao em nói là lời?

- Nói cho anh... vui!

Hỏi ra còn thiếu nợ người ta hai con gà và mười ký gạo.

Tôi ngồi nhìn mây trắng bay, bình minh đã ửng hồng trên đỉnh núi Sóc Lu. Hoa đào hoang từng chùm tím ngát ngoài bờ rào lả tả rơi theo từng cơn gió cuối đông.

Người xưa đã từng nói:"Cùng tắc biến, biến tắc thông, thông tắc cửu" (nghĩa là: Mọi sự đến cực điểm thì tất phải biến đổi, khi có biến đổi sẽ thông suốt)

Không thể uống rượu tiêu sầu như Cao Bá Quát, càng không thể không "trầm tư bách kế"...

Nhưng kế gì đây?

Nguyễn Châu

TIỂU NGUYỆT

QUỲNH HOA

Em là Quỳnh, em là hoa?
Em là trăng hay em là nguyệt?
Hương Quỳnh hoa hòa tan trong trăng, trong gió,
Để tôi yêu Quỳnh, yêu trăng và yêu em!

Tôi hớp miếng trà, nhép miệng thưởng thức cái vị chát thơm thơm, ngọt ngọt đậm đà của trà, chờ đợi Quỳnh nở hoa. Ánh trăng sáng trong soi rõ từng ngõ ngách, từng cây lá trong vườn, soi rõ từng viên sỏi trên con ngõ vào nhà. Ánh trăng dịu dàng vàng óng, mênh mang cả đất trời, mênh mang trong lòng tôi dịu êm ru hời. Ánh trăng chan chứa, huyễn hoặc, chơi vơi. Ánh trăng tròn đầy, tinh khôi, vành vạnh. Trong lòng tôi cũng một ánh trăng, tuy nhỏ nhưng tròn đầy như ánh trăng trên cao đang tỏa sáng, soi tâm hồn tôi những lúc lạc lõng, bơ vơ, mềm yếu. Tôi chơi vơi cùng trăng, cùng em, cùng đất trời đợi chờ thời khắc đóa Quỳnh tỏa hương khoe sắc.

Từ lâu, tôi rất yêu thích loài hoa này, bởi không chỉ nó đẹp mà còn cho tôi sự rung động dạt dào, liên tưởng đóa hoa như một người con gái có vẻ đẹp tinh khiết, thanh thoát, ẩn chứa ở đấy sự thánh thiện, trinh nguyên. Ai đã một lần nhìn thấy hoa Quỳnh nở mới thấu được cái đẹp, cái tinh khôi của loài hoa, mới thấu được cảm xúc dạt dào mênh mang rung động.

Tôi lấy chiếc điện thoại mở nhạc không lời, vặn volume thật nhỏ, để tiếng nhạc nghe như văng vẳng từ xa vọng lại nhẹ nhàng, dìu dặt. Bất ngờ thay, bài đầu tiên tôi nghe được là ca khúc "Quỳnh Hương" của nhạc sĩ Trịnh Công Sơn. Tiếng nhạc rộn ràng, nhộn nhịp, reo vui dìu tôi theo những cung bậc trầm bổng và em bỗng chơi vơi trong tôi, theo niềm cảm xúc mênh mang sống động.

Em xuất hiện trong đời tôi như một thiên thần lạc bước xuống cuộc trần, mang theo hơi hướm của cung Hằng như một huyền thoại thiêng liêng, huyễn hoặc. Em là Quỳnh Hoa! Với tôi, em là cánh hoa trắng trong tinh khiết. Ngày tôi càng rõ hơn, hiểu hơn như đóa hoa Quỳnh nở bung từng cánh nõn nà trong ngần. Em là em, là Quỳnh Hoa, không phải hoa Quỳnh, mà là đóa Quỳnh Hương thơm ngát xuyến xao trong lòng tôi. Em là ngọn gió trong lành dạt dào tươi mát, đưa tâm hồn tôi vào giấc miên trường dịu ngọt. Em là tia nắng sưởi ấm trong tôi những lúc cô đơn quạnh quẽ. Em còn là mùa xuân mang yêu thương hạnh phúc đến cuộc đời nhiều truân chuyên của tôi. Hỡi Quỳnh Hoa yêu quý của tôi!

Tiếng nhạc trong chiếc điện thoại chuyển sang ca khúc khác, đó là bài ca "Đóa hoa vô thường" cũng của nhạc sĩ Trịnh Công Sơn. Bài ca mà tôi yêu thích từ thuở còn đi học nên tôi thuộc từng lời, từng cung bậc lên xuống trầm bổng. Tôi chơi vơi theo tiếng nhạc dìu dặt, khoan thai... "*Tìm em, tôi tìm, mình hạc xương mai; tìm trên non ngàn một cành hoa khôi. Nụ cười mong manh, một hồn yếu đuối...*". Và tôi đã tìm em như nhạc sĩ đã từng tìm dù em ở đâu, tận cõi nào xa lơ, xa lắc. Tôi biết chúng tôi đã lạc nhau, nhưng chưa thể mất nhau. Em là áng mây trôi về phương trời vô định. Tôi là ngọn gió kiếm tìm, càng tìm em càng trôi xa nhưng tôi vẫn cứ hy vọng, cứ tìm, chưa từng tuyệt vọng một ngày nào.

Tôi thầm thì như nói với chính mình, chơi vơi cùng trăng, cùng cơn gió nồm dịu mát: "*Cứ bay đi em, cứ lượn bay như loài chim én, xoải đôi cánh ước mơ tận cùng trời cuối đất. Tận trong sâu thẳm tâm hồn tôi, tôi đã có em. Em hiện hữu trong tôi từng ngày, từng giờ, từng phút giây. Em đã ở trong tôi trước kia, bây giờ và mãi mãi. Em đã hòa lẫn trong tôi rồi, Quỳnh Hoa ơi!*".

Ánh trăng trên cao bỗng chui vào đám mây, ánh sáng loang lổ rớt xuống cả sân vườn như để minh chứng em đã nghe lời tôi nói cùng em thiết tha mong nhớ; rồi sáng rõ hơn, trong trẻo, mênh mông. Tôi chợt thấy em chấp chới trôi nhanh trong ký ức cũ càng, réo gọi. Tôi đưa tay chồm lên như muốn ôm choàng bóng hình em, nhưng chỉ là khoảng không cùng đêm mênh mông vô tận. Em tan thành khói mây mong manh trôi xa rồi chăng? Tôi nhớ lời em đã từng dặn "*hãy sống và giữ mình thật trong sạch bằng tâm thiện lành, dù trong bất kỳ hoàn cảnh nào; bởi sau khi mình rời bỏ thân xác này, điều còn lại chỉ là tình yêu thương mà thôi*". Em là vậy đấy, luôn thánh thiện trong tôi. Ở bên kia bờ xa thẳm, tôi biết em có nghe lời tôi nói gởi, nhưng không thể đáp lại được bởi đôi bờ ngăn cách - hai cõi thực mộng khác nhau. Em ơi! Tôi sẽ sống như lời em đã từng dặn, tôi sẽ sống bằng khát vọng để thấy đời mênh mông vô tận bao la!

Tôi chợt nghe một tiếng "tách" rất nhỏ, đóa Quỳnh trên cành bung cánh đầu tiên trắng trong, tinh khiết. Thoáng trong gió mùi hương thơm dìu dịu, ngất ngây. Sau đó, một cánh nữa, cánh nữa...

nhẹ nhàng bung nở nõn nà thơm tho diệu kỳ. Tôi thầm thì: "*Em đã về đấy ư, Quỳnh Hoa?*", trong cảm xúc đê mê dạt dào tràn ngập. Em đã về với tôi sau bao năm xa cách. Vẫn dịu dàng, đằm thắm, đoan trang. Vẫn đôi mắt dịu hiền, xa xăm gợn buồn. Vẫn sáng trong, tinh khôi như ngày đầu tôi gặp và yêu em. Em đấy. Tôi đây, mà cách xa vời vợi, thăm thẳm. "*Nghìn trùng xa cách, người đã đi rồi. Còn gì đâu nữa mà khóc với cười...*", tiếng nhạc văng vẳng, nhẹ nhàng như thì thầm bên tôi, nhắc nhở tôi, người đã đi rồi, đã nghìn trùng xa cách. Vậy là tôi đã mất em rồi sao? Không! Tôi không cam tâm. Tôi không thể mất em được. Em vẫn còn đó và tôi còn đây, chỉ cách nhau bởi đôi bờ mộng thực. Tôi sẽ gặp được em, sẽ gặp được em, em ơi!

Quỳnh Hoa của tôi gầy guộc mong manh như sương như khói, dễ tan dễ vỡ, làm sao có thể chống chọi với cơn sốt rét rừng khủng khiếp ấy chứ? Cũng tại tôi. Tại tôi tất cả. Tại em thương tôi, đi thăm tôi khi tôi bị tập trung "học tập" ở Ngân Điền, nên em mới bị bệnh, mới ra đi, phải không em? Tôi khóc. Nước mắt tôi ràn rụa trên đôi má nhăn nheo già nua mặn chát, đớn đau. Trong tôi, em chưa bao giờ rời xa, phải không Quỳnh Hoa?

Tôi đắm mình trong trăng, trong hương thơm thoang thoảng, trong tiếng nhạc dặt dìu. Tôi chợt thấy mình sống lại tuổi đôi mươi nhiều ước vọng rồi chông chênh theo những gian truân, dâu bể đổi dời. Tôi thấy mình trưởng thành vững vàng, chín chắn, thuyết phục hơn. Tôi không còn buồn phiền, hờn giận ghét bỏ ai lâu, dù họ có nói tôi là một "ngụy quân, ngụy quyền" đi nữa; bởi tôi biết tôi là tôi, là một công dân tôi phải tuân theo pháp luật, đến tuổi là đi học, đi lính, thế thôi. Tôi thấy lòng nhẹ nhàng hơn mỗi ngày, thấy tình thương trong tôi ngày một nhiều thêm, lan rộng hơn.

Quỳnh Hoa yêu quý! Chưa bao giờ tôi thôi nhớ nghĩ về em, chưa bao giờ tôi thôi yêu em. Em là đóa Quỳnh Hương luôn thơm ngát trong tôi mãi mãi và mãi mãi. Tôi sẽ tìm thấy em nơi cuối trời xa xôi nào đó, để nói với em rằng tôi yêu em vô cùng và sẽ chẳng có ai thay thế được em trong lòng tôi.

Ánh trăng sáng rỡ chan hòa trên sân, trên khắp ngõ ngách cùng ngàn cây ngọn cỏ. Ánh trăng mông mênh vàng óng trải rộng. Tôi nhìn đóa Quỳnh nở xòe tròn đầy trắng nõn dưới trăng say mê, đắm đuối. Và tôi thấy Quỳnh Hoa của tôi lung linh, chập chờn vẫy chào tôi rồi hòa tan dần vào đêm trăng mênh mông.

Tiểu Nguyệt
Bên dòng sông Tắc

TRẦN C. TRÍ

PHÂN CẢNH

Bà vẫn thường tự nhận xét mình là người thiếu óc tưởng tượng. Một cách mỉa mai, bà cũng nghĩ rằng mình có chút máu nghệ sĩ. "Có chút máu" thôi, vì từ trước đến giờ bà chưa hề sáng tác tối tác gì cả. Có lẽ sự mâu thuẫn giữa hai điều này đã chẳng đưa bà đến đâu. Cũng có lẽ máu nghệ sĩ của bà chỉ dừng lại ở chỗ bà thích thưởng thức nghệ thuật dưới nhiều hình thức khác nhau: văn chương, kịch nghệ, điện ảnh, âm nhạc, hội họa, điêu khắc, và cả thiên nhiên nữa. Bà cho rằng thiên nhiên là một tổng hợp toàn bích của tất cả thể loại nghệ thuật trên đời, do một bàn tay kỳ bí và siêu hình nào đó đã tạo ra.

Ông thì thường cười mũi, hay thậm chí có khi còn cười rũ ra, mỗi khi bà lỡ nói đến chuyện gì có dính líu đến nghệ thuật. Bà đã sống cuộc sống hôn nhân đồng sàng dị mộng như thế mấy chục năm qua. Ngày còn con gái, bà đã ngốn biết bao nhiêu những pho tiểu thuyết của các tác giả trong và ngoài nước, làm chứng nhân cho bao nhiêu cuộc tình, cuộc hôn nhân và cả những cuộc ly dị được kể lại trong những pho sách đó. Lần nào gấp sách lại, bà cũng bâng khuâng tự hỏi tương lai nào sẽ là của mình. Bà sẽ chọn một người đàn ông theo kiểu mẫu nào, một người cùng chí hướng (kiểu lý tưởng "yêu nhau là cùng nhau nhìn về một hướng" như Saint-Exupéry đã nói), một người biết lắng nghe, hay là một người yêu mình hơn mình yêu họ, vân vân và vân vân.

Trật lất hết. Thuở đó, lúc bà chợt nhận ra mình đã yêu ông cũng là lúc bà giật mình thấy rằng mình chưa hề đặt ông bên cạnh những tiêu chuẩn kiếm mẫu người lý tưởng bà vẫn từng ấp ủ. Bà nhớ, ngay lúc ấy, bà chỉ biết tặc lưỡi, nhún vai, chấp nhận rằng tình yêu chọn mình chứ mình không chọn tình yêu. Bao nhiêu năm sau, mỗi lần đau khổ, bà lại lẩn thẩn tìm cách giải thích cho chuyện mình đã yêu ông là vì sao. Đó là một quyết định sai lầm, hay chỉ là một thái độ buông xuôi, nước chảy bèo trôi? Mà dán nhãn một việc đã xảy ra mấy chục năm về trước thì để làm gì mới được chứ?

Còn ngay bây giờ thì sao? Ba đứa con của ông bà đã có gia đình, đã ra ở riêng. Nói theo kiểu Mỹ, thực tế, lạnh lùng và dứt khoát, là chúng đã "grown and gone". Thành thử có con mà cũng như không. Ông thì vẫn sờ sờ ra đó, gần như lúc nào cũng khật khà khật khưỡng với không ly bia thì cũng cốc rượu trên tay. Thuở trước, bà có ngờ đâu một ngày kia ông sẽ trở thành một gã nát rượu như thế. Có ông chồng như ông chẳng thà không còn hơn có. Còn bà, với một nỗi bàng hoàng hết sức hiện sinh, bà sống mỗi ngày như là ngày đầu tiên, mà cũng như là ngày cuối cùng. Bà cố gắng đóng tất cả những cánh cửa đưa về quá khứ, cũng như tất cả những cánh cửa mở đến tương lai. Bà trở nên một cái vỏ rỗng tuếch, không còn cảm xúc. Hay đúng hơn là bà không thể sống theo cảm xúc riêng của mình. Hóa ra bà cũng chẳng thật sự còn có được chính mình nữa.

Có những trưa hè nắng gắt, bà đi bách bộ loanh quanh trong khoảng sân nhỏ phía sau nhà. Loanh quanh như một con kiến bò mãi, bò mãi, vì không biết đi chỗ nào khác. Lòng bà nghe ráo hoảnh, không yêu thương, không hận thù, không ước mơ, không thất vọng, không vui, không buồn, không đau khổ, không hạnh phúc. Lâu dần, bà đâm ra yêu những trưa hè nóng bức đó, trong khoảng sân xi-măng im lìm, chấm phá bằng những bụi cây nhỏ, thỉnh thoảng điểm một vài bông hoa màu sắc khác nhau, trong mấy bồn chạy dọc theo ba bức tường gạch nối liền nhau thành hình chữ U, mỗi viên gạch là một con mắt hình chữ nhật đang thản nhiên nhìn những bước chân loanh quanh của bà.

Rồi đến một lúc, bà khám phá ra mình cũng không đến nỗi tệ về mặt tưởng tượng cho lắm. Nguyên nhân? Chắc là vì ông. Chắc là vì những lời lẽ mỉa mai, châm biếm, chì chiết của ông, và cả các cú đấm tàn bạo trong những cơn say thường xuyên của ông nữa. Một buổi sáng, bà thức dậy trong cơn ê ẩm toàn thân vì đêm trước ông đã thượng cẳng chân hạ cẳng tay không thương tiếc với bà, chỉ vì bà quên mua đủ bia cho ông nối tiếp cơn nhậu đang đến hồi cao điểm. Ông đã dậy và ra khỏi phòng ngủ tự lúc nào. Bà khó nhọc bước xuống giường, lê từng bước chân rã rời ra căn bếp. Bà nhìn thấy một cảnh tượng hiếm khi xảy ra trong nhà. Ông đang đứng day lưng lại với bà ở bồn rửa chén, không biết có bà ở phía sau, lúi húi rửa ly tách nghe leng keng như một thứ âm thanh làm hòa với bà sau cơn nóng giận đêm trước. Bà nhẹ nhàng ngồi xuống chiếc bàn ăn, cố tình để ông không nghe thấy. Bà đăm đăm nhìn tấm lưng to lớn của ông, tấm lưng mà ngày xưa bao nhiêu lần bà đã ngả vào đó để tìm sự che chở. Thốt nhiên, bà có ý nghĩ muốn rón rén lấy một con dao và nhảy xổ đến, đâm liên tiếp mấy chục nhát vào lưng ông.

Rồi bà tưởng tượng tiếp những điều gì nữa? Bà hình dung ra ông từ từ khụy xuống nền nhà, mắt mở trừng trừng lên nhìn bà trong nỗi kinh ngạc lẫn đau đớn tột cùng. Bà vất con dao vào cái bồn rửa, bình tĩnh tiến tới cái điện thoại treo trên tường, bấm ba con số dễ nhớ nhất để gọi cấp cứu. Bà thong thả nói cho nhân viên tổng đài chuyện vừa xảy ra và đọc rõ ràng địa chỉ của căn nhà. Xong xuôi, bà lững thững trở về chỗ ngồi nơi chiếc bàn, ngó mãi vào hai bàn tay đẫm máu của mình. Ông nằm bất động như một đống thịt to tướng dưới chân cái bồn rửa. Khoảng mười phút sau, bà nghe tiếng còi xe cảnh sát lẫn vào tiếng còi hụ inh ỏi của xe cứu thương phía trước nhà. Bà tiến ra trước để mở cửa, kể lại chính xác mọi chi tiết. Cảnh sát còng tay bà, trong khi các nhân viên cứu thương khênh ông lên cái cáng có bánh xe để đẩy ra chiếc xe đang chờ sẵn. Bà đi theo mấy người cảnh sát. Trước khi bị viên cảnh sát ấn đầu bà xuống để bà chui vào băng sau của xe, bà còn ngoái lại nhìn căn nhà lần chót, miệng lẩm bẩm: "Ồ, chiều hôm qua mình quên tưới mấy cây hoa hồng trước nhà!"

Ông đã rửa xong chỗ ly tách, quay lại nhìn thấy bà. Ông nói bâng quơ, làm như tối hôm qua không có chuyện gì xảy ra: "Em dậy sớm quá há!". Bà không nhìn ông, cũng không trả lời. Bà đứng lên đi về phía cái French door nhìn ra khoảng sân sau. Bà mở một cánh cửa, nghe làn gió buổi sáng thoang thoảng mùi cây cỏ nhẹ nhàng lùa vào căn bếp, mơn man một chút trên hai má bà. Bà thích thú bắt gặp một đóa hoa loa kèn trắng tinh tươm vừa mới nở trong bồn hoa. Bà mỉm một nụ cười, vừa thấy vui với đóa hoa mới, vừa buồn cười vì thấy mình khá tinh nghịch với cảnh tượng táo bạo vừa qua trong đầu. Bất giác, bà lẩm bẩm: "Mình tưởng tượng cũng không đến nỗi tệ!"

Bà quay trở vào bếp, vẫn còn giữ nụ cười trên môi. Ông nhìn bà một cách soi mói: "Có gì vui mà trông hớn hở vậy?" Bà vẫn không buồn trả lời, đi thẳng vào phòng tắm. Sáng hôm đó ông đang tỉnh táo nên không có chuyện gì xảy ra. Những lúc ông say mà bà dám tỏ thái độ như thế chắc bà có mà nhừ đòn. Thật ra, khi ông đã say, thái độ nào của bà cũng có thể bị ông bắt lỗi. Nếu ông hạch hỏi điều gì mà bà đáp lại, ông sẽ bảo tại sao bà dám đối đáp với ông. Nếu bà làm thinh, ông sẽ vặn vẹo là bà khinh thường ông mà không thèm trả lời chăng. Bà cười, ông bảo là láo xược. Bà khóc, ông cho là bà trù ếm cho gia đình này mau tan nát. "Tan nát!" Lúc nghe ông nói vậy, bà cười khẩy trong bụng. Có gì lành lặn đẹp đẽ đâu để mà tan với nát.

Phải mất mấy mươi năm trời sống bên cạnh ông, bà mới hiểu ra rằng ngôn ngữ là một trong những thứ có thể mang tai họa đến cho mình. Ngôn ngữ của sự thinh lặng, hay ngôn ngữ của âm thanh, của chữ nghĩa, kiểu nào cũng có thể khiến bà mang vạ. Cũng không cần những cơn say của ông bà mới bị ông cho vào tròng. Bà biết, rất nhiều lần ông cố gắng tránh xa ly rượu hay chai bia. Những lúc đó, bà thấy ông thật tội nghiệp. Ông ngồi hàng giờ như pho tượng, hai mắt ngó tận đâu đâu, mặt mũi trông thật thảm hại. Bà muốn phá tan bầu không khí nặng nề đó, thử kiếm một điều gì vô hại để nói với ông. Từ câu này qua câu kia, từ câu kia qua câu nọ, rồi bỗng dưng ông trở nên sừng sộ, bắt lỗi chữ nghĩa, câu cú, hay ý tứ của bà. Vậy là bà trở lại làm nạn nhân như bao nhiêu lần trước.

Và cũng trong bao nhiêu lần đó, bà đã tự xỉ vả mình. Bà tự nhiếc móc mình là đồ ngu ngốc, đồ mau quên, đồ chậm hiểu, đồ hay lạc lòng, và đủ thứ đồ khác trên đời này mà bà có thể trở thành! Bà vẫn biết là dù gì đi nữa, ông vẫn thường nể bà hơn khi thấy bà lầm lì ít nói. Nhưng bà không thể đóng vai câm lặng cả ngày, cả tháng, cả năm, cả đời như vậy được. Vậy là mọi sự cứ như một cái vòng lẩn quẩn, nói nói, im im, rồi lại im im, nói nói, rồi lại có chuyện gây gổ, bà chẳng biết đằng nào mà lần.

Nhưng buổi chiều hôm nay không giống như mọi buổi chiều, những khi bà thường lẩn quẩn trong nhà với ông, đi ra đi vào một hồi rồi cũng có chuyện, không to thì nhỏ. Chiều nay, bà đang cầm lái chiếc xe cũ kỹ, lướt đi trên con đường hai bên là những hàng cây xanh mát. Bà không cần phải nói với ai, và cũng không thấy sự làm thinh là một điều bắt buộc như lúc ở nhà. Bà còn có phần thích thú với không khí thinh lặng trong chiếc xe, và với sự hiện diện duy nhất của chính mình trong không gian nhỏ bé đó.

Đi hết con đường có hàng cây xanh, bà rẽ phải để ra khu phố chợ. Chiều nay, bà cảm thấy không muốn nấu ăn nên định chạy ra mua con gà luộc hay con vịt quay gì đó để đem về cho hai ông bà ăn cơm với nhau. Phố xá chiều nay vẫn thế, vẫn lao xao xe cộ, kẻ qua người lại, bình thản như mọi ngày. Bà chợt có một ý nghĩ thú vị. Không biết nếu bây giờ mình cứ cho xe chạy mãi, chạy mãi, chạy mãi, không về với ông nữa thì mọi sự sẽ ra sao nhỉ?

Bà sẽ chạy cho hết con đường chính này, rẽ trái, rồi đi vào ramp chạy thẳng ra freeway. Bất giác, bà liếc nhìn đồng hồ xăng. Còn quá nửa bình xăng, xe có thể chạy khoảng cả trăm miles nữa cũng còn được. Ra đến xa lộ, bà bấm nút cho kính cửa sổ xuống nửa chừng, để mặc gió lồng lộng lùa vào, thổi tung mái tóc của bà. Cùng với tiếng gió, tiếng xe cộ hòa thành một thứ âm thanh gây kích thích thần kinh. Lúc này, bà như say với gió, với tiếng động bên ngoài, với ý tưởng liều lĩnh và tuyệt vọng của một cuộc trốn chạy không định sẵn, không biết đi về đâu. Điều chắc chắn duy nhất là bà sẽ không quay trở về nữa. Bà sẽ chạy cho đến khi nào xe gần cạn xăng rồi mới vào đường trong. Tới lúc đó hẵng tính. Chiếc xe chạy đều đều, bình thản, trong lúc thần trí bà hoang mang, mơ hồ như trong một giấc mơ quen thuộc bà thường gặp trong giấc ngủ.

Lúc nhìn lại đồng hồ xăng, thấy cây kim đã gần chạm lằn vạch của số không, bà hồi hộp tìm exit kế tiếp để vào đường trong. Khi bà rời nhà, nắng hãy còn khá gay gắt. Bây giờ, ánh nắng chỉ còn thoi thóp trên mái của mấy tiệm ăn trong một cái strip mall lúc chiếc xe của bà đang từ từ rẽ vào. Bà cho xe ngừng lại trước một cửa tiệm, loạng choạng bước xuống xe. Lúc ấy bà mới nhớ ra, trong lúc vội vã ra xe, bà chỉ nhớ vơ vội một ít tiền mặt mà quên mang theo cái ví đựng tất cả những thứ khác của bà như bằng lái xe, credit cards, thẻ bảo hiểm và nhiều thứ khác.

Bà đứng vẩn vơ trên vỉa hè của một tiệm gì đó bà không nhìn rõ trong cơn váng vất, chưa biết đêm nay mình sẽ ngủ ở đâu nếu không có một mảnh giấy tờ tùy thân nào cả. Và ngày mai bà sẽ tính như thế nào? Chiếc xe bây giờ đã gần thành như vô dụng. Cả người bà rã rời, mệt mỏi. Trong một thoáng, bà cảm thấy hối hận với quyết định bốc đồng của mình. Chắc bây giờ ở nhà ông đang nổi giận lên vì thấy bà đi quá lâu. Bà chợt bật cười một mình, quên cả nỗi lo sợ. Giờ phút này mà mình còn sợ ông ta nổi giận nữa sao? Ông ta có giận thì cứ việc quay ra đánh chó đập mèo, chứ mình thì còn can dự gì vào đó nữa?

Có giọng nói quen quen thoảng vào tai bà: "Ê, bồ! Chiều nay cũng không nấu cơm nhà như tôi chắc?" Bà giật mình ngó về phía giọng nói đó. Ngọc Lan đang xách hai ba túi ny-lông trong tay, dứ dứ cho bà thấy. Bà định thần nhìn quanh, nhận ra mình đang đứng trước tiệm food to go Thanh Thúy quen thuộc. Bà chưa kịp nói gì thì Ngọc Lan đã đến gần và nói luôn một hơi không chấm phết: "Làm gì mà đứng như người mất hồn vậy? Bồ có mua bán gì thì vô trong mua lẹ lẹ đi chứ không thì họ hết đồ ăn đó! Còn cả một hàng người đứng đợi kìa! Thôi, tôi phải chạy đây. Trễ rồi. Bữa khác nói chuyện nghe!"

Nói rồi Ngọc Lan te tái đi ra xe, nổ máy phóng đi mất hút. Bà nhún vai một cái, mừng thầm là mình khỏi trả lời cô bạn xí xọn kia. Bước vào trong tiệm, bà sắp hàng, kiên nhẫn đợi đến lượt mình. Mùi thức ăn thơm tho làm bà tỉnh người hẳn. Nhớ lại chuyến vượt thoát trong trí tưởng vừa qua, bà cố giấu một nụ cười, e rằng có ai thấy được hẳn sẽ nghĩ chắc bà này có *something wrong* đây.

"Bà lấy gì đây ạ?", tiếng cô bán hàng làm bà trở lại thực tế. Bà ngó nhanh vào quầy kính và bảo: "Cô cho tôi con gà xì dầu kia. Chặt giùm luôn nhé!" Cô bán hàng cầm con gà trông béo ngậy lên, đưa qua cho người thanh niên đứng bên cạnh. Anh này chặt gà tay cứ thoăn thoắt. Cô bán hàng mời: "Có lòng heo tươi mới luộc còn nóng hổi, bà lấy một phần cho ông nhà nghe!" Bà nhìn theo hướng tay cô chỉ. Quả thật, chỗ lòng heo còn bốc hơi trông thật hấp dẫn. Ông mà thấy thì phải biết. Bà ngần ngừ trong một thoáng. Cảnh tượng ông ngồi ăn thun thút những món khoái khẩu làm bà chạnh lòng. Bà gật đầu một cách máy móc, trong khi cô gái vui vẻ múc chỗ lòng heo vào cái hộp xốp trắng một cách lanh lẹn.

Lúc sắp trả tiền, bà chợt nhớ ra là bia của ông ở nhà hình như cũng gần hết. Mua đồ nhậu đem về cho ông đưa cay mà lỡ thiếu bia ắt sẽ có chuyện lôi thôi. Nghĩ vậy, bà tặc lưỡi bước qua chỗ cái freezer to tướng, mở cánh cửa tủ lấy một xâu bia còn mát lạnh rồi bước qua đưa cho cô gái tính tiền chung với hai món ăn.

Ông ngồi ở sofa trên phòng khách chờ bà, vẻ mặt hầm hầm. "Ủa, tưởng ngủ quên ngoài chợ rồi chứ?". Bà làm như không nghe mấy lời châm chiếm của ông, giơ gói lòng lên cao trong tay, "How about lòng heo?" Rồi bà đưa nốt tay kia đang cầm xâu bia lên: "Có cả bia bọt nữa nè!"

Hai mắt ông sáng rỡ hẳn lên. Ông nói như reo: "Ái chà, cám ơn người đẹp nhe! Hôm nay tử tế dữ!" Bà làm thinh xách mấy món lỉnh kỉnh đó đi xuống bếp. "Bữa nào hắn sắp ăn nhậu thỏa thuê thì mình lại được làm hoa hậu!", bà vừa đi vừa ngao ngán nghĩ thầm.

Buổi tối chầm chậm qua một cách êm đềm hiếm thấy. Ông không ngó tới món gà xì dầu. Bà chỉ ăn một chén cơm với vài miếng gà là đã thấy ngán, đứng dậy dọn bát đũa. Phần ông thì đang chìm trong thống khoái với món mồi và những chai bia liên tiếp bật nắp. Chốc chốc, bà lại nghe tiếng ông đánh khà một cái sau mỗi ngụm bia. Sau đó là tiếng ông nhai chóp chép, chóp chép. Trong nhà không có thứ tiếng động nào khác.

Bà thở dài, rửa xong cho hết mấy cái chén rồi vớ cây chổi quét sơ qua nền nhà bếp. Hai bàn chân trần của bà chạm vào nền nhà nhớp nháp, khó chịu. Bà dựng chổi vào góc tường, đi ra phía sau lấy xô nước và cây lau nhà, bắt đầu lau những chỗ chưa sạch. Tiếng lách tách đưa đi đưa lại của cây lau nhà trên nền dần dần bắt đầu làm ông thấy bực bội. Đĩa lòng heo đã sạch trơn. Trên bàn, vỏ bia đứng hàng hàng bên nhau. Ông đã xỉn lắm rồi. Hỏa đang bốc ra tai, ra mũi, ra cả hai mắt ông. Thỉnh thoảng, ông lại ợ một cái rõ to và dài. Nhìn cái đĩa trống trơn, rồi nhìn qua mấy chai bia rỗng, tự dưng ông thấy giận mà không biết giận ai.

Ông ngó qua bà. Bà vẫn đang cặm cụi lau nền nhà, đưa tới đưa lui cái cây lau, kêu lách tách, lách tách. Vẻ mặt của bà như hằn lên những nỗi chịu đựng câm nín, nhưng không hiểu sao ông nhìn không thấy thương mà lại thấy muốn nổi dóa. Cuối cùng, như không chịu đựng được nữa, ông đưa hai tay lên bịt lấy tai, hét tướng lên: "Bà làm ơn đừng có lau nhà nữa được không? Người ta mới ăn xong, chưa kịp lọt xuống bụng mà bà đã bày ra cái trò đó ngay trước mắt. Bộ muốn tôi ói ra hết hả?"

Bà nhìn sững vào mặt ông. Kiểu ăn nói này của ông không lạ lùng gì cả, nhưng lần nào bà cũng thấy kinh ngạc như nghe lần đầu, như không tin là chính ông nói ra, hay không tin vào đôi tai của mình. Lần này, như chịu hết nổi, bà tức tối chống cái cây lau nhà, đáp trả lại: "Ông kỳ chưa? Ông ăn thì ông cứ ăn, tôi làm cứ mặc tôi làm. Ai mắc mớ gì đến ai kia chứ?"

Ông gầm lên: "Lại còn trả treo nữa hả? Đã làm ồn ào, mà cái bản mặt ngó còn hãm tài chịu không nổi!" Bà như quên hết mọi thứ, cũng quát trở lại: "Ông nói ai hãm tài? Ông... ông... ông ăn nói cũng một vừa hai phải thôi... Ông không có quyền coi thường tôi đấy nhé!". Bà nghẹn giọng đi, không còn nói được nữa. Ông càng điên tiết hơn, đứng bật dậy khỏi bàn: "Coi thường bà à? Tôi còn làm hơn như vậy được nữa kìa!"

Nói đoạn ông hùng hổ sấn tới về phía bà đang đứng, dang hai tay như sẵn sàng bóp cổ bà. Vừa bước đến chỗ nền hãy còn ướt vì bà vừa mới lau qua, ông trượt chân té ngửa xuống, đầu đập xuống nền đánh bộp một cái. Máu lập tức phun ra lênh láng. Mọi sự diễn ra quá nhanh chóng ngay trước mắt, bà không kịp phản ứng gì cả.

Ông nằm im lìm trên nền bếp, hai mắt mở trừng trừng nhìn lên trần nhà. Máu từ trong đầu ông tiếp tục lan ra thành vũng. Bà đứng nhìn cảnh tượng đó, toàn thân tê dại. Vài giây sau, tựa cây lau nhà vào một góc, bà bình tĩnh tiến tới cái điện thoại treo trên tường, bấm ba con số dễ nhớ nhất để gọi cấp cứu. Bà thong thả nói cho nhân viên tổng đài chuyện vừa xảy ra và đọc rõ ràng địa chỉ của căn nhà. Xong xuôi, bà lững thững trở về chỗ ngồi nơi chiếc bàn, ngó mãi vào hai bàn tay của mình, lần này không dính máu.

Trong giây phút cô đọng đó, bỗng dưng bà cảm thấy muốn rewind tất cả cảnh tượng vừa xảy ra. Bà sẽ đứng lên, đi giật lùi lại chỗ vừa đứng gọi điện thoại, gác máy xuống, rồi tiếp tục đi giật lùi lại chỗ cái cây lau nhà. Cuối cùng, bà trở lại nơi đã đứng ngay lúc ông trượt chân ngã. Trên nền bếp, vũng máu của ông từ từ rút lại, nhỏ dần, nhỏ dần, rồi biến mất. Ông vụt đứng dậy, nhanh như lúc vừa ngã xuống, hai cánh tay vẫn còn dang ra phía trước. Cũng như bà, ông đi giật lùi về phía cái bàn, ngồi mạnh xuống ghế. Trước mặt ông vẫn là cái đĩa đồ nhậu trống không và cả chục chai bia rỗng toác.

Vừa đến lúc đó, bà nghe tiếng còi xe cảnh sát lẫn vào tiếng còi hụ inh ỏi của xe cứu thương phía trước nhà.

TRẦN C. TRÍ

TM

LETAMANH

NHỚ TRƯỞNG VỊT BỂ CUNG GIŨ NGUYÊN

Trang viết này, tôi đặc biệt gọi Trưởng Cung Giũ Nguyên là Thầy vì trong nhiều lãnh vực, Vịt Bể, xứng đáng bậc thầy của rất nhiều người. Với tư cách là một Hướng Đạo Sinh có thời gian sinh hoạt ở Đạo Khánh Hòa, hình ảnh Thầy Cung Giũ Nguyên càng đậm nét trong tôi – Sóc Lanh Lợi – tên rừng của tôi được Đạo Trưởng Nguyễn Thám, 1962, đặt tên trong một cuộc trại dài ngày của Tráng Đoàn, Trưởng Vĩnh Hầu là Tráng Trưởng. Hình ảnh và lời nói cũng như những bài giảng về Ngành Tráng của Trưởng Cung Giũ Nguyên thời bấy giờ là con đường sáng dẫn dắt tôi vào với cuộc đời.

Đạo Khánh Hòa có một Đạo Quán ngay cạnh trường Lê Quí Đôn do Thầy Cung Giũ Nguyên là Hiệu Trưởng. Có những chúa nhật đến sinh hoạt trong Đạo Quán này và thỉnh thoảng được Trưởng Vịt Bể đến thăm qua. Hình dáng ấy rất gần gũi và cũng rất tôn kính. Không biết tại sao, lòng tôn kính của tôi đối với Thầy Nguyên rất đậm đà mà nhiều khi tôi có cảm giác thần tượng! Với tuổi Tráng sinh, trước một con người có đầy đủ trí thức, tri thức, một nhà văn nổi tiếng trong thế giới nói tiếng Pháp, một trong bốn Trưởng có bằng rừng Gilwell đầu tiên, một Trại Trưởng Bạch Mã và sau này là Trại Trưởng Trại Huấn Luyện Tùng Nguyên Đà Lạt... Thì còn gì nữa mà không phải là thần tượng chứ!

Sinh tại Huế, 1909, họ Hồng, gốc Phúc Kiến, tổ tiên lập nghiệp tại Việt Nam kể từ thế kỷ thứ 19. Gia đình cha mẹ nghèo và đông con, tốt nghiệp Quốc Học Huế. Năm 1928, Thầy Cung Giũ Nguyên được bổ nhiệm Trợ Giáo tại Nam tiểu học Nha Trang. Hoạt động chính trị một thời, nhưng sau 1941 trở lại Nha Trang dạy học. Thầy phụ trách Việt văn, Hán văn, Pháp văn, La-tinh, Anh văn, Sử địa, Văn học, Triết học tại tất cả các trường trung học, College de Nha Trang, Phansicô. Từ năm 1955 đến 1975 là Hiệu Trưởng trường Trung học Lê Quí Đôn Nha Trang. Ông cũng là Giáo Sư Thỉnh Giảng tại Đại Học

Cộng Đồng Duyên Hải. Sau 1975, Thầy được mời làm Giáo Sư Thỉnh Giảng môn Ngôn ngữ và Văn chương Pháp tại khoa Pháp ngữ trường Cao Đẳng Sư Phạm Nha Trang.

Đó là ta mới chỉ nói về hoạt động hàng ngày của Thầy Nguyên chứ chưa nói về những sáng tác mà tác phẩm và tác giả được Hàn Lâm Viện Pháp trân trọng ghi công. Những tác phẩm của Thầy được các nhà xuất bản Việt, Pháp, Đức, Anh, Canada, Mỹ phát hành! Về tiếng Việt có các tác phẩm: Một người vô dụng (Tín Đức Thư Xã, Saigon-1930), Nhân tình thế thái (Tập truyện ngắn, Phổ Thông Thư Xã, Gia Định-1931), Nợ văn chương (Nhà in Châu Tịnh, Vinh-1934), Những ngày phiêu bạt (Ký), Nửa gánh tang bồng, Một chuyến về... Tác phẩm viết tiếng Pháp: Thầy Cung Giũ Nguyên nổi tiếng và được kính nể trong văn giới Pháp vào những năm 1950-1960 như: Le Fils de la Baleine (tiểu thuyết, Paris-1956- Dịch sang tiếng Việt tựa là Kẻ thừa tự ông Nam Hải, Nhà xuất bản Văn Học, Hanoi-1955), Le Domaine maudit (tiểu thuyết, Fayard, Paris-1961), tiểu luận Volontés d'existence (France-Asie, Saigon-1954; dịch sang tiếng Việt là Những ý chí sinh tồn), Le Boujoum (do Roman Dallas, Texas USA tái bản 2002; dịch sang Việt Ngữ là Thái Huyền), Tập Thơ Texte Profane (Bản Văn Trần Tục).

Ngoài ra Thầy còn là một nhà báo, đã viết hàng ngàn bài báo đăng trong và ngoài nước VN. Ông đã cùng với Raoul Serène - Tiến Sĩ khoa học, từng là Giám Đốc Viện Hải Dương Học Đông Dương - chủ trương ra nguyệt san Tạp Chí Tuổi Trẻ (Le Cahiers de la Jeunesse, 1938-1940); ở Nha Trang, là Chủ Bút Nguyệt San Song Ngữ Tương Lai Tạp Chí, Nhatrang 1939 và Chủ Bút nhật báo Châu Á Buổi Chiều (Le Soir d'Asie, Saigon 1939-1942); Chủ Bút tuần báo Báo Chí Viễn Đông (La Presse d'Extrême – Orient, Saigon – 1954)...

Là một Hướng Đạo Sinh đầu tiên của Phong Trào Hướng Đạo Việt Nam, Trưởng Cung Giũ Nguyên đã tham gia sớm nhất Trại Trường Quốc Tế Gilwell mà sau này Trưởng chính là Phụ Tá Trại Trưởng Gilwell. Năm 1944 đảm nhiệm khóa huấn luyện chót ở Trại Trường Bạch Mã thay cho Trưởng Tạ Quang Bửu bận việc riêng. Năm 1958, là Trại Trưởng Trại Huấn Luyện Quốc Gia Tùng Nguyên tại Đà Lạt. Nơi đây cũng là cái nôi của hầu hết các trưởng Bằng Rừng phục vụ phong trào từ 1956-1975. Những bài thuyết giảng, những kinh nghiệm, những tác phẩm về Hướng Đạo của Trưởng Vịt Bể để lại cho chúng ta rất nhiều, nhất là những bài viết cho Ngành Tráng. Trong Trại Thắng Tiến tháng 8/2006 vừa qua, chúng ta thấy có một cuốn sách dày 477 trang, mang tên Câu Chuyện Ngành Tráng, tác giả là Trưởng Cung Giũ Nguyên được lưu hành (Cung Giu Nguyen Center, Dallas, Texas USA xuất bản). Trong cuốn sách này có nhiều tiết mục và nhiều chương rất hay, có thể là sách gối đầu giường của các Trưởng vào đời, của những ai đang là Trưởng Niên.

Chúng ta thử đọc lại một đoạn ngắn trong thư của Trưởng Vịt Bể gởi đến Trại Thẳng Tiến tháng 8/2006 để thấy rõ con người thật của một Huynh Trưởng kỳ cựu có cái nhìn như thế nào đối với Phong Trào Hướng Đạo. Đây là nét chấm phá rõ nhất của một Trại Trưởng "Khai quốc công thần" Hướng Đạo Việt Nam của chúng ta:

"... Như các bạn cũng biết, một bộ đồng phục nói lên một người theo phong trào Hướng Đạo nhưng không đủ để làm nên một Hướng Đạo thật sự, cũng như tục ngữ đánh thức người mê muội nơi dấu chỉ, danh từ, phù hiệu, hình thức, hào dáng, bao bì. Cái áo dòng không làm nên thầy tu. Ta thử hỏi một cách nôm na hay trắng trợn, khi ta lột đồng phục ra, ta không còn phải theo luật Hướng Đạo nữa chăng? Một nhà tu hành, không thể cởi áo dòng - vì trời quá nóng bức và nói, "Thôi, ta nghỉ tu vài bữa để đi tắm biển đã". Không thể so sánh hay đặt ngang hàng sắc phục bậc tu hành với áo quần Hướng Đạo Sinh, dù cho hai hạng người đều có điểm chung, là đã tuyên xưng giao ước tu thân. Hướng Đạo Sinh có vẻ tự do hơn nhiều với đồng phục, cái vỏ bọc của mình. Chúng ta thường quên là áo quần Hướng Đạo bất cứ ai cũng có thể mặc; xưa nay không thiếu gì người hay đoàn thể, chẳng phải Hướng Đạo hay xi-cút gì cả, cũng từng dùng áo quần, mũ bốn u, khăn quàng cổ như Hướng Đạo Sinh vậy, mà chẳng luật pháp nào ngăn cấm, trừng trị, chẳng có bia miệng nào chê cười. Điều không phải dễ làm như với thứ đồng phục mà một nhà nước hay xã hội trật tự quy định cho một tư cách, một chức năng, chức vụ, hay địa vị nhất định, như đồng phục của cảnh sát, công an, quân nhân, quan tòa, thầy tu, v.v... Cái gọi là đồng phục Hướng Đạo từ nguyên thủy không hề có giá trị về tư cách như các đồng phục nói trên. Kiểu áo quần Hướng Đạo dùng, không có giá trị gì đối với những người chung quanh mà chỉ do sự đòi hỏi của các sinh hoạt của Hướng Đạo Sinh.

Áo quần phải dùng thứ vải dày, như áo quần của người lao động, trong nhà máy hay ngoài đồng áng, vì phần lớn sinh hoạt của người Hướng Đạo là ở ngoài trời, nơi bờ biển, đồng hoang, rừng núi. Áo quần phải có khả năng che chở con người khi có tiếp cận bất ngờ với gai góc, đá sỏi, trên đường thám du hay trong các trò chơi, nhỏ, lớn. Áo, khi cần, phải đủ sức chịu đựng để góp phần trong việc làm cáng chở người bị thương từ nơi chẳng có phương tiện nào khác. Sau đó đồng phục mới dùng luôn cho các buổi hội họp, lễ nghi thuần túy Hướng Đạo, và khó mà chấp nhận lối dùng một số đồng phục Hướng Đạo đi làm hàng rào danh dự chào với bàn tay ba ngón một quan lớn triều đình nào đó, không phải Hướng Đạo (trừ khi như đã nói, quan lớn ấy đến dự một lễ Hướng Đạo như Trại Họp Bạn chẳng hạn). Tương tự như vậy, khăn quàng cổ của Hướng Đạo không thể làm bằng tơ lụa cho sang hay đẹp khi chỉ biết nghĩ đến việc trình diễn, phô trương, mà Hướng Đạo thường nghĩ đến ích lợi khi cần hơn. Màu sắc của khăn, cũng như màu viền của khăn, vàng, lục, đỏ hay tím, đã được dùng để phân biệt các liên đoàn, đạo, nói lên ngành, Ấu, Thiếu, Tráng của cơ quan Hướng Đạo Quốc Tế. Khăn quàng Hướng Đạo có thể có những công dụng khác, như khi đi trại nhiều ngày, gặp rủi ro, thiếu hay hết dụng cụ, có thể dùng làm dây treo một cánh tay bị gãy hay bị thương. Đối với người Việt, một khăn quàng, khi lỡ không có nồi (và không kiếm được ống tre) có thể dùng để nấu cơm được. Các bạn làm được việc ấy không? Hay đã thử làm lần nào chưa? Có ai đó, trong số các bạn, để đùa chơi, sẽ cười, và la lên: Xưa quá rồi, từ lâu chúng tôi theo chế độ ăn uống Tây phương, không còn nghĩ đến chuyện ăn cơm và nhất là nấu cơm nữa. Nấu cơm có nồi điện rồi. Đi trại, chỉ đem theo bánh mì và thức ăn liền (fast foods) không có vấn đề nấu nướng dơ bẩn, mất thì giờ. Nếu có ý kiến như vậy, tôi muốn hỏi bạn ấy dùng thì giờ để làm gì ở trại gọi là Hướng Đạo? Tôi nhận thấy không theo kịp thời thế. Xã hội công nghệ hóa, hiện đại hóa làm cho các trang lịch sử tiến hóa loài người bị lật quá nhanh, đến rách cả lề. Tôi không còn ngạc nhiên khi nghe nói chuyện một người Việt, ngũ tuần, tốt tướng, bụng phệ, khi thấy đĩa rau muống luộc trên bàn ăn, hỏi chủ nhà, cũng người Việt, một bạn lâu đời nhưng không được may mắn dự phần cảnh "phồn vinh giả tạo": "Rau gì lạ vậy, tôi chưa bao giờ ăn thứ này..."

Trưởng Vịt Bể đã nằm xuống, đã lìa rừng với số tuổi 100! Đây có phải là một "Lão Ngoan Đồng" của phong trào Hướng đạo không? Dĩ nhiên là nói theo một nét nào đó thì sự trẻ trung của người Hướng Đạo, tính vui tươi lành mạnh đã kéo dài tuổi thọ! Vịt Bể đã ra khỏi rừng chơi cuộc đời. Chắc chắn Trưởng Vịt Bể cũng đã là kim chỉ nam cho những ai từng là học trò của Thầy về rất nhiều lãnh vực từ Hướng Đạo và ở ngoài đời, trong văn học... Nhớ về Thầy Cung Giũ Nguyên để chúng ta có một hãnh diện là Việt Nam đã sản sanh được một trong những danh nhân. Phong trào Hướng đạo hãnh diện có được một HĐS tiêu biểu!

Letamanh *(Sóc Lanh Lợi)*

VÕ QUÊ

CÒN TRONG NHAU

còn trong nhau
còn trong nhau hạnh phúc
bông trang thơm rụng ấm tay người
dịu dàng quá bên em thục nữ
mỗi tia nhìn đắm đuối không nguôi!
.
còn trong nhau
còn trong nhau ngày mới
nhịp điệu vui cung bậc tang bồng
thiêng liêng quá nụ hôn bổi hổi
mỗi vòng tay hiền hậu bao dung!
.
còn trong nhau
còn trong nhau ngọn lửa
gió mùa đông tê lạnh qua rồi
huyền nhiệm quá tiếng lòng em chân thật
rót đời anh từng giọt tình vui! ■

NHẬT UYỂN

BẾN XUÂN

Núi xanh rừng cùng nụ cười sóng biếc
Bến trời ngàn dặm là bước chân
Núi xanh mây trắng bay tràn khắp
Nắng thảo thơm tơ mượt cỏ vô ngần!

Núi xanh tùng trúc tươi màu lá
Lừng lững em về trên bến xuân
Đâu biết hoa bừng là bến đỗ
Lòng ta máu lệ chốn quê hương

Lắng nghe sông chảy trong tơ tóc
Từ cõi thực hư bước dặm trường
Giọt máu bơ vơ trên núi thẳm
Rừng kia ửng lệ ánh trăng xuân

Máu me mình mẩy chìm hay nổi
Nước ngược xuôi thuyền một bến mơ
Sương xanh ngàn lá là chân bước
Lòng ta xuân đến từ lâu rồi!

Phố phường làng xóm đầm ấm quá!
Ngàn năm mây trắng đậu giữa lòng
Bến cũ bước chân ngoài vạn dặm
Về đây tròn bước bến xuân phơi

Ngõ cũ mai vàng trăng hiển hiện
Bàn chân con đường vằng vặc bến xuân! ■

CHÂU QUANG

NỖI LÒNG TRONG CUỘC

Ta chống gậy đi "ăn mày dĩ vãng"
Cây kim trong túi rất lâu ngày
Bất chợt ló đầu trên con chữ
Cũng sáng ngời màu nước thép trêu ngươi
Ta dò lại từng dòng trang ký sử
Rừng bao cây là người Việt bao tay
Màu chứng tích lưu vong vùng đất mới
Khói hương trầm nghi ngút cả trời mây

Ta bơi lội từ đầu nguồn con suối
Dấu búa rìu chưa chạm đến rừng xanh
Thuở ruộng đất chưa biết "mùi cải cách"
Và lòng người như trái chín trên cây
Dòng nước mắt xuyên thời gian "chảy ngược"
Đường chân trời dờn dợn bóng tai ương
Mặt đất vỡ theo từng cơn địa chấn
Liếp rềm thưa che chưa hết nỗi căm hờn

Ai nuôi lớn bằng phép mầu gian khổ
Dội vào đầu Dân Tộc ách cần lao?
Những chiếc búa trên bàn thờ ngất ngưởng
Giáng xuống cuộc đời, nhiễu nát gương tan
Những chiếc búa đóng đinh vào thế kỷ
Ký họa hình nhân trên tấm thẻ bài
Những chiếc búa gõ vào đầu lịch sử
Nhân danh loài người bằng giọng nói của Satan

Độc diễn trên khán đài rao giảng những hồng ân...
Thời tiêu khổ cúi đầu xin bố thí
Những tấm lòng rộng lượng mở hầu bao
Những con ong lớn lên trong tay áo
Đã quen hơi người kiệt sức công lao
Những ân nhân sớm chiều thay đổi chỗ
Thành tội đồ cúi mặt giữa ba quân

Khi trái bóng còn lăn trên sân cỏ
Thì những đường chuyền là thành tích đỉnh cao
Khi cầu thủ ra sân cũng mang còi để thổi
Thì thẻ vàng thẻ đỏ giá là bao?

Mặt đất nứt, theo đường mòn mối mọt
Nói tiếng người từ kẽ hở phục sinh
Đây thiên đường - trần gian hay địa ngục?
Mà hí trường gục gặc tiếng cầu kinh

Từ thuở ấy, nước nguồn pha màu đất
Mang phù sa máu đỏ chảy về xuôi
Hạt lúa ruộng đồng thêm nặng giọt mồ hôi
Như nước mắt nỗi lòng người trong cuộc! ■

NHƯ HOÀI

MÙA CHOÀNG QUA NẺO NHỚ

Mùa choàng qua nẻo nhớ
phong phanh gót đêm gầy
bóng đời qua ngõ tối
chờn vờn nét liêu trai

thương cái thời xuân sắc
muốt vai tóc đen huyền
mắt hồ thu lúng liếng
môi mượt bờ môi yêu

dáng xưa còn đọng lại
giọt buồn vương tóc mây
tiếng rao gầy lối phố
gánh đời hằn trên vai

bao gió sương dầu dãi
chợ người cuộc bán mua
chuỗi dài miền khắc khoải
dưng ngày sầu chưa bưa

mùa choàng qua nẻo nhớ
gạn mấy tình hương say
nén ngọt ngào miền cũ
gói mùa thương heo may. ■

THƯƠNG TỬ TÂM

EM CÓ VỀ

Em có về ghé thăm ta chút
Biết đâu đời vui được vài hôm
Biết đâu nhìn lại dung nhan đó
Sáng sáng soi gương cũng đỡ buồn

Em có về lại dòng sông đó
Nhớ quên ngày xưa bỏ một người
Một mình chèo chống đò qua lại
Về đâu chim mối cánh về đâu

Sóng vỗ ru sông dòng xuôi ngược
Dẫu chim mối cánh cũng vai người
Bến xưa tiều tụy ta gầy guộc
Vắng mái người che trong gió mưa

Em có về dù là khách lạ
Ghé thăm như ghé một gian hàng
Vẫn biết gian hàng xưa đã trống
May lắm còn sợi tóc em quên. ■

NGUYÊN THU

MONG MANH

Rặng tàn rợp bóng xa trời
Xa trong em mắt huyền thắp lửa
Sáng trên đóa môi mềm mộc
gió miên du lọn tóc huyền

mềm như lụa và êm như màu nắng
Đáy mặt hồ trong đựng đóa môi cười
Em e thẹn ráng chiều êm ả
Em chạm tay xoa lên mắt thương

Tách bóng nước tìm mơ một chuỗi
Níu ghì anh trong nỗi nhớ khuất xa
Em, sóng nước hòa cùng chết đuối
Mong manh
cái chạm lặng mờ. ■

Govap, June 5, 2023

CAO NGUYÊN

MÂY

Thằng nhỏ theo mây trắng
đang bay đến hướng nắng
sẽ mưa giọt mưa trắng
Bà lão đội mây xám
đám mây mỗi mơ ước
ướt mưa trên mái tóc
Gã vội vã trong mây
mây trước ướt mây sau
mây cao ướt mây xa ■

NGÀN THƯƠNG

CHIỀU THIÊN AN

Dưới thung đồi
Thiên An lãng đãng
Lòng rung theo
những hồi niệm phai tàn

Chẳng còn gì
ngoài bóng thời gian
Đã biền biệt
nay trở về lãng đãng

Đan Viện
tháp mấy tầng rêu mọc
Chạm mây ngàn
một thuở chơi vơi

Kinh nhật tụng
dưới hầm vọng gởi
Gió xoay vòng
từng nhịp hồi sinh... ■

NGUYỄN THÁI DƯƠNG

Hoàng Hoa

Ban chiều ban sớm em về em đi
Chao ơi có lắm màu hoa xuân thì
Riêng một sắc vàng, anh xin giữ lấy
Thầm gọi trong lòng: đường hoàng hoa ơi...

Con đường vàng bông, bông vàng theo gió
Vàng áo em bay, vàng nắng trưa vàng
Vòm me ven đường gieo vàng lá nhỏ
Mái tóc em vàng lấm tấm thu sang

Lá lẫn vào hoa phơi vàng chân bước
Hạ thắm. Thu phai. Đông mượt. Xuân ngời
Con đường khoe vàng bốn mùa mơ ước
Anh đứng một mình khoe... bóng anh thôi

Vàng thẳm. Vàng mơ. Vàng thầm. Vàng ngát
Hoàng điệp. Hoàng mai. Hoàng cúc. Hoàng quỳ
Ơi đường hoàng hoa, đường vàng hoa mộng
Nhìn xuống chân mình, lòng bỗng đôi khi... ■

T

LÊ HỮU MINH TOÁN

Chùm Thơ Lục Bát Tứ Tuyệt

TRÍ NHỚ ĐỔI MÀU

Đếm buồn
trên dấu vân tay
Nửa đêm nhóm lửa khói bay thành sầu
Ô hay! Trí nhớ đổi màu
Trăm con dốc đứng
chụm đầu
ăn năn.

THỞ THAN

Tay ai
nhào nặn càn khôn
Lật nghiêng trái đất ngược vòng thời gian
Vượn người dụi mắt thở than
Văn minh sao lại
người
ăn thịt
người!!!

HÁT THƠ

Đưa môi
ngậm hạt E Và
Ngọt chua trái cấm đậm đà hương thơm
Bỗng dưng lạc mất trí khôn
Ta đi vất vưởng
khật khùng
hát thơ... ■

CHU NGUYÊN THẢO

THƯA MẸ, MẸ ƠI!

Mẹ biết con không?
Ngày bữa chi!!!
Con tên gì?
Ông là mô mô
Lung tung quá khứ hiện tại tương lai
Mẹ tôi huyên thuyên nói
Vui
Tuồng ni tích nọ tới lui đã đời
Tay còn khỏe mắt sáng ngời
Chừng như thấu hiểu cõi người
Hư vô
Như con nít Mẹ hiền khô
Các con bế Mẹ ẵm vào cõi không
Mẹ thiếp ngủ giấc mênh mông
Ba đêm lại tỉnh giấc nồng trăm năm
Rồi ba ngày thức trắng luôn
Nói cười vui vẻ không ai hiểu gì
Con về ôm Mẹ rồi đi
Cầm tay thủ thỉ thầm thì Mẹ ơi
Các em chăm Mẹ
... Cuối đời
Đường về phố núi sương rơi trắng mù ■

San Jose, Jul 26, 2023

T

VƯƠNG HOÀI UYÊN

Cõi Tôi

Về trong thăm thẳm
mù sương
ngồi nghe gió hát
cuối đường phiêu linh

Trăm năm
một phút vô tình
bóng chim tăm cá
biết tìm nơi đâu?

Một đi
cau nhớ hương trầu
cõi xa miên viễn
qua cầu nước trôi.

Người về
in dấu cõi tôi
thiên thu
biết có ai ngồi đợi ai? ■

LÂM BĂNG PHƯƠNG

Có Những Lần

Có con đường xanh mướt mượt cỏ êm
Màu hoa trắng tím hồng chen chúc đợi
Lối hẹn hò đôi lần tim bối rối
Vai kề vai mặt chạm mặt bồi hồi.

Có những chiều mưa cứ mãi rơi rơi
Mưa từ đâu kéo ùa trời xám ngắt
Em... mèo nhỏ... nép vào tôi ôm chặt
Để nghe lòng rạo rực phút yêu đương.

Có những chiều chỉ còn mỗi trống không
Những yêu thương dần dà như lắng đọng
Cơn gió nào thoáng qua cài lá nõn
Mật ngọt nào cho hoang tưởng chờ mong.

Có những đêm gối mộng vào bóng trăng
Gieo vần thơ cho hồn say lãng mạn
Đệm nốt nhạc khảy điệu đàn vương vấn
Gởi về em tình ngan ngát ngọt lành.

Có những lần men lối cũ vàng hanh
Vẫn hoa xinh trăng thanh dòng sông biếc
Bóng dáng em tận phương nào biền biệt
Chỉ mình tôi tha thiết níu miền xanh ■

THIÊN DI SG

Hơi Ấm

Giữ bàn tay nhé, đừng buông
Buông rồi em lạc giữa dòng đời đau
Buông rồi mãi mãi mất nhau
Buông rồi chỉ thấy nỗi sầu không anh

Nửa hồn sắc hạ biếc xanh
Nửa hồn sương khói xây thành hư không
Trăng đầm vạt cỏ chờ trông
Hoàng hôn còn ấm ráng hồng vội phai

Gió xô gãy ngọn trúc mai
Vì đâu hương lạnh, vì ai chia lìa
Buông tay, quạnh quẽ canh khuya
Mình tôi ngồi hái sao về mộng tôi

Còn đây hơi ấm... người ơi!
Mưa thu vội ướt trên môi đầm đìa ■

DUNG THỊ VÂN

TRỜI CÒN ĐÂY ĐẤT CÒN ĐÂY

Trời còn đây đất còn đây
Sao ta cứ mãi bên này ảo - thơm
Phượng tàn đã rụng chiều hôm
Ở đây khuyết một loài đom đóm về

Áo tình nhân trải sơn khê
Hạ xưa thêu một lối về tà buông
Gió mùa thổi lộng tứ phương
Chiều trông gió trải cuối đường biệt ly

Ta về hỏi nhỏ tà huy
Tình nhân từ độ xa đi bao giờ
Hỏi rồi chỉ ngọn hoang vơ
Ta đau từ thuở lá cờ vĩnh xưa

Dang tay hứng giọt nhỏ vừa
Giọt mưa khuya hắt như là hồn mơ
Bao nhiêu hạ giết mong chờ
Tình nhân huyết phượng ngây thơ hao gầy

Trời còn đây! Đất còn đây!!! ■

TRƯƠNG XUÂN MẪN

DÒNG SÔNG VÀ NỖI NHỚ

Trời phương Bắc bầu trời xanh lạnh ngắt
Nhớ phương Nam nỗi nhớ ấm dần lên
Nhắm mắt lại nghe giọt đắng không tên
Rớt xuống đời ruổi rong người lang bạt.

Sớm mai hồng sao chim khàn tiếng hát
Lá vẫn xanh cúi xuống rũ rượi buồn
Năm tháng mỏi sao ngày dài đêm rộng
Trong mắt ai lóng lánh một dòng sông.

Dòng sông hát ru đời ta lặng lẽ
Lúc cuồng phong mang kỷ niệm tràn về
Dội ký ức vỡ tung đau lồng ngực
Thoáng hương xưa len lén lạnh hồn quê.

Trăm nhánh sông tìm nhau về biển rộng,
Trăm con đường rồi có lúc gặp nhau.
Ta đi hoài thăm thẳm cuộc bể dâu
Giữa dòng người vẫn lạc loài chân bước.

Ôi nỗi nhớ cuồng điên trong biển nhớ
Hỡi cơn mơ hun hút giữa trời mơ.
Dẫu la, khóc, nói, cười... thừa cơn động
Ta chưa say, rượu đã cháy khô lòng.

Buổi lên đường hành trang là giọt lệ
Chưa ra đi mà đã muốn trở về
Thương nỗi đau hằn sâu vầng trán mẹ
Hạt bụi nào ngấn trong mắt chờ mong.

Chiếc la bàn xoay sao cũng về Bắc,
Ta gối ngả nào đầu cũng hướng Nam
Trong óc não có muôn hình vạn bóng
Nhưng tim ta chỉ có một dòng sông

Vết thương nào rồi cũng sẽ tàn phai
Trên da non đã thắm mầm hy vọng
Mẹ ơi khi dòng máu chưa ngừng chảy
Con sẽ về hát với một dòng sông. ■

KIỀU HUỆ

Duyên Muộn

Chút duyên muộn nâng niu ủ ấp
Đêm nay lạnh trăng cũng vừa lên
Tình cờ người gõ cửa trái tim
Chợt cảm xúc tràn dâng bối rối

Biết làm sao trả lời câu hỏi
Vầng trăng ơi cũng xin thứ lỗi
Chiều tàn buông từng phút lặng thầm
Đem vào mộng cho đêm thao thức

Tình cuối đời hoài niệm ký ức
Mượn ngôn từ trải nỗi buồn mang
Từng thu qua đếm lá úa vàng
Bỏ mặc ta bay theo cơn gió

Tháng năm dài đau vầng trăng vỡ
Níu hoàng hôn còn chút duyên thừa
Tách buồn này dốc cạn vào thơ
Gởi vấn vương tim nồng đã khép

Thời gian dần nhạt nhòa nhan sắc
Vô tình người đánh cắp trong đêm
Giấc mơ hoang chợt tỉnh bắt đền
Duyên mong manh lòng ta héo hắt ■

TRẦN XUÂN THỤY

LÝ LẼ TRÁI TIM

Căn phòng nội trú thường ngày quá rộng với mẹ con Thảo, nhưng hôm nay nàng thấy chật chội tù túng thế nào. Hân lại đến thăm nàng. Không thể không tiếp Hân. Mà tiếp thì... thật khó xử! Đã có điều ong tiếng ve: "Chồng hiền sao bỏ? Cứ giấu! Cháy nhà mới ra mặt chuột". Thế đấy! Nàng đâu ngờ phải lâm vào hoàn cảnh hiện tại. Khi nàng thổ lộ quyết định ly dị, mẹ nàng nói: "Loạn hết rồi! Bọn trẻ chúng mày bây giờ xem chuyện vợ chồng như đào kép trên sân khấu... Thôi thì hạnh phúc là hạnh phúc của con, tùy con quyết định. Hãy gắng mà giữ lấy mình. Phụ nữ không chồng như bông hoa vô chủ, ong bướm lượn lờ khó giữ danh tiết con ạ.".

oOo

Thảo quằn quại trên giường, loáng thoáng nghe bé Hằng nói: "Con gọi điện cho ba rồi. Ba nói đến liền."

- Em sao thế? Đau chỗ nào em?

Thảo cắn chặt răng, mở mắt nhìn Tuấn đang lay gọi nàng. Cơn đau vút đến đỉnh điểm...

"Viêm ruột thừa cấp. Rất may đưa đến kịp lúc." Bác sĩ phẫu thuật nói với Tuấn khi kết thúc ca mổ.

Tuấn thức gần trắng đêm chờ Thảo hồi tỉnh. Tâm trạng của anh bây giờ khó một lời diễn tả hết được. Nỗi đau bàng bạc trong từng phút giây của cuộc sống đã đột biến cô sắc một nỗi yêu mãnh liệt khi anh nhìn nàng co quắp trong cơn đau. Anh chợt nhận ra anh vẫn còn yêu nàng xiết bao. Đêm nay anh thức để nuôi một hy vọng mỏng manh. Ôi tình yêu của tôi! Không phải tôi mong em đau đớn. Nhưng có lẽ tạo hóa tạo dịp để chúng ta gần nhau lại. Anh vẫn yêu em.

Tuấn ân cần bón từng muỗng sữa cho Thảo. Trái tim anh dạt dào. Anh nói: "Em mệt lắm không? Vết mổ đau lắm không em?" Thảo lắc đầu: "Mệt nhưng không đau. Anh về trường chở con vào với em. Em muốn ngủ tí."

Đang lơ mơ trong giấc ngủ chập chờn thì thanh âm của một chất giọng đặc biệt làm Thảo mở mắt. "Thảo! Chào em. Chúc em mau khỏe." Hân đặt bó hoa vào tay Thảo: " Anh mới hay tin. Nhà trường nói Tuấn đưa em vào viện." "Chứ chẳng nhẽ lại là anh." Thảo đáp không suy nghĩ. Và nàng bỗng thấy một nỗi dỗi hờn dâng lên nghèn nghẹn. Một cái gì chưa thể gọi tên, không minh định được chi phối nàng trước sự xuất hiện của Hân. Nàng muốn mau mau thoát khỏi nó nên nói: "Tuấn và bé Hằng sắp vào rồi." Hân cười, đáp lời nàng: "Có sao đâu. Anh đâu có xa lạ gì với cha con Tuấn. Anh tin Tuấn cũng vui khi anh đến thăm Thảo. Nói vậy chứ lâu rồi hai người mới có dịp gần nhau. Là bạn, anh cũng nên hy sinh phần mình. Chào em nhé. Chiều anh vào thăm."

Hân đi rồi Thảo nghĩ miên man về hai người đàn ông là bạn thân của nhau, thân đến độ một lần nàng tình cờ nghe họ nói: "Nếu tao biết Thảo trước mày chắc chắn Thảo thuộc về tao." "Còn tao không bạo miệng được như mày, nhưng nhớ là vợ bạn mình là chị mình nhé!" Thật lòng câu nói của Hân không khỏi làm Thảo suy nghĩ vẩn vơ giây phút. Và cái giây phút ngắn ngủi ấy cứ tái hiện mỗi lần Hân đến thăm hay bất ngờ trong không gian nào đấy nàng bắt gặp giọng nói, bóng dáng của Hân.

Buổi tối trước ngày Thảo đi dạy lại, Tuấn nói với nàng: "Em về với anh nhé. Đừng làm khổ anh nữa. Đừng để con mình hằng ngày thấy không đầy đủ cha mẹ. Anh vẫn yêu em." Thảo cười. Tuấn muốn lịm đi trước nụ cười một thời anh đam mê. Nhưng tim anh thắt lại vì lời nói từ đôi môi ấy: "Em cảm ơn anh đã chăm sóc cho em. Em ghi nhận anh rất tận tâm. Anh hãy xem như anh chăm sóc cho mẹ của con anh. Đó cũng là lẽ thường tình của người biết quý trọng tình cảm. Còn về với anh để con nó hằng ngày nhìn thấy đầy đủ cha mẹ ư? Nếu bé Hằng hàng ngày sống với một người, mỗi tuần về thăm một người, cả hai đều vui và yêu thương nó. Và hằng ngày nó nhìn thấy đầy đủ cha mẹ nhưng cau có buồn vui thất thường, tai nó nghe những lời mà tuổi nó không nên nghe. Mặt nào tốt hơn cho con hở anh?... Riêng về anh. Em không chối rằng trước đây em yêu anh. Nhưng bây giờ thì không. Tình cảm con người không phải là một dạng bất biến. Em xin lỗi anh. Lời em nói có thể làm anh đau nhưng em không thể nói khác."

Thảo nhìn Tuấn. Vẻ âu sầu hiện rõ trên nét mặt, trong ánh mắt Tuấn đang nhìn nàng làm nàng xốn xang. Nhưng chính cái vẻ hiền lành cam chịu này đã giết chết tình yêu trong nàng. Tại sao Tuấn không thể hiện một chút bất cần để kích thích nàng? Sao Tuấn không nhuốm một chút ngang tàng, một chút bụi bặm để nàng thấy Tuấn rất "đời"? Tuấn sạch sẽ chỉn chu quá làm nàng thấy mình không hòa hợp, cứ như hạt bụi vô tình rơi vào cốc nước tinh khiết. Chơi thân nhau sao Tuấn không có một phần tính cách của Hân? Hân vừa sáng nóng như mặt trời mà cũng tĩnh lạnh như mặt trăng. Bụi bặm mà tao nhã trong sinh hoạt đời thường. Khi đam mê là không chùn bước, độc hành thách thức mọi lực cản trên đường đi. Nhưng nếu xét thấy cần là đặt dấu chấm hết không luyến tiếc. (Lạy trời! Nếu nàng không hiểu sai. Có người phụ nữ nào không bị tính cách ấy chinh phục?). Nhìn Tuấn thế này, nàng thấy tội nghiệp cho anh. Nàng quyết định nói cho Tuấn rõ: "Tuấn à, em không ghét hay hận anh. Anh hiền lành quá, cứ ngu ngơ trước nhịp sống thời đại. Anh như một người ở trong căn phòng ấm cúng nhìn ra cái xã hội đầy mưa gió bão bùng bên ngoài qua cửa sổ, cứ nghĩ gió mưa sẽ chẳng bao giờ ập đến mình. Anh có người vợ yêu anh. Nhưng cưới em rồi anh xem em là một vật sở hữu mà không chịu hiểu rằng em có một trái tim của riêng em, của một phụ nữ. Có khi nào anh đặt mình vào tâm tư tình cảm của vợ anh chưa? Anh thật sai lầm và đáng trách! Với cuộc sống đầy biến động cũng như với tình yêu, anh không ra hờ hững mà cũng không nhiệt thành, cứ nhàn nhạt như trăng mùa mưa... Bây giờ anh đã hiểu vì sao với anh, tình yêu đã lịm tắt trong em. Tuấn à, nếu anh hiểu, mình sẽ là bạn. Em muốn điều đó."

Thảo lấy trái táo chầm chậm gọt vỏ. Tuấn nhìn nàng. Anh chợt nhận ra trước đây anh chưa bao giờ để ý như việc nàng gọt vỏ táo như thế nào. Đúng! Lời nàng đã bóc trần tính cách của anh. Anh hỏi nàng điều vừa chợt đến trong đầu: "Anh cảm ơn em. Sẽ như em muốn. Em... em có tình cảm với Hân không?"

Thảo chẻ trái táo làm hai. Nàng đưa cho Tuấn một nửa: "Anh ăn cho vui. Như vậy tốt hơn anh ạ." Nàng trầm ngâm nhìn ra khoảng sân ngập tràn ánh trăng, nói: "Anh đừng bao giờ hỏi một câu như thế với một người phụ nữ nữa nhé. Thật sự em mong anh gặp được người phụ nữ nhu mì để anh được hạnh phúc. Nhưng nếu anh cứ hỏi đại loại như vậy anh sẽ để vuột mất nhiều cơ hội. Có hay không không quan trọng bằng anh có dám nhìn vào sự thật hay không? Dám đem bản thân đặt cược đến cùng để đạt được mục đích hay không?" Nàng cười: "Thôi ông xã một thời của tôi. Đã cởi mở với nhau rồi thì bây giờ đi về để tôi còn ngủ, mai lên lớp." Vai nàng chợt rũ xuống, nỗi buồn dâng lên mắt. Nàng nắm bàn tay Tuấn, lời nàng thoảng như hơi thở: "Anh! Em biết bây giờ anh rất muốn hôn em. Nhưng đừng nên anh nhé. Chỉ hôn khi cả hai đều xúc động vì yêu. Hãy ôm em đi. Như vòng tay của người anh ôm nhẹ em gái sau bao ngày gặp lại."

oOo

Con sóng dư luận trước đây chỉ lăn tăn bây giờ cuồn cuộn ập vào đám cưới của Hân và Thảo. Lạ một điều Tuấn lại là thượng khách của đôi tân hôn. Mọi cặp mắt, mọi lỗ tai đều chú mục vào Tuấn. Nhất cử nhất động của anh đều bị giám sát, cứ như thiên hạ sợ anh sắp gây trọng án... Tuấn như không hay biết những quả bong bóng đang phồng lên trong ý nghĩ của mỗi thực khách. Những quả bong bóng ghi nhận méo mó hình ảnh chung quanh theo độ cong của nó. Trên sân khấu nhạc sống, anh phát biểu: "... Mỗi người trong chúng ta ai cũng có một trái tim. Và trái tim có lý lẽ riêng của nó. Nó không chịu bất cứ một sự áp đặt nào. Và cũng đừng bao giờ ảo tưởng là đã sở hữu trái tim của ai đó nếu bạn không thật sự yêu thương nó."

Tôi là bạn của Tuấn, Hân và Thảo. Tôi thấy ba người vẫn đối với nhau rất thân thương sau đám cưới. Tôi tin rồi Tuấn sẽ có được hạnh phúc mới bởi tình yêu đã cho anh hiểu ra nhiều điều. Và cả Hân và Thảo nữa. Những con người dám yêu vì mình, dám thành thật để là bạn. Tôi thích và quý những tính cách ấy. Còn bạn, bạn nghĩ sao? ./.

Trần Xuân Thụy
Ninh Hòa, Khánh Hòa

con đường cây lá dẫn lên
không gian đáng được gọi tên quê nhà
trong vô cùng tận ba hoa
tôi còn sót chút thật thà: nhớ thương

lhoán

NGUYỄN THANH SƠN

CHUYỆN CHÉP Ở BỆNH VIỆN

Hắn bị đụng xe vào buổi chiều và đưa vào phòng cấp cứu của một bệnh viện huyện. Hắn hôn mê từ đó cho đến sáng hôm sau mới hồi sức nhưng vẫn ở trong trạng thái mê tỉnh. Đôi mắt khẽ lay động, cơ thân muốn rướn lên nhưng có một sức mạnh vô hình trì níu lại, đôi môi khô khốc, hắn khao khát được một vài giọt nước, tôi bón cho hắn từng giọt từng giọt và tay luôn nắm bóp trên vầng trán, vùng ngực gây cho hắn cảm giác êm dịu, ru vào giấc ngủ chập chờn...

*

Mây bồng bềnh như những cục bông xốp lững thững trôi trên dòng sông trắng, hắn đưa tay nắm mây, vuốt nhẹ. Cảm giác mát lạnh chạy khắp toàn thân và hắn như bơi trong không gian yên tĩnh, thoảng mùi hương nhẹ của một buổi sáng thanh sạch, hắn hít sâu vào lồng ngực và như theo quán tính hắn đi tìm mùi hương lẫn trong làn khói sương mỏng mảnh, trong đám cây xanh rậm rạp, chân giẫm lên đám cỏ mịn mơ hồ làm bẹp dí những viên phân mịn màng, ẩm ướt của những con bọ hung mới đùn lên hồi đêm. Bơi theo mây, nương theo gió hắn lần về chốn cũ. Hồ dễ hơn năm năm trời mới có dịp về quê xưa, bởi công việc níu kéo, lại đường xa rong ruổi. Nhưng lần này hắn thấy nhẹ tênh, quên hết chuyện phàm trần, bỏ sau lưng cuộc chơi đỏ đen đen đỏ, chỉ còn đây không gian đặc sệt gió mây, cả một trời mênh mông.

Trở về xóm nhỏ chiều nay
Đò xưa bến cũ như ngày tôi xa
Dòng sông mỗi độ nhạt nhòa
Tình quê hương vẫn đậm đà trong tôi.

Hắn ngẫm ngợi câu thơ ngẫu hứng, lòng lâng lâng nỗi niềm hoài cảm, u huyền. Hắn vội vàng cho kịp chuyến đò, mùa này nước lớn nếu để lỡ chuyến phải đợi lâu lại không may cho một chuyến đi.

Lại lỡ chuyến rồi, dòng nước mênh mông mà bến thì hoang vắng quá. Cái ánh sáng đầu ngày dọi xuống dòng sông lấp loáng, nhưng hắn không ấm nóng chút nào mà cảm cái lạnh như xé vào gan ruột. Hắn đợi ở mé sông, hai tay nghịch nước, nghe đâu đây có tiếng nước róc rách vỗ vào mạn thuyền. Bến sông này đã gợi cho hắn bao kỷ niệm của thời thơ ấu, bởi nhà hắn chỉ cách bến đò này một quãng ngắn trong một thị trấn nho nhỏ, mà ở đó, có những con người hiền hòa, nhân hậu, có những ước mơ giản dị là được sống một cuộc đời thanh sạch, đẹp đẽ.

Ngồi đợi hơi lâu, nóng ruột. Hắn đưa tay lên miệng làm loa, gọi đò: "Ớ đò, bác Năm ơi cho cháu sang sông với..." Tiếng gọi của hắn loang loáng trôi theo dòng nước, tan vào mênh mông, bởi chỉ còn hắn mới nhớ bến đò này, thời bây giờ ai lại đi đò, với người dân ở vùng này, bến đò đã rơi vào hoài niệm xa xưa.

Loanh quanh một hồi hắn cũng lần về quê mẹ. Nhà cũ, vườn xưa bây giờ tiêu điều, hoang vắng quá, nhưng hiện tại hắn không còn gì ở đây bởi tất cả đã thay ngôi đổi chủ. Cách đây vài năm, hắn đã bán sạch sành sanh mọi thứ để lên thành phố kinh doanh nhưng còn đâu đây một nỗi niềm sâu thẳm không thể bán được và bây giờ hắn bới tìm trong tận cùng ngõ ngách trái tim sần sùi bởi lớp bụi đời không sạch sẽ.

Hai sào ruộng, một mảnh vườn, ngôi nhà ngói ba gian là của hương hỏa cho đứa con trai thừa tự, những chắt chiu, tần tảo của bao người mong kẻ nối dõi tông đường lấy đó làm điểm tựa, một cõi đi về cho những hương hồn xa khuất. Mái ngói rêu phong, vách tường trơ vơ vôi xám, một giàn trầu bám vào đó tìm nhựa sống, vươn những lá to tròn mơn mởn xanh tươi. Lối cũ mờ sương, cỏ dại mọc đầy nhưng không khỏa lấp vết chân mẹ già xưa kéo đôi dép lê mòn vẹt đế, dáng lom khom mệt mỏi của con gà mẹ luôn nháo nhác vì cái miệng háu ăn của con gà con, tiếng kêu chiêm chiếp của nó đi tìm mẹ, tiếng kêu nhỏ nhưng rất vang xa, nên dù ở xó xỉnh nào của góc vườn, gà mẹ vẫn ba chân bốn cẳng mà đến với con.

Hắn không quên, không thể nào quên cảnh khổ của một thời. Thằng bé ngồi gọn thỏn trong cái thúng, mẹ địu thêm hòn đá ở cái thúng bên kia cho cân bằng đòn gánh trên vai. Những ước mơ, niềm mong đợi, những hoài bão xa xôi theo suốt cuộc đời trẻ trung của mẹ. Những ngày mưa bão mẹ không gánh con theo nên đành gửi cho người hàng xóm. Thằng bé khóc, khóc hoài rồi nín, bẩn thỉu, nhếch nhác dưới nền gạch hâm hẩm. Có một buổi chiều về muộn là do trợt chân té xuống suối, cái thúng trôi theo dòng nước, tiếc của mẹ với theo, may mà biết bơi bập bõm, được ngọn tre già giữa dòng cứu lấy, mẹ cố lết về nhà, ôm con vào lòng, nhìn mắt con cười rạng rỡ mà mẹ khóc thút thít như là trẻ con!

Thế rồi người mẹ ra đi khi hắn vừa đủ lông đủ cánh, hắn quỳ bên người mẹ trước lúc lâm chung, nắm bàn tay xương xẩu mà khóc rấm rứt. Trong đôi mắt người mẹ không còn chút sinh khí nào nhưng cũng muốn gửi cho con tất cả lòng yêu mến là mong muốn con mình sống lương thiện và quý trọng con người như chính bản thân mình vậy.

Hắn không quên nhưng không chịu cảnh khổ, lòng luôn khát khao làm giàu, có giàu mới có cơ hội hưởng thú vui trần thế, được người đời trọng vọng mặc dù không cần biết đồng tiền kiếm được là do đâu.

Câu chuyện nghe đâu bắt đầu từ quán cà phê Tiểu Muội ở đầu thị trấn. Trước đây quán chỉ mở cửa ở mỗi buổi sáng phục vụ cho cánh xe ôm, những người buôn gánh bán bưng. Từ khi cô chủ "chiêu hiền" ở đâu về con nhỏ, món hàng nhập từ miền trong. Trông em rực rỡ như minh tinh màn bạc, mặt phớt nhẹ màu son và nụ cười hơ hớ trên môi, bộ ngực phơi phới nhún nhẩy theo từng bước chân sáo, như thôi miên, như mời gọi cánh đàn ông. Món hàng nhập đầu tiên về thị trấn, với cánh người già họ cảnh giác, cho đó là cái ung nhọt, tệ nạn cần tẩy rửa khi nó còn là cái sảy, với đám choai choai thì cho đó là cái mụn trứng cá thể hiện sự phát triển của cơ thể mới lớn.

Lúc đầu hắn còn ngần ngại, rụt rè bởi trong hắn còn nhiều chỗ cho lòng lương thiện, cách sống và nếp nghĩ sau lũy tre làng còn đầy ắp trong tâm tư. Nhưng khi cơn khát tình len lỏi vào ngóc ngách của trái tim, nó là chất gây mê, gợi khoái cảm và bằng mọi cách để được thỏa mãn. Đêm đêm, bên ngọn đèn mờ mờ ảo ảo của cái quán cà phê trá hình kia luôn mời gọi, hắn như con thiêu thân lao vào hương vị ngọt ngào đầy cạm bẫy.

- Ơi! Anh hai ơi, vào đây với em, ơi người yêu ơi!

Cô chủ quán đon đả, nũng nịu mời chào hắn từ ngoài sân. Hắn khệnh khạng bước vào phòng karaoke, ngồi phịch xuống bộ salon, ngắm nghía cô chủ qua ánh mắt đầy men rượu, lướt nhìn đôi môi hình trái tim đẹp như tranh vẽ, rồi đến cặp nhũ hoa trắng mịn màng lấp lửng, rất hớ hênh phập phồng trong bộ đồ ngủ. Hắn đưa tay quờ cô chủ, cô ta cười như nắc nẻ, vội lảng xê ra:

- "Ớ ờ, vội chi anh hai, khoan khoan đã nào, say bét nhè mới nhớ đến quán em?"

-"Nói phải tội, anh luôn nhớ đến em."

-"Nhớ đến em làm chi, nhớ cái quán chớ!" Cô chủ lườm yêu hắn, nháy mắt đầy ẩn ý.
-"Mấy hôm rày nghe danh, bây giờ anh mới được hạnh ngộ diện kiến dung nhan, em tên chi?" Hắn khều cô nhỏ ngồi bên cạnh.
-"Dạ, em tên Loan, Mỹ Loan."
-"Em có mấy con rồi?"
Em ngồi bật như lò xo, lúc lắc cái mông, nhún nhẩy đôi bồng đảo đang độ chín tới.
- "Í, ông anh em, căng nguyên, tròn trịnh, "của" này hồ dễ có mấy con, thưa ông anh?"
- "Nghe không bằng thấy, thấy không bằng rờ. Rờ mới tin."
- "Anh hai tham quá chời!" Giọng miền trong đơ đớ.
- "Trước nghề này, em làm gì?"
- "Em mần ruộng với ba, nhà nghèo quá anh hai, em tính về đây kiếm chút đỉnh vốn rồi chuyển hệ, có cách gì anh giúp em với?"
Hắn nhìn em, giọng cà rỡn nửa say nửa tỉnh.
- "Hay anh tính giùm em. Ôm suông chắc hơi hẻo, mình chuyển hệ, mình đi hàng, cứ mỗi lần "đi" em cầm chắc trong tay hai trăm, cứ tính sơ mỗi ngày bốn lần như vậy em được những tám trăm, lâu lâu lại được khách xộp bo thêm. Một nhà hàng làm ăn được ở đây, mỗi ngày lời cỡ đó. Kinh doanh vốn tự có, dễ mấy lúc em giàu ấy chớ!"
-"Thôi anh hai, nói thì nghe dễ lắm!" Em cười, thơm nhẹ vào má hắn.

Và thế là hắn cặp bồ với con nhỏ, lúc đầu chỉ dắt mối, chở con nhỏ loanh quanh thị trấn theo tiếng gọi. Làm tên ma cô tầm tầm cỡ nhỏ, tiếp khách làng chơi thuộc loại rẻ tiền, mồi chài kẻ nghèo mê thích trăng hoa. Hắn cởi nhanh chiếc áo thô kệch của gã nhà quê, lơi dần hai sào ruộng đã một thời gắn bó, làm mèo vờn chuột với Mỹ Loan mà quên mình còn trách nhiệm ở nhà, làm con cá chạch với cô chủ học chút ít kinh nghiệm. Như con thuồng luồng không chịu ở cạn, hắn lên thành phố đua tài với các anh chị trong thế giới ngầm, tích lũy số vốn kha khá.

*

Hắn bị mất máu nhiều, từ sáng đến trưa phải truyền hai bịch nên da dẻ có phần hồng hào, tươi tỉnh và đã cảm nhận được sự vật chung quanh. Trước mặt hắn loáng thoáng hai cái bóng, một đứng ở đầu giường, thận trọng đặt ống ty-giô vào lỗ mũi, làn gió mát lan tỏa khắp thân thể. Một cái bóng kia ngồi cạnh giường, bàn tay nồng ấm dịu dàng xoa khắp vùng ngực, vùng bụng, nắn bóp bàn tay béo núc ních của hắn. Gương mặt hắn bỗng tái sạm khi búi tóc của cái bóng trắng tung ra, lòa xòa xuống mắt hắn, lọn tóc được gội bằng hương bồ kết lẫn trong mùi khét của nắng, của ruộng vườn, mùi đặc trưng hương đồng gió nội, cái mùi mà một thời hắn từng ấp yêu, hôn hít. Hơi thở hắn bỗng dồn dập, đứt quãng, cơ thân co víu lại và hai bên mép ứa ra vết vàng vàng, đo đỏ...

*

Hắn bước qua nền gạch để phơi lúa, sân đã cũ màu rong rêu. Mùi hương cau thơm ngát cả khu vườn, hương cau dìu dịu gợi hắn thèm nhớ thời trẻ trung, thời mới chập chững yêu, lãng mạn và đầy chất thơ. Mảnh vườn tràn ngập bao kỷ niệm của bước chân ngập ngừng, líu ríu ngày xưa. Phía trước nhà có mương thủy lợi nên dù nắng khô khốc mấy cây trong vườn vẫn luôn xanh tươi, ẩm ướt. Khu vườn trồng nhiều cau chạy dọc theo lối đi vào ngôi nhà ngói. Năm năm trời trôi, so với một đời người chỉ là một khoảnh khắc, nhưng hắn đã đánh mất nhiều thứ mà lẽ ra hắn nên giữ gìn nó như là báu vật mà đời đã ban tặng.

Hắn bước lên bậc tam cấp, cởi đôi giày được đánh xi láng coóng, thoáng thấy chiếc giày có vương vài vết bùn, hắn rút khăn mù xoa lau sạch. Đặt đôi giày xuống đất, chùi đôi chân cẩn thận trên tấm thảm xơ dừa còn mới, những sợi cước khô cứng dưới lòng bàn chân gây nhồn nhột khiến hắn nhăn mặt, hắn bước qua ngạch cửa để vào nhà.

Tính cách và công việc của hắn đã xô đẩy chị về đây, người đàn bà một thời hắn gọi là vợ, về cái tổ đã ấp yêu chị thời tấm bé. Bây giờ hắn tìm lại trong không gian mơ hồ, một vùng kỷ niệm mù sương, đẹp lung linh như trong truyện cổ tích diệu kỳ của mẹ kể ngày xưa. Nhác thấy thằng bé đang chơi đùa, nghịch bẩn ở ngoài sân, lòng hắn run lên, chứa chan niềm vui sướng như sắp nắm bắt một báu vật chừng sắp sửa vỡ ra. Hắn nhổm dậy, bước ra ngoài, mon men lại gần muốn làm quen và ra chừng âu yếm. Thằng bé vẫn tiếp tục công việc, không quan tâm sự có mặt của hắn. Viên bi lăn lóc trên nền đất đỏ, lẩn lút trong đám cỏ mịn xanh rì, nó nhẫn nại bới tìm trong đó, những giọt sương làm ướt nhẹp đôi bàn tay. Hắn ngồi cạnh và hòa vào niềm vui trẻ thơ, niềm vui thú đó bị thời gian bào mòn, thui chột đi, nó chìm dần trong xó xỉnh ký ức rối rắm, xô bồ mà cuộc sống mang lại. Hắn xoa đôi bàn tay rồi dí ngón cái xuống đất, ngón tay kia vân vê viên thủy tinh lóng lánh nhiều màu sắc. Hắn thử nhiều lần nhưng chưa lần nào bắn trúng đích, hắn tự nhủ cần nhẫn nại và tập trung tư tưởng nhưng đều thất bại. Hắn càu nhàu, quạu quọ. Thằng bé chán ngán sự có mặt của hắn, chạnh lòng vì có người phá cuộc vui: "Chú không chơi được đâu, giày chú đã bẩn hết rồi kìa. Mẹ ơi!"

- "Gì thế con, ơi con trai cưng của mẹ!"
Người đàn bà ở nhà sau bước ra, ôm con vào lòng rồi nựng nịu:
- "Thôi nín đi con, ơi cục cưng, cục cưng của mẹ!"
Người đàn bà ôm thằng bé trên tay, dáng dấp điềm nhiên quày quả vào trong nhà, tuyệt nhiên không ngó ngàng gì đến hắn. Hắn liền bước theo chân chị vào. Gian nhà không có gì ngoài chiếc ghế đẩu, chiếc bàn cũ xỉn mốc, bộ bình ly bằng đất nung trang trí hoa văn cẩu thả, rẻ tiền. Mọi thứ gợi lên cảnh nhà quạnh quẽ, nghèo khổ. Chiếc võng bện bằng xơ dừa cột ở chái bếp, ôm thằng bé vào lòng và chị ngả lưng xuống đó, chiếc võng căng lên bởi sức nặng của hai người, hàng cột nhà chuyển mình rung lên khe khẽ. Tiếng người mẹ hát ru theo tiếng kẽo kẹt của võng đưa.
"À ơi, dí dầu tình bậu muốn thâu
Bậu gieo tiếng dữ cho rầu bậu ra.
Bậu ra cho khỏi tay ta
Cái lưng bậu nát cái da bậu mòn."
Tiếng hát theo giọng địa phương lắc lư, lắc lư theo vài sợi tóc, nó không còn đen mà đã trở nên màu vàng nghệ như được lớp bụi mờ phủ lên. Hắn nao lòng quá đỗi, mặt thừ ra, mắt đẫn đờ ngây dại.
*

Hắn bị đụng xe bởi hai thằng rậu râu, vẻ mặt hung tợn, lái chiếc xe made in China phân khối lớn, gây án xong chúng vù mất. Nguyên nhân vụ tai nạn sẽ theo hắn xuống mồ, mang theo cái bản vẽ nhà hàng hạng sang về bên kia thế giới.
- "Đồng tiền đi trước là đồng tiền khôn. Khi làng quê phát triển thì phải có chỗ để xài đồng tiền cho xứng đáng!" Hắn cứ lặp đi lặp lại câu nói đó khi hai chúng tôi ngồi nhậu ở quán rượu gần bến xe, hắn còn thao thao bất tuyệt nhiều điều, còn tôi yên lặng lắng nghe. Tôi và hắn (tôi không tiện nêu tên) biết nhau khi hai đứa còn để chỏm, bởi hai nhà cách nhau cái hàng rào. Dù cả hai tính cách khác nhau nhưng hắn khoái tôi là người biết ngồi nghe chuyện.
Trên nghĩa trang chiều hôm ấy chỉ còn lại tôi và người đàn bà bị bỏ rơi. Bóng chiều chỉ còn vài sợi kéo rê trên ngọn cây xa, tôi thắp cho hắn nén hương, sợi khói không chịu bay đi mà cứ mãi quần tụ quanh mộ chí, lòng tôi nặng trĩu nỗi buồn./.

Bến Đò Xứ 2010-2023

Nguyễn Thanh Sơn

LÊ HỨA HUYỀN TRÂN

VẬY CÒN ANH ẤY?

Chị tôi có một người bạn trai đã yêu nhau suốt những năm tháng dài, kể từ khi tôi còn bé tí cho đến khi tôi vào đại học, anh vẫn luôn đi bên chị bằng ấy thời gian. Anh chị vốn là bạn thời đại học, và lớn hơn tôi chừng mười tuổi, khi tôi bước vào ngưỡng cửa đại học, thì cả hai đã ngấp nghé tuổi ba mươi. Và dễ đến cả thập kỷ hai người bên nhau và đều xem nhau như mối tình đầu đầy chân lý. Thế mà, vào một ngày, chị nhẹ nhàng nói với tôi:

- Anh chị chia tay rồi. Và chị sắp cưới.

Hai thông tin đến cùng một lúc khiến tôi dường như vẫn chưa định hình rõ ai mới là người phản bội, cũng không hề biết rõ lý do. Người anh rể tương lai của tôi chỉ mới quen chị vừa tròn hai tháng. Một chân tình thực cảm mười năm cũng không bằng sự thoáng qua của những tháng hè giản đơn đọng lại. Ngày ấy, tôi tiếc nuối cho mối quan hệ của anh và chị nhưng với tôi tình yêu vốn là điều khó định nghĩa, có những người ở bên nhau thực ít thời gian nhưng lại thực sự là định mệnh của nhau. Đó là tôi muốn tin vậy, để giữ mình khỏi sự thương cảm dành cho anh.

Nhà tôi chỉ có hai chị em gái, ba tôi mất trong một chuyến đi biển, khi ấy anh với chị quen nhau vừa mới ba năm, cũng đã tính chuyện cưới xin nhưng rồi anh lại đợi chị để chị chịu tang. Đám tang ba tôi, anh cũng đội khăn tang như con cái trong nhà, rồi trong khi ba mẹ con tôi dường như bị nỗi đau quật ngã không thành lời, mình anh đứng ra lo chuyện tang sự, phúng điếu. Cũng chính anh là người tìm trường tốt khi tôi vào cấp ba, động viên tôi thi cử vào ngành tôi muốn khi tôi vào đại học, từ rất lâu tôi đã xem anh như người anh trai trong nhà.

Ngày chuẩn bị đám cưới, anh vẫn tới nhà tôi, cùng gia đình tôi chuẩn bị đám cưới, lại còn thay mặt cho ba đứng ra làm đại diện đàng gái dạm lễ vì nhà tôi vốn người thân thích đều ở rất xa, nơi phố thị xô bồ này chỉ có đúng ba mẹ con. Và có anh. Đôi khi tôi không hiểu nổi cảm giác của anh và của chị, hai người trao đổi về địa điểm cưới của chị và một-người-khác rất đỗi bình thường cứ như họ đã chuẩn bị sẵn sàng cho việc chia tay. Hoặc giả, anh cũng như chị, cũng đang có một-ai-khác. Có một lần, tôi hỏi chị:

- Chị chuẩn bị cho đám cưới nhanh vậy?

- Vì đó là những nơi, những người và cả những dự định mà chị với anh đã từng tính. Kế hoạch bây giờ thành hiện thực. Thế thôi.

Tôi không hỏi về lý do hai người chia tay, nhưng tự nhiên tôi lại cảm thấy như có chút gì đó có lỗi với anh, vì lẽ bây giờ, hiển nhiên chị đang là người hạnh phúc. Dù có hay không, ít nhiều anh cũng phải có cảm giác bị bỏ rơi. Nhưng tôi cũng tự trấn tĩnh mình, đó là chuyện của hai người, đều đã trưởng thành cả rồi, đã từng dành nhiều thời gian mặn nồng thế rồi, nếu bây giờ tan vỡ chắc hẳn họ còn nhiều xúc cảm hơn cả mình. Chị cười thật nhiều trong ngày cưới, mà không để ý ở một góc của khán phòng, khi tất cả ánh đèn đều đã tắt, có một người đàn ông lặng lẽ thu mình vào góc tối. Chỉ có tôi nhìn anh, dù anh ở xa nhưng tôi cảm giác anh đang lặng người khóc rất to, ở góc đó, anh nghe chị nói câu: "Em đồng ý" với một người khác.

Chị về nhà chồng, hiếm hoi về nhà chị đều khoe hạnh phúc của chị, bóng dáng anh từng xuất hiện trong mỗi câu của chị nay thay thế bằng một cái tên tất cả đều lạ lẫm. Tôi chợt nghĩ, còn anh ấy thì sao, chị có nghĩ về? Ít tuần sau, chị năng về nhà hơn, lần nào về cũng có những vết bầm tím trên người và những giọt nước mắt, có lẽ hôn nhân không hạnh phúc như chị đã nghĩ. Lần nào chị về nhà anh cũng là người qua đón chị về, hai người cứ như trước kia luôn đưa đón nhau chỉ là giờ với những vai trò khác. Những năm sau đó, chị vẫn sống ở ngôi nhà không hạnh phúc với người chồng thích bạo hành ấy, còn anh vẫn độc thân khi chị gọi là lại qua chở về nhà, bảo bọc chị. Lúc ấy, gần như tôi đã biết trong cuộc tình hai người, ai mới là kẻ thay lòng. Tôi vẫn bắt gặp chị khóc và than thở với anh, chia sẻ với anh mọi điều như trước. Và rồi, chồng chị ngoại tình, lúc đó chị đã gần như hóa điên, chỉ anh đủ sức giữ chị bình tĩnh nước mắt ngắn dài:

- Ảnh có người khác rồi, ảnh ngoại tình rồi, em phải làm sao hả anh?

Tôi cảm giác dường như anh không thể nào biết nói gì, lúc chị hỏi câu đó, chị có bao giờ nghĩ, vậy lúc chị có người khác, còn anh ấy thì sao?

Rồi chị lại quay lại với người chồng phản bội, và cứ khóc mỗi khi đêm về, luôn bắt anh lắng nghe và đưa đón những khi chị cần. Cho đến những năm tháng sau đó, vào nửa đêm, chị lại tiếp tục về nhà khóc than cho mối quan hệ vợ chồng dù đau khổ nhưng không dứt khoát ấy. Chị lại gọi anh tới dù biết anh chỉ vừa mới tan ca sau những ngày dài không ngủ làm dự án. Lần này, anh vẫn tới, anh vẫn khuyên chị nên chia tay nếu không hạnh phúc, còn nếu đã quyết định cố gắng thì đừng bỏ cuộc giữa chừng. Nhưng ngay khi chồng chị vừa điện thoại, chị đã vội tha thứ, những lời anh khuyên chị bỏ ngoài tai. Lúc này, sau rất nhiều năm, lần đầu tiên khi chị giữ lại, anh đã ra đi. Bằng một giọng rất cay đắng, anh nói với chị:

- Anh thực ra rất đắt nhưng cũng rất rẻ. Anh đắt vì dù có tiền cũng không ai mua được anh cả, nhưng anh rẻ vì em không cần gì cả cũng có thể có được anh. Những năm trước, em đã đùa giỡn với anh, anh tha thứ. Nhưng đến giờ, dường như anh không thể chịu đựng được nữa, anh phải chấp nhận sự thật mình với nhau đã không còn gì.

Chị bàng hoàng nhưng tôi thì không. Dường như tôi hiểu được cảm giác anh bây giờ và ngay cả tôi cũng nghĩ chị nên thực sự buông tay anh để anh đi tìm hạnh phúc mới. “Vậy em sau này thì sao?”. Chị thét gào trong đêm đầy bất lực mà không bao giờ tự hỏi: “Vậy còn những năm qua, anh ấy thì sao?”

Lê Hứa Huyền Trân

lẽ ra về nước ở luôn
lá rụng về cội bình thường thế thôi
đến nay sắp chạm cuối đời
vẫn còn hải ngoại dường hơi thở buồn
"nơi đâu đẹp bằng quê hương ?"
chân lý yêu nước bỗng dường như sai...
lhoán

VŨ KHẮC TĨNH

CHUYỆN BÂY GIỜ MỚI KỂ

Vào khoảng năm Bảy Ba, người bà con – thầy Vũ Ký - thấy tôi lận đận với thi cử, lại còn phải sống thui thủi với cuộc sống náo nhiệt ở Sài Gòn, nên mới giới thiệu cho một chỗ dạy kèm, một gia đình quen biết thân với ông. Chỗ này là nhà cô bé tên Chi Lan, học lớp đệ ngũ, con của một vị thiếu tá quân đội chế độ Sài Gòn.

Một buổi tối, ăn cơm nước xong, tôi đi bộ tà tà đến đường Kỳ Đồng làm công việc đi dạy kèm, một công việc quá mới mẻ mà lâu nay tôi chưa hề nghĩ đến. Để có tiền trả tiền ở nhà thuê, cũng như đóng tiền học phí ở trường bắt buộc tôi phải liều mạng nhận lời đi làm công việc dạy kèm, ngoài khả năng của tôi, lúc ấy tôi tự nhận xét về mình như vậy.

Chi Lan, tên cô bé học lớp đệ ngũ rất xinh và lễ phép. Tôi được cha mẹ cô bé bố trí cho một phòng dạy rộng rãi, trong phòng đầy đủ tiện nghi để cô bé thư giãn sau giờ học tập như đàn guitar, đàn piano, có cả dàn amply để nghe nhạc.

Dạy đâu được hai buổi tối, tôi mới gặp được cha mẹ của Chi Lan với ý định để trao đổi một vài cam kết với nhau cho đâu ra đó hẳn hoi, thuận tiện cho công việc dạy kèm của mình và cũng là để tự tuân thủ mình vào kỷ luật công việc.

- Cậu là người miền Trung à?

- Dạ...

- Vừa rồi có người bạn với chú, giới thiệu cậu đến đây dạy kèm cho con gái của chú. Nó muốn học thêm Toán, Vật lý và môn Văn. Nó thích văn chương, chú phải chiều theo ý nó. Có rất nhiều cô cậu sinh viên đại học đến đây xin dạy kèm nhưng chú không nhận người lạ khi chưa nắm rõ họ gốc gác ở đâu. Cháu là cháu của bạn chú, lại được giới thiệu trước thì cũng coi như là con cháu trong nhà.

Ông nói tôi cố gắng dạy và kèm cặp Chi Lan, làm sao cho con ông học hành tiến bộ là được. Ông chỉ nói có vậy rồi đứng dậy đi, rất giản dị nhưng đầy tin tưởng.

Ông bà chủ thuộc loại nhà giàu nhưng có cung cách sống rất hòa nhã, ăn nói điềm đạm chậm rãi từng lời nói.

Thật tình, tôi dở hai môn toán và lý, nên dạy hai môn này nghe ra cũng hơi choáng ngợp, còn môn văn không cần thiết, biết gì nói nấy, bí lắm thì khuyên em nên đọc sách luận văn cho nhiều. Xem như mọi ràng buộc với ông bà tôi đều chấp nhận. Ngày dạy đầu tiên là vào ngày đầu tháng Chín.

Ngày đó, tôi ăn mặc chỉnh tề đến dạy Chi Lan học. Tôi đã xem lại hết bài vở em học ở trường cũng như giấy báo học tập từng tháng của em. Tôi mới nắm rõ được học lực của em chỉ trung bình khá chứ không thuộc diện học sinh giỏi, các môn học điểm cao thấp không đều nhau. Sở thích của em là đàn hát, đọc sách báo. Em ít chăm chú vào việc học nên tôi cũng hơi lo sợ sự học tập sa sút của em sẽ ảnh hưởng đến việc dạy kèm của tôi.

Dần dà, tôi cũng tập được cho em cái thói quen tối cần thiết, ấy là lúc nào cũng phải chăm chú vào việc học, học xong rồi mới được chơi. Tôi cố tạo dựng cho em – và cho chính tôi cái không khí dạy và học thoải mái, vui tươi lành mạnh.

Tôi biết em lâu nay sống khép kín trong căn phòng chỉ có một mình nên rất cần người thông cảm và sẻ chia. Cha mẹ dành cho cô con gái rượu một phòng trên lầu toàn quyền sử dụng, nên cuộc sống của em có vẻ đơn điệu, muốn học thì học, không học cũng không sao. Em biết giờ cũng đã lớn rồi, có những biểu hiện và những cung bậc rung động đầu đời

Bốn tháng dạy học trôi qua là gần đến Tết. Tôi được ông bà chủ gọi vào phòng khách để gặp riêng. Ở đây tôi được ông báo tin về thành tích Chi Lan học ở trường có tiến bộ rõ rệt. Ông bà tỏ vẻ mừng, tôi cũng rất vui.

Lúc nào ông bà cũng căn dặn tôi đến sớm trước 20 phút so với giờ dạy, để cùng ăn bữa cơm tối với gia đình ông. Nhưng tôi không đến ăn cơm lần nào vì rất ngại.

Qua kỳ nghỉ Tết, tôi lại đến tiếp tục công việc dạy kèm một cách bình thường, có phần hứng thú với công việc này hơn vì đã thuần thục hơn nhiều so với thời gian đầu

Một thời gian ngắn sau đó, tôi bỗng phát hiện ra em có những dấu hiệu lạ trong cái nhìn trong cuộc trò chuyện, trong tư thế học mỗi lần tôi ngồi đối diện với em. Mỗi lần như thế tôi bị cuốn hút vào đôi mắt nhấp nháy lia lịa nhìn tôi như thôi miên.

- Chiều mai rạp chiếu bóng Đại Đồng ở đường Trần Hưng Đạo có chiếu phim hay, thầy đi xem với em được không?

Tôi nghe nói, sửng sốt:

- Không được đâu em, cha mẹ em mà biết được là phiền phức lắm. Em bỏ ý định đó đi.

Em phân bua:

- Thầy sợ cái gì, em tìm cách để đối phó, em không sợ mà thầy lo sợ cái gì chứ!?

Tôi nói thẳng:

- Thầy sợ bị đuổi dạy! Em biết đó, đã mất miếng cơm lại không có một khoản tiền để trả tiền nhà thuê và còn nữa, người bà con giới thiệu thầy đến đây mà biết được cớ sự xảy ra như vậy, thầy chỉ còn có cách độn thổ

Lần đó tôi từ chối không đi xem phim với em, tôi thấy em có vẻ giận hờn, hai má đỏ hây hây, không chịu làm bài. Dạy xong bài toán hình học, tôi lặng lẽ đứng dậy ra về. Em chạy ra đóng cửa nghe cái rầm.

Câu chuyện về cuộc tình thầm lặng.

Trong trí nhớ của tôi, đó là năm tôi "sản sinh" ra những bài thơ tình đăng trên tuần báo Tuổi Ngọc như bài Hè Ru, Một sớm mai hồng (sau này, nhờ bạn bè còn nhớ nên tôi sưu tầm lại được, chứ thật tình tôi chẳng còn nhớ được dù chỉ một câu!). Hai số tuần báo đó tôi đều có đem tặng cho Chi Lan đọc, tôi được em ngưỡng mộ và nhờ vậy đã làm tăng thêm vị thế của tôi trong tâm hồn em.

Cái gì đến thì nó sẽ đến.

Nhiều lúc, ngồi bên em tôi không cưỡng lại được cảm xúc của mình, tự nhiên thấy mến thương em, nhưng không dám chủ động vượt qua lằn ranh giới hạn tâm tình riêng tư. Tôi vẫn chứng tỏ là một người thầy dạy kèm nghiêm túc và tận tâm. Hơn ai hết, tôi biết đánh động vào tâm hồn ngây thơ của em lúc này là việc hoàn toàn không nên, chưa nói tới việc sợ cha mẹ em biết được gây thêm rắc rối, mang tiếng đến người bà con đã giới thiệu tôi vào đây dạy em. Dù sao tôi vẫn còn chút lý trí để suy nghĩ thiệt hơn, còn chút lễ nghĩa luôn biết phải gìn giữ của con người xứ Quảng quen sống thật thà chất phác, trọng nghĩa nặng tình.

Bề ngoài là vậy, nhưng trong lòng cũng có lúc cảm xúc dâng tràn khi ngồi đối diện với một cô gái đẹp có chút lãng mạn.

- Hôm trước em mời thầy đi xem phim thầy từ chối không đi. Hôm nay em mời thầy đến quán cà phê Đồng Dao ở gần đây ngồi uống nước, lần này em sẽ xin phép cha mẹ cho phép hẳn hoi mới đi.

Tôi hơi ngỡ ngàng vì sự dạn dĩ của em nhưng cũng thầm vui.

Được sự đồng ý của ông bà chủ, hôm đó em đưa tôi đến quán cà phê Đồng Dao. Đến quán cà phê nhưng không đứa nào uống cà phê, em và tôi uống nước sinh tố xay.

Tôi là người ít nói, kiệm lời, dù ngồi với ai cũng vậy. Với em cũng không ngoại lệ. Em đánh tan bầu không khí im lặng trong không gian hạn hẹp của quán cà phê.

- Thầy ở miền Trung sao vô đến Sài Gòn học lận, ngoài đó không có trường hả?

- Có trường dạy trung học, nhưng thầy thi rớt tú tài nên trốn vào Sài Gòn học thi lại.

Em để tay trái lên mặt bàn, tay phải vân vê cái muỗng để trong ly tạo nên tiếng kêu lanh canh.

- Thầy làm thơ hay quá!

- Chỉ có em khen hay chứ có ai khen thơ thầy đâu.

- Một mình em khen là đủ rồi. Thầy mừng không?

- Cảm ơn em! Rất mừng

Chi Lan học đệ ngũ, qua hè là đệ tứ, tính ra còn nhỏ nhưng em ăn nói lời lẽ rất chững chạc tự tin, dùng từ rất chính xác lại pha chút hài trong mỗi câu chuyện rất là hồn nhiên...

- Em học chơi đàn piano lâu chưa?

- Một năm rồi, lúc nào em học xong thầy ở lại em đánh đàn cho thầy nghe. Lâu nay em chỉ đánh đàn cho một mình em nghe, nên chẳng biết được tay nghề của em tiến bộ đến đâu rồi.

- Hôm nào thầy sẽ ở lại nghe tài biểu diễn đàn piano của em.

Thời gian không cho phép tôi ngồi quá lâu, liếc nhìn đồng hồ treo trên tường chỗ bàn thu ngân. Em biết tôi chuẩn bị về.

- Nhà thầy ở gần đây không?

- Ở đường Trương Minh Giảng gần chợ.

- Thế là gần đây, thầy lo gì. Em sẽ đưa thầy về đến tận nhà.

Khi đi, ông bà chủ có dặn tôi phải đưa em về trước 21 giờ. Tôi “dạ” nên phải giữ uy tín lần này, hy vọng cho những lần sau nếu có dịp đi nữa.

Tôi gọi cô chủ quán lại tính tiền. Em đứng dậy giành tôi trả tiền hai ly sinh tố xay.

- Thầy làm gì có tiền, để đó cho em.

Đời là vậy đó, có những niềm vui ùa về bất chợt có đi tìm cũng không thấy được, chúng chợt đến rồi chợt đi, rất ngẫu nhiên, trong sự tuần hoàn của trời đất miên man. Chi Lan quá dễ thương, con nhà giàu có khác, mình làm gì có cửa để vào đó.

Hai năm sống ở Sài Gòn đời lang bạt trong vòng xoáy của cuộc đời, thế mà khi về nhà rồi cũng chẳng biết đi đâu trong mênh mông. Nhiều người ở quê xa, cứ tưởng ở Sài Gòn là sướng, tha hồ ăn chơi. Thì cũng đúng nhưng chỉ sướng với những con người giàu có. Còn tôi thì sao? Tôi đang nghĩ mông lung ở trạng thái phân tâm, sao thời gian trôi qua nhanh quá. Ở đây thì vui bên em, về nhà thì quá buồn tênh. Hai thái cực khác nhau, cứ giằng xé nhau trong tâm thế không được bình thường.

Em đẩy chiếc xe Cady về phía tôi đứng, tôi làm tài xế, em hướng dẫn đường đi nước bước. Trên đường lúc này mới chỉ là 20g30 nhưng đường đã vắng bóng người qua lại. Từng cơn gió ở đâu đó thổi về nghe mát lạnh. Lâu rồi tôi không biết đến xe, gần thì đi bộ tà tà, xa thì đi xe buýt cho rẻ tiền. Hai tay tôi cầm ghi đông xe nghe tê cứng từng ngón tay.

- Em có lạnh không?

Một câu hỏi bất ngờ, có lẽ em giật mình!

- Lạnh trong hồn. Có thầy em mới đi ra khỏi nhà đi chơi vào ban đêm.

Tôi dừng xe trước con hẻm vô chợ Trương Minh Giảng. Tôi chỉ tay về ngôi nhà hai tầng lầu cửa sắt màu xanh lá cây.

- Đó là nhà thầy ở trọ, một phòng trên lầu. Thôi em về đi.

Tôi nắm bàn tay em nghe lạnh, em để yên bàn tay năm ngón búp măng trong tay tôi, em không nói gì hay có một phản ứng nào. Tôi biết em đang xúc động, biết đâu em thầm yêu tôi, như tôi đã từng yêu em trong thầm lặng.

Tôi nghe lao xao trong hồn. Cảm ơn cõi ta bà đã chứng giám.

Câu chuyện về đêm cuối cùng ở nhà em.

Hai anh bạn học ở đại học Văn Khoa cùng ở chung nhà trọ với tôi, lâu nay cũng không biết tôi đi dạy kèm, tôi có nói đâu mà biết. Mỗi buổi tối ra đi, họ cứ tưởng tôi đi học thêm để luyện thi tú tài. Nhưng ở đời cái gì cũng có sơ hở để lộ ra ngoài. Bạn tôi nhìn thấy được sơ hở đó.

- Mày làm gì có tiền mà góp tiền thuê nhà sớm vậy? Năm tháng trước đây lúc nào cũng đưa tiền trễ để chủ nhà phàn nàn.

Tôi mới thổ lộ tâm tình với hai bạn. Tôi liều mạng đi dạy kèm cho một cô bé học lớp đệ ngũ ở đường Kỳ Đồng. Bạn nghe tôi nói trợn mắt: "Sao mày liều mạng dạy lớp đệ ngũ!? Tau đây, mà chưa dám. Môn toán hình học càng về cuối càng khó, mày hãy coi chừng."

Bạn tôi không nói toạc ra, tôi cũng thấy và đoán được mọi khó khăn đang ở phía trước. Thật ra tôi liều mạng có cái lý do và suy nghĩ chín chắn. Những bài toán em học đều có trong sách giải, trước khi dạy tôi đã xem qua và chuẩn bị sẵn cái dàn bài đến đó chỉ giảng cách làm cho em biết. Em chăm chú vào việc học nên tiếp thu bài vở rất nhanh. Cũng có lúc tôi đến dạy nhưng em không chịu học, ngồi đánh đàn piano hát hò hết giờ dạy tôi về. Nhưng những lần như vậy không xảy ra nhiều. Rồi có những lần gia đình ông bà tổ chức đi chơi xa dăm ba ngày tôi được nghỉ.

Sài Gòn vẫn nhộn nhịp với lớp hào nhoáng bề ngoài, vẫn chìm đắm trong cuộc truy hoan suốt đêm tới sáng của những con người giàu có vung vãi tiền qua cửa sổ. Tôi thì ngụp lặn trong vòng xoáy của cuộc đời. Chi Lan là con nhà giàu làm sao mà thấu hiểu được. Mỗi buổi sáng đi học đến trường có xe đưa đến. Tan trường có xe rước về. Ăn sung mặc sướng, thích cái gì cha mẹ cũng chiều chuộng. Nhưng em vẫn thấy cô đơn, thấy trong hư vô những mơ hồ trống rỗng nhảy múa chung quanh tuổi mới lớn. Ngoài giờ em đi học ở trường, về nhà chồn chân trong bốn bức tường đâm ra buồn chán nên cha mẹ em thấy và hiểu được tâm sinh lý của cô con gái rượu, mua đàn piano thuê thầy về dạy. Em hòa quyện tâm hồn vào không gian đàn hát và đọc sách hằng ngày để tiêu khiển thời giờ nhàn rỗi, nên sống rất ư là lãng mạn. Nhiều lần tôi nhìn thấy được trong đôi mắt ướt át của em lúc nào cũng nhấp nháy như gọi mời và nghe được lời nói dịu ngọt dễ thương hòa quyện trong cái không gian trầm lắng mơ hồ như rót vào tai chút mật ngọt.

Có những lần vui miệng em hỏi tôi:

- Thầy có bạn gái chưa?

- Em hỏi để làm gì?

Em chỉ cười không trả lời.

- Thầy là kẻ lang bạt giang hồ, chạy trốn tìm nơi đất lành chim đậu làm gì có bạn gái. Em không thấy sao, thầy buồn quá mới làm thơ để cho khuây khỏa tâm hồn.

Dòng đời trôi qua mãi trong sự tĩnh lặng. Tôi lại liên tưởng đến ngày mai này thế nào cuộc sống đời người cũng nổi lên sóng gió ba đào. Năm mà chiến tranh lan rộng khắp mọi miền đất nước. Cha của Chi Lan được điều động ra chiến trường không còn ở thành phố ngồi chơi xơi nước. Dù ở chiến trường xa nhưng thấy ông vẫn thường xuyên về nhà với vợ con. Lần này ông là trung tá bộ binh.

Đêm đó tôi bận một số việc ở nhà trọ, đến dạy trễ. Em ngồi đợi tôi, tôi ngạc nhiên sao hôm nay em tự giác ngồi học bài. Tôi đến ngồi bên em, chưa kịp hỏi han bài vở hôm nay có gì xảy ra không.

Em tròn xoe đôi mắt nói:

- Cô giáo ra bài toán hình học bắt buộc các em trong lớp về nhà làm, sáng mai nộp lại bài cho cô. Em cũng không được biết làm gì mà gấp gáp như vậy. Cô giáo dạy toán rất khắt khe mà còn khó tính nữa. Em đọc đi đọc lại bài toán thấy khó quá, đợi thầy đến giải.

Tôi cầm bài toán hình học nơi tay em đưa. Tôi đọc đi đọc lại nhiều lần, bỗng nghe trong lòng bất an. Bài toán này đối với em khó là đúng rồi. Tôi đây mà cũng chịu bó tay huống hồ chi em.

Tôi nói với em:

- Thầy đem bài toán này về nhà làm.

Chi Lan hốt hoảng la lớn:

- Không được đâu thầy

Tôi không nói không rằng với em, liền đứng dậy ra về. Lòng tự trọng trỗi dậy trong tôi vì xấu hổ. Không còn cách nào khác để níu kéo cái danh dự hão huyền mà lâu nay vì cuộc sống tôi bấm bụng đi dạy kèm. Mong sao sau này em ra đời em sẽ hiểu và thông cảm.

Đêm đó tôi về không ngủ được, tình cảm giữa tôi và em trôi tuột đi mất rồi, vì những cái đơn giản trong một mớ hỗn độn về tinh thần. Nếu trường hợp tương tự như thế này còn xảy ra liên tục thì sao? Tôi đành phải nghỉ dạy, bỏ luôn tiền lương một tháng không đến nhận. Tôi cũng không đến chào tạm biệt ông bà đã cưu mang tôi suốt những tháng năm sống đời lang bạt ở Sài Gòn.

Khoảng một tuần lễ sau, em mang tiền lương đến gặp bạn tôi trao số tiền đó, rồi ra về không nói gì. Chắc là em còn giận tôi.

Chi Lan là một cô bé rất dễ thương. Tôi mãi mãi không còn nhìn thấy em mỗi đêm trong căn phòng ấm áp nữa.

Không biết giờ này em có còn nhớ đến tôi, ông thầy bất đắc dĩ của mấy mươi năm trước đây với bài toán hình học không giải được.

Em có còn nhớ bài thơ tình đăng ở Tuổi Ngọc tôi đã ký tặng em?

HÈ RU
Chiều lên con nắng rưng rưng
Yêu người môi khẽ ngập ngừng lẻ loi
Phố buồn giờ mãi riêng tôi
Giọt buồn lên mắt ngậm ngùi trời mây

Xa rồi mùa lá me bay
Tháng năm dệt mộng trắng tay em cài
Em là vạt nắng vàng phai
Ta ngày hai buổi hẹn sai giờ về

Mây ơi bay mấy sơn khê
Môi em mắt biếc chiều tê qua trường
Chở giùm ta mắt huyền sương
Cho ta qua mấy con đường em qua

Mù khơi ngày một ngày hai
Ta ru ta giấc mơ phai dọc đường
Mùa ve sầu gọi đồi sương
Đưa ta đi suốt con đường hè ru

Cũng chẳng có chi phải giấu giếm. Năm 1993 tôi ở quê vô lại Sài Gòn làm ăn sinh sống. Thời gian rảnh rỗi tôi có đến đường Kỳ Đồng, đi ngang qua nhà em thấy cửa đóng then cài. Hỏi người hàng xóm mới biết ngôi nhà đó đã bán cho chủ khác rồi. Ông trung tá đó đi học tập cải tạo 5 năm. Khi ra trại ông về sống với gia đình vợ con một thời gian. Sau đó làm thủ tục đi diện HO qua Mỹ.

Hiện gia đình ông bà sống ở Mỹ. Không biết ông bà còn sống hay đã chết? Chi Lan đã có chồng con.

Vừa rồi trong cuộc nhậu bạn bè lâu ngày mới gặp lại. Bạn trong lúc ngà ngà, đọc lại bài thơ "Hè Ru" của tôi. Tôi mới sực nhớ đến bài thơ đó đăng ở Tuổi Ngọc mấy mươi năm qua rồi, lần đó tôi đã ký tặng cho Chi Lan. Không biết em còn giữ hay đã vứt vào sọt rác rồi.

Tôi xin mượn lời trong ca khúc của nhạc sĩ Trịnh Công Sơn, "Em còn nhớ hay em đã quên, nhớ Sài Gòn mưa rồi chợt nắng..."

Sài Gòn, ngày... tháng... năm...

Cô bé năm nào tôi dạy kèm.

Vũ Khắc Tĩnh

TRẦN THỊ TRÚC HẠ

NẮNG BÊN KIA SÔNG

Buổi chiều nắng ngăn dòng sông làm hai phần khác biệt, một nửa bên này nắng đã tắt lịm và một nửa bên kia nắng vẫn lóng lánh một sắc vàng nhợt nhạt trong tiếc nuối. Ngày trước bên kia sông là cuộc sống khốn khó, lam lũ của những người làm nghề chài lưới. Bên này sông là cuộc sống nhộn nhịp rực rỡ hào quang của phố xá đô thị. Người bên này ăn trắng mặc trơn, người bên kia làn da đen sạm vì nắng gió nên người ta thường thậm xưng: "Con gái quận ba bằng bà già quận nhất". Nhưng chỉ trong một thời gian ngắn, khi những cây cầu bắc qua sông thay thế cho chiếc sà lan ì ạch lúc nào cũng đầy người chen lấn, vùng đất bên kia sông như vươn mình thức dậy sau một giấc ngủ dài. Những resort, biệt thự, khách sạn thi nhau mọc lên biến một bãi biển với rừng dương liễu đẹp như thơ trở thành thành phố du lịch hiện đại.

Nhà tôi ở bên kia sông, chỉ cách biển vài trăm mét, nắng gió biển thật khắc nghiệt nhưng Út Cưng vẫn xinh xắn nõn nà như búp bê trưng bày trong tủ kính. Nhà có ba anh em, ba mất sớm, chỉ sống nhờ vào quán cháo gà của má. Học hết phổ thông, Út quyết định đi thi đại học ở một thành phố khác xa nhà. Nó muốn biết cảm giác nhớ nhà như thế nào.

Thành phố Út học trong bốn năm đại học chỉ cách có một con đèo mà thời tiết thật khắc nghiệt, nắng thì rát bỏng, mưa thì dầm dề dai dẳng, vậy mà nó yêu thành phố đó lạ lùng. Có lẽ thành phố đó đã lưu giữ thanh xuân và tình yêu đầu đời của nó. Nó say đắm gởi tất cả niềm tin vào người yêu cho đến ngày tốt nghiệp đại học, nó đẩy chiếc va-li về nhà như xác không hồn. Tình phụ. Và cũng chính trong thời điểm đó má tôi phát bệnh hiểm nghèo.

Con bé từ bên kia sông chạy qua ngồi khóc với tôi bên này sông.
"Anh Ba à, em đốt hết những gì của người ấy gởi cho em rồi thả cho nó trôi về biển."
Tôi nhìn con bé mà cảm thấy nghẹn lòng. Em gái tôi quá thật thà nên nó đã nhận chịu tất cả thua thiệt cay đắng về mình.
"Ờ! Cuộc đời như dòng chảy, rồi tất cả cũng trôi về biển. Cưng lau nước mắt đi."
Con bé ngước mắt nhìn tôi và quẹt nước mắt vào tay áo y chang ngày thơ bé khi tôi bắt nạt nó.
"Em năn nỉ anh ấy hứa với má một câu thôi, rằng anh ấy sẽ cưới em cho má yên lòng nhắm mắt, rồi sau đó thì sao cũng được, chỉ cần cho má thanh thản ra đi... Vậy mà nhất quyết không..."

Tôi lặng người, đàn ông khi say đắm thì dữ dội nhưng khi đã cạn tình thì cũng quá nhẫn tâm.

Má đã tảo tần thức khuya dậy sớm với quán cháo gà nuôi con ăn học. Tôi lập gia đình rồi qua bên này sông để vợ chồng anh Hai cùng má buôn bán sinh sống. Dù không nói ra nhưng tôi và Út đều muốn thoát khỏi mùi dầu mỡ tỏa ra từ nồi cháo gà hằng ngày đến ngán, thêm vào đó là tiếng gà kêu quang quác vào nửa đêm chập chùng trong giấc ngủ. Đó là lúc vợ chồng anh Hai cùng má cắt tiết gà, nhổ lông, làm lòng gà... rồi chế biến thành món gà nổi tiếng thu hút khách hàng vào ra nườm nượp từ sáng cho đến chiều tối. Đó cũng là nguồn sống cho cả gia đình và tiền ăn học cho hai anh em. Nên dù có ngán ngẩm thì hai em cũng lặng lẽ tìm một quán nước bên bờ sông thư giãn trò chuyện chứ tuyệt đối không than vãn một lời. Cả hai anh em đều thấy thương má và vợ chồng anh Hai nhưng chưa bao giờ hỗ trợ cho họ trong việc buôn bán và dường như họ cũng không yêu cầu như mặc nhiên đó là việc của họ, việc của hai anh em là học hành để thoát ra khỏi cuộc sống mà họ phải sống.

Má không yên lòng nhắm mắt. Đôi mắt má cứ nhìn về hướng có Út. Mắt Út ráo hoảnh, em nhẹ nhàng vuốt mắt cho má: "Má hãy yên lòng, Út của má sẽ sống thật hạnh phúc".

Ngày giỗ đầu của má, Út Cưng đưa về nhà một chàng trai nhìn vừa quen vừa lạ.
“Anh Ba nhớ bạn này không?”

"Hình như là... cu Sóng, ngày trước ở gần nhà mình, học cùng lớp với Út."

Út bật cười, anh chàng đỏ mặt.

"Người ta bây chừ là kỹ sư điện tử rồi mà anh Ba vẫn gọi là cu Sóng."

"Thì lúc nhỏ cu Sóng vẫn thường đến nhà học chung với Út anh vẫn gọi như thế mà."

Từ nhỏ chẳng hiểu vì sao Út chẳng có được một đứa bạn gái mà chỉ toàn là bạn trai, suốt ngày chỉ thấy nó đi theo bọn con trai lộc cộc phơi nắng phơi gió. Cu Sóng là đứa bạn thân nhất của nó, cu Sóng rám đen và chắc nịch đúng nghĩa con dân chài thì Út trắng hồng, môi đỏ thắm chỉ có mái tóc tơ hoe hoe vàng màu nắng. Sóng thường đem đến cho nhà tôi khi thì mớ ghẹ xanh bò lổm ngổm, khi thì mớ tôm mớ cá tươi xanh như mới vớt lên từ biển. Má tìm mọi cách để trả tiền mà nó lắc đầu nguây nguẩy rồi bỏ về, má chép miệng: "Cá tôm nhà hắn tươi ngon mà ăn hoài thì mắc nợ biết lấy gì mà trả?"

Anh Hai đùa: "Thì má gả con Út cho hắn là xong".

Út giận anh Hai cả tuần không ngó mặt.

Gần mười năm mới gặp lại, thấy Sóng lạ hẳn. Anh chàng chững chạc, tự tin, không còn vẻ bẽn lẽn nhút nhát ngày xưa đến nhà rủ Út đi học. Những năm khó khăn người dân xóm chài họ rủ nhau vượt biển, ba Sóng lái tàu đánh cá nên việc vượt biển của ông cũng dễ dàng, ông đã đưa cả gia đình ra đi trong trời yên biển lặng. Gia đình Sóng may mắn ổn định cuộc sống nơi đất khách nhưng ba Sóng thì vẫn nhớ biển, ông mất ngủ vì không nghe được tiếng sóng của quê nhà, nên Sóng đưa ông về. Và cũng là cơ hội cho cu cậu đi tìm Út.

Đám cưới Út và Sóng diễn ra nhanh chóng, Sóng hoàn thành thủ tục giấy tờ để bảo lãnh đưa Út ra đi.

Út kể cho tôi nghe về việc nó đi làm nail, lần đầu tiên cầm bàn chân của khách tay nó run bần bật, nó sợ làm chảy máu người ta kiện nên nước mắt chảy dài trên má, rơi xuống chân khách. Bà khách ngạc nhiên hỏi lý do khóc, nó thú thật, bà khách bật cười bảo nó cứ bình tĩnh làm cẩn thận không sao đâu. "Ở đâu cũng vậy anh Ba à, hoa cho người giàu, lệ cho người nghèo. Sóng không muốn em đi làm nail, anh muốn em đi học tiếp nhưng em muốn phụ Sóng chi phí cho sinh hoạt, ở đây cái gì cũng đắt đỏ quá... Và em cũng muốn để dành tiền gởi về cho anh Hai chuyển nghề, đừng bán cháo gà nữa, em sợ tiếng gà bị cắt tiết lắm."

Bây giờ thời tiết đang chuyển mùa, không còn cái nóng gắt gỏng hầm hập của mùa hạ nữa, mà trời đất như lơ lửng, lưng chừng không nắng không mưa, và cảm giác bâng khuâng nhớ Út, nhớ má đến cồn cào. Nhớ những ngày này má thường phơi mực trên chiếc nia trước hiên nhà đầy nắng, Út ghiền mực nướng chấm tương ớt thật cay trong những ngày mưa bão.

Út gọi cho tôi:

"Gần đến ngày giỗ má rồi mà em không về được, anh thắp hương cho má giúp em."

"Thành phố giãn cách từ tháng 5 đến bây giờ, ai ở đâu ngồi yên ở đó, rào chắn khắp nơi, anh Ba mấy lần chạy thử về nhà mà bị chặn lại Út à."

Tôi nghe tiếng Út "Dạ" thật nhỏ, nghèn nghẹn trong nước mắt.

Thành phố giãn cách hết tháng này sang tháng khác, vậy mà ngày giỗ má may mắn lại hết giãn cách, tôi vội vàng chạy về nhà má bên kia sông. Ngạc nhiên vì quán xá bàn ghế vợ chồng anh Hai dọn dẹp gọn vào góc nhà thay vào đó là cửa hàng tạp hóa. Chị Hai lăng xăng đằng sau quầy hàng chỉ chừa đủ khuôn mặt cười với tôi:

"Thức khuya dậy sớm với mấy con gà đuối rồi chú Ba, nhất là dịch giã kéo dài chẳng mua bán gì được, cũng may cô Út gởi tiền về hỗ trợ anh chị mở tiệm tạp hóa, bán những hàng nhu yếu phẩm này đỡ lo hơn."

Anh Hai đang thắp hương trên bàn thờ, di ảnh ba má vẫn đăm đắm ưu tư.

Không biết sao dịch giã vậy mà Út vẫn gởi được bánh trung thu về thắp hương cho má, nó vẫn nhớ má thích bánh trung thu.

Tóc anh Hai đã lấm tấm bạc, nước da vàng như nghệ, tự nhiên tôi thấy nước da anh Hai giống má trong những ngày má mới trở bệnh lạ lùng.

“Anh Hai à, anh có khỏe không?”

Anh Hai ngước mắt nhìn tôi tỏ vẻ ngạc nhiên:

“Anh vẫn bình thường mà, hôm qua anh ăn hết nồi chè đậu đỏ chị Hai nấu đó.”

“Anh thích ăn ngọt từ bao giờ vậy? Anh vốn ghét ăn ngọt mà.”

“Ờ thì dịch bệnh tự nhiên anh lại thèm ăn ngọt.”

“Sao có mấy tháng không gặp mà em thấy anh gầy và xanh xao quá. Mai em về đưa anh đi bệnh viện kiểm tra lại sức khỏe nhé.”

“Thôi anh bệnh gì đâu, vào bệnh viện lúc này lây nhiễm sợ lắm.”

Năn nỉ, dỗ dành, đe dọa mãi anh cũng không nghe, tôi đành dắt xe ra về với ngổn ngang âu lo.

Mùa đông bắt đầu bằng những ngày mưa bão não nề và đoàn người tháo chạy trở về từ phía nam. Có lẽ tôi chưa bao giờ chứng kiến một mùa đông thương tâm đến vậy. Sài Gòn hoa lệ, hào phóng và bao dung đã không còn an toàn để cưu mang những số phận mưu sinh.

Covid đã khai tử với nghề bán cháo gà của gia đình tôi vậy mà số phận cũng nghiệt ngã không tha cho anh Hai. Anh bệnh nặng, nằm trên giường không ăn không uống, da bọc xương, nghiến chặt răng để khỏi bật ra tiếng rên la. Anh nhất quyết không chịu vào bệnh viện vì vào đó lúc này rất khó, chỉ nằm một mình, người nhà không vào chăm sóc được. "Anh không muốn ra đi trong cô độc đâu em à, ở nhà ít ra anh còn có gia đình."

Hoàng hôn lặng lẽ khóc, anh Hai tôi chưa tròn bốn mươi tuổi mà tóc bạc trắng như mây với những vết nhăn hằn trên mắt như mắt mẹ.

Ráng chiều tím ngát chìm khuất trong mây.

Những giọt nắng cuối ngày thoi thóp bên kia bờ sông rồi cũng tắt hẳn.

Út ơi, anh Hai đã qua sông với má rồi!

Trần Thị Trúc Hạ

không đâu, tôi vẫn thở dài
luôn thấy cánh võng đưa ngoài mái hiên
thèm về là lẽ tự nhiên
tính lui tính tới ở yên quê người
lạ đời hay không lạ đời
biết ai lý giải giúp tôi bây giờ
mất tục ngữ, lạc ca dao
còn gốc không rễ đành chào thua thôi... lhoán

HỒ CHÍ BỬU

MỘT CHÚT MUỐI VÀO BIỂN

Gã đàn ông sửa lại gọng kính. Nắng buổi chiều vàng nhạt. Bãi sau Vũng Tàu ở những ngày thường vắng hoe, trừ Chúa nhật và các ngày lễ. Rải rác đâu đó vài cặp tình nhân đang trao đổi với nhau những nụ hôn vội vã. Cô bé tiếp viên mang đến lon Tiger và cái tẩy. Gã hỏi cô bé khi đang rót bia ra ly:

- Lúc nào thì bà chủ về?

Cô bé nhìn vào mắt hắn:

- Cháu không biết chính xác lắm, theo lệ thường thì giờ này bà chủ cũng sắp về!

Gã nhìn mông lung ra biển:

- Cảm ơn!

Nắng chiều đã tắt hẳn. Buổi chiều ở biển đẹp lạ thường.

Hơn hai mươi năm rồi còn gì. Những kỷ niệm đã đóng thành tì vết trong trái tim kẻ tha hương. Mất hết rồi những buồn vui thời tuổi nhỏ. Em ra sao rồi trong cái kỷ niệm nhạt nhòa đó hở Ánh? Có nhớ chút nào không? Tội nghiệp cho tôi thằng con trai có một thời để nhớ, một thời để mộng mơ. Cũng tại nơi này. Nơi ngày xưa tôi cúi mặt ra đi, giấu kín quê hương trong trái tim bé nhỏ và giấu đôi mắt em trong sâu thẳm tâm hồn.

Chiếc mô-tô dừng lại. Người đàn bà bước vào. Đi lướt qua nơi người đàn ông ngồi. Cô bé tiếp viên khi nãy bước ra:

- Thưa cô, có chú này cần gặp. Cô bé vừa nói vừa chỉ vào người đàn ông.

Người đàn bà dừng lại, chăm chú nhìn người đàn ông. Trên mặt không biểu lộ sự thân thiện nào cả:

- Thưa, ông cần gì ?

Im lặng. Người đàn ông cắn nhẹ môi:

- Thu Ánh!

Một chút ngạc nhiên. Người đàn bà ngồi xuống:

- Ông... là ai ?

Người đàn ông gỡ chiếc kính đen xuống. Nhẹ nhàng hỏi:

- Không nhận ra tôi sao?

Trong ngỡ ngàng, Thu Ánh nói như reo:

- Trời... anh Hân. Lê Trọng Hân!

Phải, người đàn ông này đúng là Hân của tôi khi xưa. Trong một đêm giông bão, Hân phải xuống tàu rời quê hương.

Cũng là đêm mẹ tôi vĩnh viễn không còn! Giờ anh lại trở về, êm ả như lúc ra đi. Ánh nói trong nước mắt:

- Anh về từ lúc nào?

Hân cười nhẹ :

- Cách đây vài tiếng!

Anh gọi cô bé tiếp viên :

- Nguyệt, mang hành lý của chú Hân vào đi cháu!

- Hành lý của anh để ở khách sạn Hải Âu, anh thuê phòng trọ ở đó mà! Hân nói.

Mặt Thu Ánh chợt buồn:

- Đã đến đây rồi mà anh còn mướn phòng làm gì?

Thu Ánh nắm tay Hân:

- Mình vào nhà đi anh...

Hân bước theo Thu Ánh vào phòng khách. Ánh chỉ vào tấm ảnh trên tường:

- Đây là Định, chồng em. Còn đây là Ánh Thu con gái em. Cháu đang học Đại học Ngoại ngữ ở Sài Gòn.

- Định đâu? Hân hỏi.

- Anh ấy mất cách đây năm năm trong một tai nạn giao thông. Còn anh, hơn hai mươi năm rồi, không viết cho em một lá thư?

Hân ngồi xuống ghế, giọng xa xăm :

- Biết thế nào được. Gần như mọi việc đã an bày!...

Thật thế, cuộc sống đã làm họ xa nhau. Trong việc nông nổi ngày ấy, Hân đã theo chân một số người từ bỏ quê hương, để lại sau lưng mình vô vàn kỷ niệm và kể cả mối tình đầu thơ mộng, cùng những ngày tuổi thơ dấu yêu.

Qua quen biết, Thu Ánh gọi điện gặp ban giám đốc khách sạn, và họ cho người mang hành lý của Hân đến tận nhà nàng. Hân dùng cơm tối và ngủ ở nhà Thu Ánh ngay đêm đầu tiên khi về đến quê hương.

Trăng thượng tuần tháng năm hắt vào cửa sổ làm Hân không thể nào nhắm mắt. Anh bước ra ngoài, khép nhẹ cửa lại. Hân đi về phía bãi biển. Vươn vai hít thật sâu. Sảng khoái. Sóng vỗ nhẹ vào bờ âm thanh quen thuộc. Gió vẫn hào sảng thổi vào đất liền. Bất giác Hân khẽ hát, "Hai mươi năm ta về đây tìm lại. Chút mộng mơ sót lại của một thời. Có ai hiểu vì sao ta bật khóc. Đã mất rồi tuổi trẻ thuở hai mươi."

Sự chọn lựa nào cũng có kết quả của nó cả. Tôi đã đánh mất em. Tôi đã hủy diệt những mộng mơ tuổi nhỏ. Hân chưa lý giải được sự có mặt của mình hôm nay. Một mái tóc thề, một đôi mắt tím. Một nụ cười khinh bạc. Đâu còn gì hở Ánh? Tóc anh đã có nhiều sợi bạc. Trán em đã có nhiều nếp nhăn. Trước mắt chúng ta là thế giới già nua. Sau lưng chúng ta là thế giới tuổi nhỏ. Hãy tiếp nhận như một điều không thể từ chối. Như mặt trời sẽ mọc sẽ lặn. Như tình yêu của ta. Của những phôi pha. Trở về đây để nhìn thấy hạnh phúc của em. Để nhìn lại mình với một tương lai xám xịt. Như lời Ánh nói khi xưa, "Ngước nhìn biển rộng bao la. Con thuyền vô trạo một ta một mình". Liệu rồi sẽ ra sao trong những ngày còn lại. Nhưng có một điều không thể chối bỏ là hình bóng Ánh vẫn còn trong trái tim bé nhỏ của Hân. Ánh sẽ là chiếc phao trong cuộc tình sóng gió của Hân! Người đàn ông muộn phiền giữa dòng đời buồn thảm. Hân thở dài, cúi đầu bước theo con sóng.

oOo

Ngồi vào bàn ăn, Ánh hỏi:

- Anh ngủ được chứ ?

Không trả lời nhưng Hân gật đầu. Ánh tiếp :

- Mời anh ăn sáng với em!

- Mọi người đâu rồi? Hân hỏi.

- Em ở đây với bốn người giúp việc. Ai cũng có việc nấy hết rồi. Nhà hàng mình thuộc dạng mini mà anh. Còn các tiếp viên giờ này họ chưa đến đâu. À này, đây là món vịt tiềm. Thức ăn khoái khẩu của anh hồi trước. Dùng đi, em làm đó!

Hân cười nhẹ :

- Thật sự thì anh ngán thịt quá rồi. Nhất là thịt hộp. Ăn thức ăn nhanh mãi rồi ngán quá. Giờ lại thèm ăn cá biển.

- Trưa nay em sẽ đãi anh món cá dứa chưng tương. Canh chua cá ngát, chịu hôn?

Hân cười, đưa cánh tay trái lên chỉ vào vết thẹo nhỏ trên bàn tay:

- Thẹo này là của cá ngát đó, nó làm anh sốt mấy ngày!

- Đúng rồi, nọc cá ngát rất độc, có người khi bị nó đâm rồi thúi thịt phải giải phẫu đó, hoặc bị đơ tay suốt đời. Hân nhìn Ánh đắm đuối:

- Nhưng chưa độc bằng em. Đâm trúng tim anh làm nhớ nhung một đời.

Ánh liếc Hân:

- Cải lương quá... bạn ơi! Hiện giờ anh ở nước nào?

- Thành phố Toronto, Canada!

Ánh rót nước dừa vào ly đẩy sang Hân:

- Sinh hoạt kinh tế thế nào?

- Cu li. Hân cười khẩy trả lời.

Ánh nghiêm mặt:

- Chua chát nhau làm gì, em hỏi cho biết mà!

- Ánh chưa kể cho anh nghe về em?

Im lặng một lúc, Thu Ánh kể:

- Sau khi anh đi, hai năm sau em kết hôn với Định. Không phải vì tình yêu, cũng không phải trả ơn. Mẹ mất, anh bạt ngàn. Em chỉ còn nỗi trống vắng. Kết hôn với Định là em muốn làm lại từ đầu. Định cũng là bạn học của em. Thật tình mà nói, tình yêu cũng có đến sau hôn nhân, Định hiền và chịu đựng giỏi. Anh ấy công tác tại ngân hàng, và trong chuyến công tác, anh ấy ra đi vĩnh viễn trong một tai nạn giao thông. À, còn vài ngày nữa, con em Ánh Thu sẽ về nghỉ hè một tháng. Hiền dịu và cương quyết lắm! Nhưng có nhiều tính nghệ sĩ, có lẽ giống anh!

Hân đưa hai tay lên phân bua :

- Cho anh hai chữ bình yên. Anh đã đi khỏi đời em như viên sỏi cuội vội vã chìm dần trong chiếc hồ con xinh đẹp mà bí hiểm!

Hân đốt thuốc. Một điếu thuốc đầu tiên trong ngày :

- Ngày trước, yêu nhau mà chúng ta không có một nụ hôn, không một lần nắm tay. Chỉ có ánh mắt và những bài thơ không niêm luật, nhưng cũng chính vì thế mà nó luôn đẹp đẽ trong anh đến cuối đời...

Im lặng. Im lặng đến nỗi tiếng sóng từ xa vỗ về nghe rất rõ ràng. Và có cả trong tiếng gió ngàn của biển lời trần tình của người xưa. Cảm ơn em, Thu Ánh. Người con gái đã làm chao đảo đời tôi. Thời gian đã xóa mất đi mái tóc dài quyến rũ. Sự đầy đủ về vật chất đã làm những nét cân đối bay xa. Hân còn thấy ở Ánh cái của ngày xưa là đôi mắt vẫn buồn và cái nhìn thăm thẳm. Ánh cất tiếng phá tan sự im lặng:

- Bây giờ anh ở nhà chơi nhé! Em phải đến gặp chị bạn kế bên đây thôi. Tụi em cùng chung vốn, một Restaurant và một Hotel. Anh có thể đi dạo một vòng, Vũng Tàu bây giờ đổi khác lắm, về đường sá lẫn nhà cửa. Ánh đưa chiếc chìa khóa xe cho Hân và tiếp :

- Nhưng có con người Vũng Tàu là không thay đổi nhé!

Hân phản đối :

- Con người cũng thay đổi nốt, có chăng là tâm hồn không thay đổi. Nhưng có ai nhìn thấy tâm hồn đâu mà biết!

Ánh đưa một ngón tay lên môi :

- Tâm hồn luôn là một ẩn số...

oOo

Ánh cho kiểm tra lại một số gia vị. Những món ăn hôm nay có vẻ đơn giản nhưng đặc thù là hải sản. Ánh trịnh trọng nói:

- Buổi tiệc hôm nay để đãi anh và cũng là đón Ánh Thu, cháu về nghỉ hè một tháng. Em sẽ giới thiệu với anh, con bé dễ thương lắm!

Hơn một tiếng sau Ánh Thu về tới. Con bé chạy bay vào ôm lấy mẹ, hôn tới tấp trên má của Thu Ánh. Một tay ôm gáy, một tay sờ lung tung trên ngực mẹ. Thu Ánh gỡ tay con ra:

- Lớn rồi nghe, đàng hoàng một chút coi. Để mẹ giới thiệu cho con. Đây là chú Hân, bạn cũ của mẹ. Chú vừa ở nước ngoài về.

Ánh Thu đưa ngón tay lên gõ gõ ở trán mình:

- Chú Hân, nhà thơ Lê Trọng Hân phải không?

Hân cười cười nắm tay Ánh Thu:

- Hân là chú, còn nhà thơ thì I don't know.

Ánh Thu chớp chớp mắt :

- Chú nhớ là cháu đang theo học ngoại ngữ nhé!

Ánh Thu quay sang mẹ:

- Để con vào nhà cất đồ!

Ánh nói vói theo con:

- Rửa mặt đi rồi ra dùng cơm, cả nhà đang đợi con đấy.

Ánh Thu đi rồi, Ánh nói với Hân:

- Cháu còn rất trẻ con. Hân hỏi:

- Cháu học năm thứ mấy?

- Năm thứ hai, vừa hết đại cương.

Ánh Thu trở ra với chiếc áo thun ngắn ngủn trông trẻ trung làm sao. Tất cả ngồi vào bàn. Bất ngờ Ánh Thu nói:

- Chà, hấp dẫn quá. Mà sao món nào cũng cá hết vậy mẹ?

Thu Ánh cười :

- Thì mẹ muốn đãi chú Hân và con thức ăn hải sản mà!

Ánh Thu nũng nịu:

- Con ăn hải sản đã hai mươi năm rồi. Các món này chắc là ưu tiên cho người ở xa!...

Thu Ánh gắp thức ăn cho con gái rồi nói:

- Chả có ai là người ở xa cả! Thân xác ra đi nhưng tâm hồn ở lại, cái trang giấy trắng của con chưa có vết mực nào thì đừng hòng biết thế nào là xa và gần. Ánh Thu nhướng mày:

- Phải rồi, hồn không đi sao trở lại bao giờ!

Hân đỡ lời:

- Cảm ơn về sự tiếp đón của mẹ và cháu, nào chúng ta cầm đũa!

Thu Ánh nâng ly rượu Johnnie Walker lên, chạm nhẹ vào ly Hân:

- Chúc sức khỏe, mừng ngày gặp lại!

Hân cũng nâng ly:

- Chúc mừng !

Ly rượu mạnh thơm nồng. Ánh Thu lơ đãng ăn vài món rồi xin phép mẹ đi thăm bạn bè. Cô bé đứng dậy:

- Chỗ này không phải của con, con đi thăm mấy đứa bạn đây!

Hân rót rượu vào ly của mình và Ánh, khẽ nói:

- Mừng tái ngộ!

Thu Ánh nhắp một tí rồi bỏ xuống, Hân uống cạn ly và nói:

- Con bé hình như không vui khi có mặt của anh?

Thu Ánh:

- Đó là điều bình thường, một ích kỷ đáng yêu, có con gái nào thích bạn trai của mẹ mình đâu? Nào, anh ăn món cá dứa này xem có hạp khẩu vị không?

Ánh gắp thức ăn cho Hân. Rượu mạnh đã làm Hân cảm thấy hưng phấn hơn. Anh linh cảm con bé sẽ là một hàng rào chắn trong tình cảm giữa anh và Ánh. Thực ra ngọn lửa trong anh đã tắt từ lâu. Sự trở lại của Hân còn có dáng dấp quê hương và bằng hữu. Ý nghĩ chiếm hữu không có trong anh. Chỉ còn sự chua xót cho mình, gã đàn ông tha hương. Thành đạt ít nhiều về vật chất. Nhưng trong tim vẫn mờ nhạt tiếng hát trữ tình. Đơn độc. Xế đời tên viết mướn. Rồi đó, gã còn tiếp tục lang thang trên ven biên cuộc đời tình cảm. Ngoài bốn mươi rồi mà hạnh phúc vẫn bay xa. Có lúc tưởng như hạnh phúc đến rất gần, nhưng nắm bắt thì vẫn còn ngoài tầm tay. Hun hút xa. Tôi là thằng đàn ông lang bạt. Bất tài mà có nhiều tham vọng. Đòi gối đầu lên định mệnh. Coi thường sự sống. Cay đắng với mình và cả tình nhân.

Chai rượu trên bàn tiếp tục cạn dần và Hân từ từ gục xuống. Anh đang bước vào mê lộ. Hân tỉnh dậy vào lúc nửa đêm. Đầu anh đau nhức vô cùng. Đúng 24 giờ. Ngày mới lại bắt đầu. Bình minh rồi hoàng hôn. Mưa rồi nắng. Sống rồi chết. Cuộc sống đơn giản đến độ nhàm chán. Hân bước ra sân thượng. Dăm chậu hoa đang xinh tươi nhờ sương đêm. Gió biển vẫn thổi lồng lộng. Nhưng có một điều lạ là ai đó đang nằm trên ghế dựa. Hân bước lại gần :

- Thì ra là cháu!

Ánh Thu xoay người lại:

- Chú đã tỉnh?!

Hân bối rối :

- Chiều qua chú say quá!

Ánh Thu chỉ chiếc ghế còn lại:

- Chú ngồi nghỉ?!

Hân ngồi xuống, kéo cao cổ áo và nói khẽ:

- Hạnh phúc nhất là bây giờ có được...

Ánh Thu cướp lời :

- Ly nước mát!?

Hân ngồi đối diện Ánh Thu:

- Sao cháu hay quá vậy?!

- Có gì đâu chú. Ba cháu nói sau lần say thì rất khát nước. Để cháu vào nhà lấy cho chú.

Nói xong cô bé đi vào nhà, tí sau đi ra với ly nước khoáng trên tay. Hân đỡ ly nước và nói cảm ơn nhưng vẫn còn thắc mắc:

- Cháu ngủ không được à ?

- Không. Cháu vừa thức dậy. Trăng sáng quá, tự nhiên cháu tỉnh ngủ. Chiều qua, có gì làm chú buồn. Cho cháu xin lỗi...

Hân đốt thuốc :

- Cháu rất ngoan, nào có lỗi gì đâu. Chẳng qua tại cháu bộc trực thế thôi!

Cả hai cùng im lặng. Ánh Thu đưa ngón tay khều nhẹ giọt sương đang đọng lên chiếc lá:

- Bên đó chú theo nghề gì?

- Điện toán!

- Một nghề hợp thời nhất.

Hân cười:

- Đó không phải là sự lựa chọn. Chú bị buộc mà thôi. Cháu thấy chú đâu thể lao động tay chân được...

- Vậy thì làm việc bằng cái đầu. Khổng Tử có nói người này hơn người kia bởi cái đầu. Chú nói không lựa chọn. Tức là đã lựa chọn rồi đó!

Hân đưa tay lên:

- Cháu lớn hơn tuổi của mình nhiều... Hân trầm ngâm, bất giác hỏi Ánh Thu:

- Do đâu mà cháu biết tên chú khi vừa thấy mặt?

- Dễ thôi, mẹ cháu đâu bao nhiêu bạn trai. Cháu biết chú qua nhật ký của mẹ và một số tác phẩm chú in trước 1975. Chú làm thơ buồn quá! Ngày trước chú 'ca' mẹ cháu hơi nhiều đấy! Cháu còn biết sở thích của chú là yêu tóc dài và áo tím nữa... Đúng không? Ánh Thu nhìn Hân và hỏi.

Không trả lời mà Hân hỏi:

- Cháu biết lý do gì không?

Anh Thu nói như khẳng định :

- Vì đó là sở thích của mẹ cháu!

Hân nín thinh như cậu bé ăn cắp kẹo bị bắt quả tang. Đã là bí mật thì nhỏ hay lớn cũng là bí mật. Đúng là Ánh Thu thông minh hơn mình nghĩ. Tất nhiên, đó không phải là cái tội. Thu Ánh ngày trước là biểu tượng cho sự năng nổ, táo bạo và nhiệt tình. Ánh Thu cũng có những điểm đó. Xã hội của cô bé xanh tươi và quyến rũ. Làm sao cháu biết được bức tranh hoành tráng mà cháu đang ham thích. Ngày trước đã được vẽ cảnh chiến tranh buồn thảm. Cái đẹp hiện tại đã ẩn giấu cái buồn bã cũ mà thôi. Bức tranh người ta có thể xóa đi rồi vẽ lại. Nhưng trên cuộc sống này. Điều gì đã đi qua. Có thể là tuyệt vời của đam mê. Lại cũng có thể là vết chém hằn sâu thương tích.

Mỗi người đang theo đuổi một ý nghĩ của mình. Ánh Thu thì đang nghĩ chú Hân thuộc dạng 'cổ lỗ sĩ'. Tuột hậu, cũ mèm, luôn nhớ dĩ vãng mộng mơ của mình. Cứ tưởng thời vàng son của mình là thăng hoa cho tương lai. Nó đã trở thành là bức tượng đồng đen. Mà, tượng đồng thì có bước tới được đâu!

Ánh Thu xin phép chú Hân, cô bé vào nghỉ trước. Còn chú 'người xưa' này thì đang miên man nghĩ đến một tứ thơ mới vừa hình thành trong anh. Cứ mộng mơ đi. Dù sao mộng mơ cũng không có tội!

Một ngày nữa trôi qua. Một buổi sáng không bình thường. Tự dưng âm u dễ sợ. Gió lồng lộng thổi. Cơn mưa bắt đầu kéo đến. Sấm chớp liên hồi. Thu Ánh đi chợ vẫn chưa về. Chắc là phải trú mưa ở đâu đó. Mưa kéo dài hơn tiếng đồng hồ. Gần tuần nay quán không mở cửa nên những tất bật trong nhà không bao nhiêu. Ánh Thu pha cho chú Hân một ly cà phê đá. Cô bé vốn biết sở thích của chú Hân mà. Hân tắt tivi, đến bên cửa sổ quay mặt về biển. Mưa trắng xóa mặt biển. Tự dưng Hân nhớ đến một câu thơ của người bạn 'Trời tháng năm mưa dầm như tháng tám'. Những cơn mưa bất ngờ thường tạo ấn tượng trong Hân. Lúc nhỏ, cơn mưa buổi sáng là ân nhân của Hân. Vì dĩ nhiên buổi sáng đó nghỉ học - cuộn mình trong chăn tha hồ làm thơ. 'Sáng mưa sớm, học trò đi học trễ. Cô giáo buồn ngồi nhịp thước bâng quơ.' Điếu thuốc lại cày trên môi. Hân luôn tự cho mình còn đam mê. Không tự chủ được. Đã bao lần cai thuốc lá, lại bao lần hút lại vì buồn. Hứa với chính mình là hãy quên em. Nhưng lại càng nhớ hoài. Mâu thuẫn quá! Có phải như thế là không có nghị lực? Không! Hân vẫn có sở trường và sở đoản chứ! Nhớ nhau đâu phải là cái tội. Cuộc sống đã có nhiều ngã rẽ. Mỗi người đều có một thiên đường riêng, dù vay mượn. Có người đã đạt những ước muốn của mình. Nhưng cũng có người vẫn còn đi lang thang ngoài vòng rào mơ ước đó. Có thể là Hân ích kỷ với chính mình. Không muốn phá vỡ những kỷ niệm đẹp thời niên thiếu. Có thể nó là một tháp ngà để anh nhốt kín mối tình đẹp mà anh nâng niu, cất giữ hơn hai mươi năm nay.

Mưa đã dứt hạt từ lúc nào. Bên ngoài trời sáng hơn. Đã có một tí nắng vàng ở đường chân trời. Hân đẩy chiếc Dream ra ngoài đường và nổ máy. Chạy dọc theo bãi sau. Con đường làm lại rộng rãi và đẹp đẽ hơn xưa nhiều. Những cây dương đu đưa theo gió. Hân cảm nơi mình sự thanh thản và yên bình. Các khách sạn cao tầng mọc lên san sát. Đâu rồi những đồi cát hoang vu của tuổi thơ anh. Dọc theo bãi cát, bây giờ là những nhà rông, kiến trúc theo kiểu nhà thiểu số, trông rất đẹp mắt. Anh hít sâu vào ngực làn gió biển. Có cái gì mằn mặn trên môi.

oOo

Điện thoại bàn reo vang. Cả nhà đều đi vắng. Hân nhấc điện thoại lên:

- A lô...

Giọng nói từ đầu dây bên kia:

- Chào anh Hân! Anh khỏe chứ?

Hân ngạc nhiên:

- Anh là ai mà biết tên tôi?

Có tiếng cười khẩy:

- Không có gì đáng ngạc nhiên đâu anh Hân. Tôi muốn làm quen với anh. Anh đồng ý chứ?

- Nhưng ít ra tôi muốn biết anh là ai?

Lại có tiếng cười nữa:

- Tôi là người đang ngồi trước mặt anh. Cạnh chiếc máy điện thoại...

Một thoáng suy nghĩ, Hân nói nhanh :

- Anh là Định?

- Chính xác!

- Hiện giờ anh ở đâu? Tôi cũng rất muốn gặp anh!

- Tôi đang ở rất gần nơi anh ở. Anh chạy xe dọc theo bãi Dâu và ghé vào quán cà phê Mèo Trắng. Tôi đón anh ở đó. Anh đi chiếc xe của Ánh là tôi sẽ nhận ra anh ngay!

- Được rồi, tôi sẽ đến ngay.

Có điều gì đó làm Hân sửng sốt. Như vậy Định vẫn còn sống. Sự gặp gỡ này có gì nguy hiểm cho Hân không? Sao Định lại biết mình có mặt trong nhà Thu Ánh? Ánh Thu có biết ba cháu còn sống không? Những câu hỏi đang làm Hân rối bời. Nhưng dù sao anh cũng phải gặp Định. Có điều gì đó khiến sự tò mò của anh nổi lên và anh rất muốn khám phá. Hân đẩy xe ra. Khóa cửa lại và nổ máy xe. Chạy dọc theo sườn núi bãi sau, vòng qua bãi Dâu. Quán cà phê Mèo Trắng đây rồi. Hàng chục cây nhãn um tùm che khuất mái nhà. Chỉ để lộ ra bảng hiệu của quán và hàng chục bàn ghế đang bày biện đâu đó. Hân tắt máy xe. Có người con gái áo trắng, tóc búi cao tiến ra đón Hân. Cô bé nhỏ nhẹ:

- Chú là Hân?

Hân gật đầu thay câu trả lời.

- Chú Định đang chờ chú!

Hân bước theo cô gái. Khuất dưới gốc nhãn già, có người đàn ông ngồi sẵn. Anh đứng dậy bắt tay Hân, miệng cười:

- Chào anh! Tôi là Định, chắc anh không ngờ?

- Chào anh! Tôi là Hân, quả thật tôi không ngờ!

- Đại khái là tôi chết trong một tai nạn giao thông chứ gì? Đó là điệp khúc anh ạ. Lặp đi lặp lại nhiều năm tháng lắm rồi. Mời anh ngồi xuống và anh dùng gì?

Hân chưa kịp trả lời thì Định tiếp:

- Một chai bia nhé?

Hân cười cười:

- Cũng được!

Hân nhìn Định quan sát. Cao to, cân đối. Mái tóc bềnh bồng. Gương mặt dễ gây cảm tình với người khác. Định cũng quan sát Hân. Con người mảnh dẻ, thanh tú pha trộn một chút gì thư sinh.

Định rót rượu vào ly mình và Hân. Tiếng ly chạm nhau :

- Chúc sức khỏe!

Cả hai cạn ly. Một thoáng im lặng, Định nói trước:

- Tôi có nghe Nguyệt nói nhiều về anh. Nguyệt là cháu ruột của tôi!

- Thì ra là vậy...

Định lấy thuốc mời Hân, anh trầm ngâm:

- Anh là người yêu trước đây của Thu Ánh? Hân định trả lời thì Định khoát tay nói tiếp:

- Anh đừng ngại. Không có gì đâu! Lần lượt tôi kể cho anh nghe sự thật, vừa lãng mạn lại vừa buồn nản. Hân nhìn thẳng vào mắt Định:

- Sao lại bi quan quá vậy? Có gì đâu mà buồn thảm?

- Tôi nói theo cách của anh mà. Những ước mơ không đạt được thì mình gọi là buồn thảm. Định mỉm cười nói với Hân.

Im lặng. Nghe đâu đó có tiếng lá rơi. Hai người đàn ông ngồi đó. Mỗi người mỗi ý nghĩ. Định kể:

- Chúng tôi lấy nhau hai năm thì Ánh Thu ra đời. Đời sống lúc đó còn quá nhiều khó khăn. Ai lại không muốn gia đình mình hạnh phúc. Nhưng hình như lúc đó đồng tiền chạy ra ngoài tầm tay của mình. Tôi không sợ cực khổ mà tôi sợ phải nhục nhã. Ngược lại, bằng mọi cách Thu Ánh chỉ thích tiền. Những va chạm đời thường đã đẩy hai người ra xa. Chúng tôi chia tay nhau hơn năm năm rồi anh ạ! Không có người chồng nào thích ngửa tay ra xin tiền vợ. Cơ chế thị trường thay đổi. Tôi có cơ hội để làm ra tiền. Nhưng mọi việc đã xong. Anh ở nước ngoài. Hơn ai hết, anh đã biết được giá trị của đồng tiền. Nhưng với tôi, mãi mãi nó không phải là cứu cánh.

Không trả lời, nhưng trong ánh mắt Hân nhìn Định đã có cái gì đồng cảm. Định rót bia vào ly hai người:

- Anh là người làm thơ. Không ai cấm anh mơ mộng. Nhưng anh lại theo điện toán. Thực tế đến dửng dưng. Chúng ta phải biết phối hợp, làm thế nào để cuộc sống thăng hoa hơn. Tôi muốn nói với anh như một chia sẻ, ngoài ra tôi không muốn phá vỡ cái tháp ngà của anh. Trong trái tim anh, những vết son về Thu Ánh không bao giờ phai nhạt.

Anh đến với Ánh trước tôi, nhưng hiểu Thu Ánh thì không thể hơn tôi được! Tôi không muốn nói xấu ai cả. Nhưng tôi lại sợ anh trợt dài trên những mộng mơ đó. Ngoài ra, không còn gì để nói.

Lại lặng thinh. Hân đã đọc trong mắt Định sự chân tình. Một cái gì đó rất đàn ông. Anh trở về quê hương không hẳn vì Thu Ánh. Sự trở lại của anh như đứa con hoang sau tháng năm rong ruổi, giờ quay lại với cánh cửa mở rộng của gia đình. Rất cảm ơn anh, anh Định. Anh nói bằng tấm lòng một người bạn. Họ uống thêm nhiều chai bia nữa và chia tay nhau trong một niềm đau gần như là cảnh ngộ. Buổi chiều gió nhiều hơn và bão trong lòng Hân đã nổi...

* * *

Thu Ánh bước vào nhà. Ngỡ ngàng trong cái im vắng đó. Một lá thư viết vội để trên bàn, dưới đáy gạt tàn thuốc. Thu Ánh đọc:

- " *Ánh rất thương!*

Xin lỗi về việc không từ mà biệt. Cảm ơn nhiều về lần gặp này. Lần nữa, xin lặp lại. Có lẽ mình ra đi vì sự ích kỷ của mình. Hãy để những ý nghĩ về nhau được trọn vẹn. Chuyển lời của mình đến Định và cảm ơn nhiều về lần gặp hôm qua. Chúc Thu Ánh thành đạt.

Tạm biệt...

Lê Trọng Hân

Thu Ánh thẫn thờ ngồi xuống ghế. Bất giác cô hiểu ra tất cả...

Hồ Chí Bửu

tôi là cháu ngoại La Qua
của đất Vĩnh Điện mượt mà Quảng Nam
vùng đất còn thành bỏ hoang
đủ những nét đẹp của làng, xóm, thôn

lhoán

TRUNG CHÍNH HỒ

Soi Đến Tàn Khuya Mộng Vẫn Kề

Người đi về phía mùa trăng lụn
Ánh sao rơi thầm xuống hố đêm
Nghe trong bóng tối lời ta thán
Xưng tụng nào reo nỗi đớn hèn

Người đến phương nào sông có cạn
Nước có buồn trôi, sóng có đưa
Nghe trong vô định thuyền ta đắm
Giữa cõi đời nhau lạc bến bờ

Đã cách biệt rồi, ta vẫn đợi
Cánh én mùa xưa cuối bão dông
Ta khuấy buồn ta nhừ cơn mộng
Tiễn gót ngày đi bóng nguyệt lồng

Ơi, người xưa hỡi, lời vô tận
Gọi đến muôn trùng nỗi cách chia
Đêm treo lại mảnh tình hư ảo
Soi đến tàn khuya mộng vẫn kề ■

THANH TRẮC NGUYỄN VĂN

PHỐ CỔ

Ta về như chiếc lá
Rụng rơi xuống cội nguồn
Lang thang chiều phố cổ
Gió mỏng mềm như sương.

Nhà em xưa ngõ vắng
Một thuở qua ngại ngùng
Giờ nhặt mùi hoa cũ
Cầm nắng vàng run run...

Hỏi hoa hoa đã úa
Hỏi nắng nắng sang sông
Hỏi người người chẳng nhớ
Biết em còn hay không?

Phố cổ hóa phố chợ
Đèn nhấp nháy ngược xuôi
Nhà mái bằng thay ngói
Tường sơn nước thay vôi.

Cổng đình giờ quét đỏ
Phừng phực lửa hoàng hôn
Ta về nghẹn nghẹn nhớ
Phỏng rát cháy tâm hồn.

Mảnh sân rêu cổ tích
Mọc lênh khênh dãy lầu
Nửa đau đau chìm lắng
Nửa buồn buồn dâng cao.

Ta về như mây trắng
Gục khóc cuối chân trời
Tìm em chiều phố cổ
Sương khói mờ chơi vơi ■

NGUYỄN ĐỨC BÁ

Hồn Quê

Ta về nhặt lại cọng rơm
Mồ hôi cha đổ sớm khuya lũ tràn
Ta về nhặt củ khoai lang
Nướng trong ụ trấu bên đường gió lay

Ta về nhặt cánh diều bay
Ruộng quê gió lộng ngát say hương trời
Ta về nhặt ánh trăng rơi
U tù u mọi trò chơi rắn rồng

Ta về tát cá trên đồng
Chiều đem nướng trụi lửa hồng ngày mưa
Giành nhau cặp cá lia thia
Để rồi cá chết ngẩn ngơ đứng nhìn

Ta về nhặt lại bóng mình
Nghe thời gian rụng bồng bềnh tóc mây
Nghe trong miền nhớ vơi đầy
Hồn quê vẫn mãi còn đây nỗi niềm... ■

Quảng Nam

THANH THANH

Những Giọt Lệ

Đây trăm muôn dòng lệ, một gia-tài,
Tôi gom góp cả một đời triệu-phú.
Không xài phí, cũng không hề keo cú:
Hôm qua rồi, nay nữa, lại còn mai...

Sao có người không muốn để châu rơi,
Hòa vị đắng vào ly đời sẵn ngọt?
Bình tình-cảm, ta cần tuần-tự rót:
Chén khô khan nhấp mãi đã ê mùi!

Tôi đã từng say ánh nắng hồng tươi,
Mê sắc đẹp và si lời nói dịu,
Đã ngây-ngất với niềm vui tuyệt-diệu,
Đã điên-cuồng với ý mộng xa khơi...

Cho tuôn ra dòng lệ nóng trong tôi,
San sẻ chút đau hờn về nghĩa sống!
Cho tôi khóc những tan chìm thất-vọng,
Bước chông gai trên những nẻo đường đời!

Vì dại khờ, người nông-nổi dùng sai
Nguồn khổ-lụy -- một kho tàng vô-giá.
Đem đen đỏ pha màu cho nét họa:
Khóc, tôi xem như nghệ-thuật cao vời!

Nghĩa là khi nguyên-vẹn một Con Người,
Có trái tim biết thương yêu, thất-vọng,
Có khối óc biết suy lường, mơ-mộng,
Có tâm-hồn nhà nghệ-sĩ đôi mươi!

Nghe đông than thì mới thấy xuân cười!
Thiếu giọt thảm, tiệc đời chưa đủ vị!
Khóc: không nhục như người ta vẫn nghĩ!
Lệ phải trào cho hận đáy lòng vơi! ■

ĐẶNG XUÂN XUYẾN

Cạn Lòng

viết tặng một người -

Ta trở về làng buổi chớm Đông
Đường xưa nhạt nắng vẹt gió đồng
Gió chiều xưa đấy sao mà lộng
Mướt cả triền đê, mướt cả sông.

Ta ngẩn ngơ lòng đến bến đông
Hỏi dò từ đấy có về không?
Chín năm, ờ nhỉ, bao biến động
Người ấy giờ sao chửa lấy chồng?!

Ta lặng lẽ tìm giữa thinh không
Ngược nắng mưa xưa ngược gió đồng
Chợt hiểu lòng người sâu hơn rộng
Nửa đời ngờ nghệch sắc sắc không.

Ta đành tạ lỗi với hư không
Tạo hóa trớ trêu nợ vợ chồng
Người ấy vì yêu mà sầu mộng
Vét cạn tơ lòng đốt cháy sông ■

Hà Nội, 08:08 ngày 23/07/2023

LÊ THỊ NGỌC NỮ

Phố Núi Ta Về

Phố núi ta về trời đang thu
Ảo huyền thung lũng trắng sương mù
Vầng trăng vàng lạnh chừng run rẩy
Bên ánh sao buồn lấp lánh rơi

Phố núi ta về thấy chơi vơi
Heo may nhè nhẹ tỏa bên đời
Cô đơn chiếc bóng bên hồ lặng
Muốn cởi ưu phiền chẳng nhớ ai

Phố núi ta về cứ đắm say
Hương hoa Dạ Lý lắm trang đài
Vó ngựa xa dần trên dốc vắng
Mơ hồ một chút nắng thu phai

Phố núi ta về khóe mắt cay
Lối xưa triền dốc bóng nghiêng dài
Giáo đường chuông gác yên lặng lẽ
Đọng giọt thơ buồn khẽ nhắc thu. ■

TRẦN THỊ CỔ TÍCH

ĐƯỢC KHÔNG?

- năm ấy...
chiến tranh mang dép cao su
mang giày botte de saut (bốt đờ sô)
đá thốc vào cửa lớp.
chúng ta văng tứ tán.
như mảnh lựu đạn.
văng đâu
cũng nghe tiếng cắc bụp
tiếng đại bác vỡ toang màng nhĩ
văng đâu
cũng thấy hàng rào kẽm gai
những vòng kẽm gai
xé toác bầu trời
xé rách tình anh em
xé rách ước vọng thanh bình
rách cả ước mơ...

- thôi. đừng nói chuyện mộng vỡ mơ tàn
đừng khơi lại mùi thuốc súng
xích gần đây
chụp với nhau tấm hình
chia chung bình trà nóng
tóc bạc cả rồi...

- bạc như mái tóc cha ngày tập kết về
bạc như mắt mẹ chong ngoài gió
đợi anh đi "cải tạo" quá lâu
bạc như nồi củ lang củ mì ghế thêm vài hột cơm khô
- mà thôi...
cười lên nhé
được ngồi với nhau hôm nay cũng đủ vui rồi
- ngoài kia nắng khét rất nhiều âm thanh vỡ
những con quỷ nhập tràng ngạo nghễ
sau lưng mình là những vỏ bom
(chủ quán dùng trang trí)
rờn rợn mùi tang thương
- ừ. biết.
tạm cất nỗi buồn đi. được không? ■

tháng 7.2023

NGUYỄN HÀN CHUNG

SĂM SOI RÚN CHỮ

không sao ngẫm được em cần
tình yêu, bởi một giai nhân bao giờ?
khi săm soi rún chữ thơ
của em, bất giác sững sờ, nghệt ra

tiên dung thì cũng đờn bà
chử đồng tử có khi là du côn
tránh đâu hai chữ lâm bồn
không hoang phí cặp môi son nghê thường

không sao nghĩ được em thương
cái người gàn dở ương ương quỷnh tàng
từ nay không dám chơi sang
không yêu tiên nữ chỉ màng yêu ma

dẹp vỗ ngực hiểu đờn bà
không soi rún chữ người ta. đừng hòng! ■

Colorado River, Austin TX, July 23, 2023

LÊ THANH HÙNG

CHIỀU TRÊN SÔNG ÔNG ĐỐC

Chiều buông thả trên dòng sông Ông Đốc
Tiếng hò rơi, lấp lóa lục bình trôi
Đâu bến đợi mà lững lờ cô độc
Miết dòng đi, còn khắc khoải dặm bồi

Nước triều lớn, nghịch lên qua thị trấn
Chợt duềnh ngang, như lưu luyến Phong Điền
Nhớ dáng em chèo ngược dòng dấu lẫn
Chiếc xuồng con, lệch nước, đổ trôi nghiêng

Anh khách lạ, mê tiếng hò líu quíu
Đăm đắm xa trong vắt, sắc chiều rơi
Tàu ngược nước, đánh sóng chao, lạc điệu
Rối chèo khua - bát, cậy [*], nhịp buông lơi

Vin chặt be xuồng ngọt ngay, em liếc
Dọc tàu đò, để bất chợt gặp anh
Ơi cô bé..., sao đắn đo, thầm tiếc
Khúc hồi quang, thấp thoáng một chiều xanh... ■

(*) Bát, cậy: Bên phải, bên trái

THIÊN HÀ

ĐÊM TRÊN ĐẦM THỊ TƯỜNG

Không là sông
không là biển
mà em xanh ngát mênh mông
bềnh bồng theo con nước lớn ròng!

Không phải hồ ao
không phải suối thác
mà em như khói như sương
nồng nàn hương quê giữa cánh rừng!

Em bao la bao la
em bát ngát bát ngát
muôn phương yêu thiết tha
mặn mà xanh bến nước!

Em là mưa là nắng
em là gió là mây
xót thay đời lận đận
thương kiếp người trần ai!

Em là lung trảng lớn
em là lũng đầm sâu
sóng thiêng em gọi sóng
biển tình em Cà Mau!

Từ thuở xa nghìn trùng
tiền nhân thời mở cõi
thủy quái cũng bao dung
vũng bùn người xưa gọi
Thị Tường đầm gấm nhung!

Em là thơ là nhạc
bản giao hưởng khôn cùng
dàn đồng dao du mục
khúc sinh ca vang lừng
trên cánh đầm bát ngát
Thị Tường! Em tình nhân! ■

Đầm Thị Tường, đêm 1-7-2023

NHẬT QUANG

TỰ TÌNH THU

Heo may Thu
Giọt sương long lanh trên lá
Con đường lấp lánh cỏ hoa
Em chở Thu về hương thơm vai lụa

Con phố hiền hòa có tiếng chim ban mai
Nắng thêu lên ngày mới lung linh
Bên thềm nụ cúc trở mình ươm cánh thắm
Thướt tha vai mềm một thời thiếu nữ mơ say

Đêm treo mảnh trăng non
Vàng ánh tóc mây mềm mượt
Gió vờn tiếng lá Thu rơi
Khẽ chạm lên bờ môi hôn dỗi hờn

Thầm thì lời cỏ dại
Thánh thót giọt thơ buông phím gầy
Khúc tình tự mùa Thu bâng khuâng lên đôi mắt
Ngỡ hồn ai đắm đuối chiều nay ■

LỮ QUỲNH

TỪ EM THIẾU PHỤ

em vẫn đi về
dòng sông ký ức
vầng trăng đại vực
in bóng thuyền tôi
tóc em mây trôi
trên sông áo lụa
thuyền tôi hạt lúa
vàng lung linh vàng

một chuyến đò ngang
sông xưa mất ngủ
từ em thiếu phụ
lúa vàng thôi trôi
từ em thiếu phụ
tóc rối vành nôi
hồn xanh bóng phủ
u uẩn lời ru
sông em sóng nổi
hạt lúa thuyền tôi
vàng không bến đậu
mù sa bãi bồi. ■

2001

M.H.HOÀI-LINH-PHƯƠNG

ĐỘC DƯỢC

Có phải từ tiền kiếp nào đã hẹn cho nhau...
Người đến nhìn em, ném một viên sỏi xanh xuống mặt hồ em đang yên tĩnh.
Em chợt nhận ra mình, chân cuống quít người ơi!
Môi em nồng cho sỏi đá reo vui
Mắt người ấm cho hồn em quay quắt
Em gửi cho người những mùa thu đã mất
Tuổi thơ ngọt ngào vời vợi bay xa
Tóc quạnh hiu trên màu áo lụa ngà
Tim ngần ngại, phân vân như ngày xưa mới lớn
Nỗi xúc động dị kỳ, sao bỗng nghe ra ngậm ngùi đau đớn
Một chút muộn phiền thấp thoáng dưới hàng mi
Đời vẫn vô tình những chuyện chia ly
Em chợt khóc hay bụi mù cay mắt
Người đã đốt cháy em lên bằng ngọn lửa hồng rực rỡ nhất
Cho em u mê, lạc lối quên về
Độc dược nào ru ngày lạnh sắt se
Tình người đó, lặng thầm như giòng sông khuya muộn

oOo

Em còn đây tháng năm dài lận đận
Nên độc dược của người, em xin uống cạn mềm môi... ■

Saigon – Việt Nam 1978

NGUYỄN NGUYÊN PHƯỢNG

THU XANH

Những ngày giông bão tới
Chiều nối chiều âm u
Như tình nhân hẹn đợi
Đâu chiếc vàng chào Thu?

Đếm mưa, mưa tràn trắng
Phố đường dập dềnh sông
Lời yêu chìm cung lặng
Nhịp thơ ta bềnh bồng.

Ai ngân niềm hoài cảm
Tiếng Thu vương sầu thương
Chổi phu đường quét muộn
Chuông ngẩn ngơ giáo đường.

Bóng sâm cầm xa hút
Ngày hửng nồng nàn nhanh
Tóc em thơm nắng mới
Mơ màng mùa Thu xanh ■

NGUYÊN CẨN

BÀI TỰ SỰ 67

Ta đã thấy ngày qua đêm vẫn gọi
Từng đốt xương lên tiếng mỗi bình minh
Sợi tóc kia hờ hững bạc vô tình
Theo năm tháng mùa vui rồi cũng tận
Sẽ nói gì bên ly cà phê cạn
Những hoàng hôn soi tỏ lối đi về
Với cuộc đời bao chuyện chẳng buồn nghe
Chỉ phiếm luận qua loa rồi quên lãng
Mất hay được chỉ còn như gió thoảng
Thắng hay thua danh lợi cũng phù vân
Còn quanh đời ấm áp những tình thân
Em - bóng mát giữa trời hè rực nắng
Con - sum họp rồi chia tay xa vắng
Nỗi buồn nào quen thuộc những mùa xuân
Bè bạn, học trò xa lại thấy gần
Đêm xuống chậm để ngày mai rất vội
Chiếc thuyền nhỏ chưa cập bờ đã mỏi
Kể sông nghe cuộc lữ cuối chân trời
Khi ta đi ta đến chẳng ai mời
Đời vẫn thế sớm chiều như sóng vỗ
Nghe biển vọng lời kinh nào tỏ ngộ
Rằng trăm năm hư thực cũng về không
Thôi cứ vui lòng lại thẹn với lòng
Sống cho trọn tâm tình ngày tháng cuối
Chào Sinh nhật chào ta thêm một tuổi
Ngọn nến hồng leo lét vẫn reo vui
Trên nụ cười thắp sáng chuyến đò xuôi
Mai ghé bến hóa thân thành ngọn gió
Tạ ơn đời cánh cửa còn mở ngỏ
Cho thơ vào thay câu chúc sáng nay... ■

LÊ HÂN

BÌNH HOA YÊN NỞ

những câu thơ lâng lâng định viết
nhưng xoa lòng giữ chúng nằm im
đời nhiều chặng ưu tư nặng trĩu
khó tránh qua từng nhịp nhói tim

thơ chỗ dựa tinh thần vững nhất
như ý cha tâm mẹ cận kề
mình, chính mình, không ai vô khác
hôn vịn tay loại bỏ ê chề

tâm sự ảo khoảng ngày chờ đợi
niềm lạc quan giữ vững bình an
hẹn sẽ tiếp những dòng sáng đẹp
bình hoa tươi nở ấm mặt bàn ■

TN

NGUYỄN ĐÌNH PHƯỢNG UYỂN

CHỐN XƯA

Nhỏ bạn cấp 1, từ Pháp về rủ rê gặp nhau ở quán cà phê đầu đường 2, gần nhà nó. Hình chụp thấy quán này hoa cỏ giăng mắc, dễ thương nên tôi OK ngay.

Hẹn nhau 8:00 am, nôn nao mãi, chả biết con nhỏ mập ốm, già trẻ thế nào sau bốn mươi năm mỗi đứa một ngả.

Taxi đi dài dài tới Hàng Xanh, Văn Thánh, cầu Sài Gòn… tất cả đều lạ lẫm, rộng hơn, thoáng đãng, sạch sẽ với nhiều cây xanh.

Muốn vào làng, xe không quẹo ngang đầu An Phú mà bọc qua cầu Đen, vòng qua chân cầu Sài Gòn, đi về phía Thảo Điền. Đường lạ hoắc chả biết đâu mà mò, không có địa chỉ quán cà phê để tài xế bấm GPS, bèn nói taxi đến chùa Kỳ Quang là tôi định hướng được.

Taxi vòng vèo, chùa làng tôi đang trùng tu, giàn giáo bao quanh, xi măng vôi vữa trét đen xì, chỉ tượng Phật Bà trắng lừng lững ngoài sân là quen thuộc.

Bác tài đi chầm chậm, chầm chậm. Thấy quán cà phê hoa hoét tưng bừng đằng trước, tôi nói xe dừng và bước xuống.
Nếu đúng đây là đầu đường số 2, tôi phải thấy nhà con Diệm My đầu đường 1.

Không có. Lộn tiệm rồi. Tôi lò dò bước tới. Yên tâm. Đã tìm ra đường dẫn vào làng, thế nào cũng kiếm được nơi cần đến.
Siêu thị ló dạng. À, mình dừng xe sớm quá, phải đi thêm một quãng nữa.

Ngã ba Thiên Nga đây sao? Xưa chỗ này ruộng hoang nước ngập, giờ nhà cửa san sát, hết nhận ra.

Và đây, quán cà phê mình hẹn hò với bạn, đâu lưng với nhà Diệm My đường 1. Vậy xê xế phải là nhà con Huyên, căn nhà ngày xưa mỗi cái Tết đám bạn chúng tôi phải lăn lưng chà rửa dọn dẹp, ngoài sân có cây Sơ Ri trái nhỏ, chưa kịp đỏ đã bị chúng tôi hái sạch, cây Mít vườn sau trái lặc lè, ngọt lịm...

Nhưng...

Trước mặt tôi là cái cổng xi măng to tướng sơn vàng gắn tên một công ty, chả có cây cối, sân sướng, kỳ!

Quẹo vào con đường bên hông nhà Huyên, cách một căn, lý ra phải là nhà con Hiền cuối hẻm cụt, sát mé lạch nhưng lạch không còn, hẻm cụt giờ là đường nối dài, nhà nọ nối tiếp nhà kia, cao thấp, to nhỏ tùm lum, chẳng thể định hình bãi cỏ chúng tôi hay ngồi đàn hát, tỉ tê năm xưa, cây Xoài gần hàng rào lũ trẻ khoái leo trèo bẻ hái, hàng Dã Quỳ vàng che bờ giậu nghiêng ngả... Mất hết. Mất hết. Ruộng lúa ngập ánh trăng nay nhấp nhô hàng quán, tường sắt, bê tông che kín mít.

Tôi liếc ngang liếc dọc tìm chút manh mối nhà con bạn thân, chịu! Xưa, chúng tôi có thể ngồi trước cửa nhà nó đến tối khuya, tỉ tê trăm thứ chuyện. Giờ, hai bên đường, cổng nhà người ta chồm ra tận ngoài lề, ngồi đâu? Đứng đâu?

Quán bà Tư một thời oanh liệt, chuyên chào đón những cổ động viên bóng đá già trẻ lớn bé trong làng nay đã không còn. Bạn dẫn tôi đến trường Hàn Thuyên, trường do bố mình thành lập, cũng chính bố mời các thầy đỗ nhất nhì Sư Phạm khóa 1974 về dạy trẻ con Làng Báo Chí, trường nay chỉ còn một rẻo đất chừng 2m x 1m rác rến, củi mục, tôn rỉ đỏ quạch chất nùi nùi bên trong. Tấc đất khu này giờ là tấc vàng đúng nghĩa, sao chả ai chiếm chỗ này để ở cho nó đỡ hoang vu?

Hai đứa đi thăm bờ sông cuối làng, đã được xây bờ kè sạch sẽ tươm tất. Vẫn dòng nước trắng lấp lóa mặt trời, Lục Bình xanh trôi nổi trên sông từng cụm lớn bé, tôi tựa tay vào lan can, chân gác lên bệ xi măng, phóng tầm mắt sang bờ sông bên kia, Dừa Nước, Lồ Ô vươn cành thẳng đứng, quen lắm nhưng vẫn lạ lạ...

Bờ sông năm nào tưởng đã mất do nước ngập, lau lách mọc tràn lan, nay có đường xi măng thoai thoải chạy dài nhưng nó khác với bờ sông xưa. Hồi đó không bờ kè, không lan can, tôi có thể thò chân tay nghịch nước khi lũ bạn hò hét tắm sông, có thể ngồi trên băng đá ngoài bãi cỏ nhìn nước lên, chờ trăng mọc... Bờ sông mới, lan can cao, không nghịch nước được, cũng chả có bãi cỏ xanh rì cho mình bứt vu vơ... Ấm ớ! Thời gian qua rồi, lấy gì níu lại?

Đến căn nhà của mình trong làng Báo Chí cũng xa lạ. Đếm tới đếm lui, coi kỹ địa chỉ rồi ngước lên nhìn, nhà mình đây sao? Căn nhà bố mẹ muốn giữ làm nơi thờ phụng, căn nhà bố mẹ rửa từng viên sỏi trải ngoài sân rồi trồng cây Liễu, cây Tràm Bông Đỏ, Tràm Bông Vàng, cây Mận trắng, Lan Ngọc Điểm, xây hồ cá lát gạch bi đen, căn nhà một lần suýt cháy do bà nội làm đổ bếp dầu, nhà chất đầy sách vở của bố, nhà với tường rào gạch ô vuông đỏ... nơi tôi đã sống suốt thời con gái cho đến ngày lên xe hoa...

Hồi đó đứng ngoài đường, nhìn qua mấy ô gạch vuông sẽ thấy cây cối bố trồng bên trong, thấu qua cửa sổ song sắt đen là phòng khách. Nhà mới không thấy gì hết ngoài bức tường trắng cao nghều, cổng sắt đóng kín mít.

Ừ, mấy lần đường đắp cao, nhà ngập, mình đã giật sập xuống, xây mới hoàn toàn, rồi đem cho thuê. Từ đấy ai ở chứ mình có ở đâu mà quen thuộc? Nhà bán đi, người ta sửa mấy bận, sao nhận ra?

Nơi riêng tư, mình gắn bó cả cuộc đời giờ còn xa lạ nói gì đến làng xóm. Tôi cố tìm chút gì quen thuộc nơi đây cho bớt ngỡ ngàng. Hiểu rồi, đất mẹ không phải là mẹ để có thể chờ con cái quay về dẫu có mấy mươi năm đằng đẵng, chờ đến hơi thở cuối cùng. Mẹ sẽ giữ nguyên cây mận trắng hay cái hồ cá ngoài sân để con biết cột mốc mà tìm về. Mẹ sẽ nắm tay tôi lắc lắc, sẽ sờ mặt, sẽ vuốt tóc tôi và hỏi "Mày đấy hả con? Cơm nước gì chưa, mẹ nấu nhá."

Đất mẹ quay cuồng thay hình đổi dạng cho kịp với tiến độ thời đại a còng, đón người mới, tiễn người cũ, cảnh giác với những trò lừa đảo, bịp bợm. Giờ này mà cửa nẻo nhìn thông thống tận bếp, có mà mời cướp!

Ta đã lưu lạc mấy chục năm, lòng hướng về quê cũ được mấy lần? Quyền gì đòi hỏi đất mẹ "giữ nguyên quê mùa"?

Chả còn ai chào đón. Chả có gì mời gọi.

Chốn xưa... bùi ngùi.

Nguyễn Đình Phượng Uyển

7/8/23

nhưng lạ kỳ, vẫn động tâm
Huế đau chiến cuộc, Huế bầm dập mưa
khóc cho quê quán, tôi chưa
nhưng lệ cho Huế chẳng thua ai buồn
Huế buồn, Huế tiếp tục buồn
Huế đẹp, mãi đẹp luôn luôn muôn đời....
lhoán

TD

NGUYỄN LÊ HỒNG HƯNG

GÓC BIỂN XANH

(Chương 6)

Ngày Của Ba

Buổi sáng nhẹ nhàng đánh thức sự yên lặng của đêm qua. Tôi thức dậy trong sự êm ả của nước trời và thong thả bước ra boong. Quang cảnh bên ngoài quá hấp dẫn, khiến tôi phải im lặng đứng nhìn. Trước mặt là một vùng nước yên bình, xa xa hiện ra một cánh buồm chập chờn, trông như một chấm trắng in trên nền nước màu xanh da trời và rải rác vài chiếc ghe ngư phủ đánh cá đang trên đường về bến. Phương Đông mặt trời đỏ như chiếc cầu nung, chỉ trong chốc lát đã nhô lên khỏi viền nước. Không gian trong trẻo, tinh khiết, ánh nắng vàng chiếu trên mặt nước biển lấp lánh màu kim tuyến, làm mắt chóa lòa, đổ đom đóm. Tôi bèn day mặt né vùng ánh sáng, dụi dụi và nheo nheo đôi mắt cho trở lại bình thường rồi hướng nhìn vô phía đất liền, mặt biển như dâng cao tiếp đất liền là chân núi. Ánh sáng mặt trời xóa chưa sạch lớp sương mù, sương vẫn còn lãng đãng lưng chừng dưới ngọn đồi cao.

Tàu vừa đón hoa tiêu xong và đang chạy vô hải cảng Cartagena. Nghe tiếng cửa mui mở, tôi ngoái lại thấy thủy thủ đoàn bước ra boong. Hiệu lệnh mỗi khi tàu bắt đầu vô bến hoặc trước khi tàu rời bến là "Fore and aft!", tức là trước và sau. Thủy thủ nghe lệnh, tức thì ra boong, ai về vị trí đó, chuẩn bị dây chạc trước mũi, sau lái. Zada, Edy và thuyền phó phụ trách trước mũi, Frans và Iwan phụ trách sau lái. Tôi chưa tới giờ làm việc nhưng thấy đứng xớ rớ hổng làm gì, bèn đi vô bếp pha cà phê. Pha xong bình cà phê, tôi rót một tách bưng ra đứng bên thành tàu, nhìn đoàn tàu neo và vài chiếc ghe đánh cá chạy cùng chiều. Frans và Iwan sắp xếp dây chạc đâu vào đó, sẵn sàng cho tàu ghé bến. Hai đứa thấy tôi đứng nhâm nhi cà phê, liền hô lên:
– Oh, coffee! Coffee!
Iwan hỏi tôi:
– Có cà phê cho tụi con không chú?
– Dĩ nhiên, một bình cả lít, ở trong phòng bếp, hai đứa vô đó lấy uống đi.
Hai đứa vui vẻ đi nhanh vô trong, lấy cà phê rồi bưng trở ra. Trong thời gian chờ tàu ghé bến, hai đứa đi lại đứng cạnh bên tôi. Frans bắt chuyện hỏi:
– Trời đẹp quá hả chú?
Tôi đáp:
– Đẹp, nhưng năm nay vùng Địa Trung Hải nắng nóng có nơi lên tới trên bốn chục độ °C. Hồi hôm thợ máy không mở máy điều hòa, trong phòng nóng nực làm khó ngủ.
– Ờ, con nghe tin tức, sắp tới đây châu Âu bị hạn nặng, có nơi đất khô, nứt nẻ và rừng ở bên Canada bị cháy, khói bay qua tận Tây Âu.
– Thời tiết càng ngày càng khắc nghiệt.
– Môi trường ô nhiễm, thiên tai, lũ lụt, cháy rừng, đã vậy mà còn chiến tranh tràn lan, tất cả tai ương phủ trùm như muốn hủy diệt trái đất.
– Nói nghe khủng khiếp quá, nhưng dù sao mình cũng đang sống yên ổn mà.
Iwan đưa ngón tay cái ra gặt gặt, nói:
– Chú nói đúng, mình đang yên ổn.
Frans day qua Iwan, nói:
– Tui đọc báo mới biết vùng biển Cartagena tài nguyên cạn kiệt, cho nên bây giờ nghèo hơn ngày trước, làm cho dân chúng sống mỗi lúc một khó khăn.

Những người In Đô theo đạo Tin Lành hay Công giáo, phần đông tánh tình họ cởi mở hơn người theo đạo Hồi. Frans theo đạo Tin Lành, nó thường đọc tin tức và thường quan tâm tới chuyện thế sự. Tôi nói với Frans:
– Thiệt ra thì vùng biển nào trên thế giới này tài nguyên cũng cạn kiệt, dân chúng cũng khó khăn chớ hổng riêng gì Cartagena. Những tin tức trên thế giới thống kê ra những cái tiêu cực để cho con người ta đề phòng tai ương và phấn đấu làm việc để sống còn.
– Nhưng tài nguyên cạn hết thì tương lai con người sống ra sao?
– Tương lai thì để tương lai tính, hơn nữa bên những cái tiêu cực cũng có những cái tích cực đó chớ.
– Con thấy cuộc sống càng ngày càng tệ, không có gì tích cực hết.
– Có chớ, thí dụ như biển ít cá, ít tôm thì người ta ra luật dưỡng ngư và ven biển người ta lập ra nhiều trại, nhiều bè để nuôi tôm, nuôi cá...
Tôi chỉ tay vô đất liền, chỗ bến cảng nằm trong một eo núi với những cần trục lố nhố và nói tiếp:
– Con thấy trên bến cảng đó, công nhân và thủy thủ đoàn thay phiên làm việc ngày, đêm không ngừng nghỉ và tàu buôn vô ra chở hàng hóa, năm này qua tháng nọ mà vẫn không hết hàng. Còn trên hải phận quốc tế, lúc nào cũng thấy tàu buôn xuôi ngược.
Frans gật gật cái đầu ra vẻ hài lòng với những gì tôi nói. Hồi sau nó hỏi:
– Chiều nay chú có lên bờ chơi không?
– Nếu tàu đậu lại chú lên.
Iwan chen vào:
– Nghe Zada nói, có lần chú dẫn nó đi ăn đồ biển rất ngon.
Frans họa theo:
– Ờ đúng rồi, lúc đi tuyến đường Vigo và Lisbon tui cũng thường đi nhậu với chú.
Nó day qua hỏi tôi:
– Chiều nay chú cho con đi chung với nhé?
Iwan họa theo:
– Chú đi con cũng đi nữa.
Tôi cười nói:
– Ừa, chú đi chung với hai đứa.
Frans nói:
– Nghe nói vùng này có nhiều di dân, con người ta tạp nhạp, nhưng con lên bờ nhiều lần, thấy ai cũng hiền và rất dễ gần gũi.
Tôi dí dỏm, nói:

– Dễ thì có dễ, nhưng phải cẩn thận, coi chừng túi tiền và điện thoại.

Iwan giả giọng dê kêu, cười he he làm tôi và Frans cũng cười theo. Khi mọi người im lặng, tôi chỉ tay qua mấy ghe đánh cá đang chạy cùng chiều nói:

– Ghe đánh cá vẫn còn ra khơi, chứng tỏ biển ít cá chớ chưa hết sạch. Trên phố đồ biển và những món ăn truyền thống của vùng Tây Ban Nha nổi tiếng với chất lượng phong phú, đa dạng, nó rất ngon và rất tốt cho sức khỏe.

Iwan nói:

– Chú nói chuyện mà giống như quảng cáo, nghe thèm quá, chiều nay mình làm khách du lịch.

Tôi cười:

– Dĩ nhiên, thủy thủ lúc nào hổng là khách du lịch.

Cũng giọng cười he he của Iwan làm chúng tôi cùng cười ha hả. Chợt có tiếng điện thoại báo tin, tôi móc điện thoại ra xem, thì ra con gái chúc mừng "Father's Day" và nói:

– Ba làm gì cho vui nhé.

Tôi nhắn lại:

– Sáng sớm được nghe tiếng con gái chúc mừng, đủ để ba vui cả ngày rồi.

– Tới giờ con đi làm rồi, quà của ba con để trong bank của ba đó, chào ba.

Con nhỏ thiệt tình! Nghĩ vậy nhưng tôi cũng nhắn lại:

– Cảm ơn con, chúc con ngày vui và làm việc hiệu quả.

Tôi nghe trong lòng rộn rã một niềm vui và nhìn giờ trên điện thoại, thấy cũng sắp tới giờ làm. Day qua nói với Frans và Iwan.

– Chú vô thay đồ làm việc. Lát nữa tụi con hỏi Zada chiều có đi theo không?

Frans nói:

– Zada nói tàu ghé bến xong nó vô hỏi chú gì đó.

– Ồ, chú nhớ rồi, chuyến tới Zada lên làm đầu bếp, nên nó muốn học hỏi thêm chút kinh nghiệm.

Nói đoạn tôi đi về phòng đánh răng, rửa mặt, thay quần áo và bắt đầu cho một ngày mới.

Zada xong việc ngoài boong, nó vô thấy tôi đương lui cui dọn dẹp đồ đạc trong phòng ăn, liền phụ tôi đem mấy cái dĩa dơ để vô bồn rửa. Xong nó hỏi:

– Hôm qua chú nói, làm đầu bếp trên tàu phải học những lúc lương thực thiếu thốn, chớ hổng phải học lúc đồ dùng có sẵn. Bây giờ đồ tươi hết và gia vị cũng không đủ, vậy chú dạy con nấu món gì?

– Món thì khỏi cần dạy nữa, chú bày con cách nấu rau, củ đông đá.
Tôi chỉ tay qua rổ cà rốt đã lấy ra từ phòng đông đá, mớ khoai tây và mớ củ hành chưa gọt vỏ và hỏi nó:
– Bao nhiêu thứ cũng đủ chế biến ra một món ăn truyền thống của Hòa Lan. Nếu là đầu bếp con sẽ nấu món gì?
Zada đưa tay lên gãi gãi cái đầu rồi nói:
– Cà rốt và khoai tây luộc hả chú?
– Đó là món ăn thường, món này con biết rồi mà.
– Vậy chú định nấu món gì?
Hôm nay chú chỉ con món hutspot, món ăn truyền thống của người Hòa Lan.
– À, con biết món này rồi, nhưng người In Đô ăn không được.
Thật ra thì trên tàu đầu bếp dọn ra ai ăn được thì ăn, ăn hổng được thì thôi, nhưng thấy nấu đúng quy định thì đồ ăn bị đổ nhiều quá, nên hôm nào nấu món của Tây mà tụi In Đô ăn không được thì làm riêng cho tụi nó một món. Tôi chỉ qua chỗ con gà mà tôi đã để tan đá nói với Zada:
– Chú có con gà kìa, con muốn làm gì thì làm?
– Con muốn kho gừng theo cách Việt Nam.
– Hết gừng rồi.
– Thì kho với Ketjap.
Zada mở tủ đựng gia vị lấy chai ketjap, đưa lên nhìn thấy còn chút xíu, nó đi xuống kho định lấy chai mới, hồi sau nó trở lên nói:
– Ketjap cũng hết rồi chú.

– Con thắng đường thay ketjap cũng được.
Nó thở hắt một cái rồi nói:
– Con chưa biết thắng đường.
– Vậy con chặt gà ra ướp trước, xong chú chỉ con thắng đường.
Nó lại chỗ con gà, chưa chịu làm mà đứng càu nhàu:
– Con thấy thuyền trưởng người Nga mỗi khi đổi về, biết thuyền trưởng Hòa Lan xuống thì đặt hàng ít lại.
– Thuyền trưởng người Hòa Lan cũng vậy thôi, họ chơi xấu qua lại với nhau vậy đó mà.
– Thuyền trưởng mà cũng bần tiện vậy sao?
– Người nào bần tiện thì bần tiện, những tay to mặt bự trên thế giới cỡ như tổng thống, chủ tịch nước, thủ tướng cũng chơi bẩn với nhau nói gì thuyền trưởng. Những chuyện xảy ra trên tàu nhiều chuyện mình hổng biết hết đâu, đầu bếp đặt hàng còn qua tay kiểm duyệt của thuyền trưởng, sau đó công ty xem xét lại rồi mới đặt mua, có những thứ hổng vừa ý, thắc mắc hỏi thì thuyền trưởng đổ thừa cho

công ty. Còn những tên bán hàng giao cái gì thì mình phải nhận cái đó, trả lại không được. Cho nên trên tàu có gì thì nấu nấy, con linh động một chút, nấu sao cho mọi người ăn được là tốt rồi.
– Con nấu chắc không bằng chú đâu.
– Chưa bằng chớ hổng phải là không bằng, chú làm bếp hơn bốn chục năm rồi, con muốn được như chú thì phải chờ bốn chục năm nữa.
Tôi dí dỏm cho nó cười mà nó hổng cười gì hết, còn nghiêm túc nói:
– Con thấy nhiều người làm bếp tới già mà cũng đâu có bằng chú.
– Mỗi đầu bếp có mỗi vị khác nhau, sao mà so sánh được.
– Nhưng con thấy bị phiền phức nhiều lắm.
– Làm đầu bếp trên tàu lúc nào cũng bị phiền phức, nấu tệ quá gây phiền phức đã đành, mà nấu ăn ngon cũng bị phiền nữa.
– Nhưng con thấy đâu có ai vô bếp phàn nàn với chú này nọ.
– Có chớ con, nhưng thằng nào vô bếp ọ ẹ chú đuổi tụi nó ra.
– Con thấy có nhiều đầu bếp tức giận chửi bới đập đồ, có người bỏ đồ dơ vô thức ăn.
– Tức giận làm gì, mấy người ham ăn thường ngu ngốc, nó đâu biết thưởng thức món ăn, lên bàn thấy đồ ăn liền chộp vừa ngốn vừa nuốt, trong đầu ước mơ món này, tưởng tượng món kia. Thấy món ngon hôm nay thì nó nghĩ tới món ăn ngon của ngày khác, đầu óc cứ để đâu đâu, ăn mà cũng hổng biết ăn gì.
– Con thấy chú dễ quá.
– Hồi còn trẻ chú giận lên cũng chửi bới om sòm, nhiều khi bực tức muốn múc nước trong bồn cầu pha cà phê cho họ uống và nấu cho họ ăn, nhưng nghĩ lại, hổng lẽ chỉ có một vài tên ba trợn mà mình cho tất cả những người khác ăn, như vậy đâu có được. Hơn nữa chú già rồi nên sống dễ dãi với mọi người cho nhẹ tấm thân.
– Nhưng...
Thấy thằng nhỏ đứng tần ngần, muốn nói thêm gì đó. Nhưng tôi muốn nó làm việc, bèn nói:
– Nãy giờ đứng nói chuyện tào lao. Con chặt gà và ướp gia vị đi, chú gọt khoai tây và lột vỏ củ hành.
Zada chặt gà và ướp xong day qua tôi nói:
– Kho gà xong con đi ngủ, chiều nay con trực.
– Vậy là không đổ bộ được rồi.
– Không chú, chiều Edy nghỉ, chú rủ nó đi đi.
– Nó hổng đi đâu.
– Sao chú biết nó hổng đi?

– Biết chớ, chú làm chung tàu với Edy cũng đã hơn hai mươi năm rồi. Từ ngày nó có vợ tới nay, chú chưa thấy nó lên bờ. Nó chỉ biết có cái điện thoại thôi, hôm nào không có mạng nó như người mất hồn. Tàu chạy từ Nador qua Valencia chỉ vài tiếng không có mạng, vậy mà nó ngủ không yên, mới năm giờ sáng nó ra boong sau, cầm điện thoại đứng chờ tín hiệu, nhiều lần chú thấy nó ôm cái điện thoại trên ngực nằm ngủ trên băng ở trong phòng nghỉ ngoài sau lái.
– Ừa, con thấy lúc nào nó cũng lăng xăng, đương ngồi ăn nghe tin nhắn liền bỏ ngang, cầm điện thoại chạy lên phòng.
– Nhưng nó tốt bụng.
– Ừa, con cũng thấy vậy.
– Thì vậy, mỗi khi thấy chú bưng đồ nặng là nó tới phụ và chiều nào nó cũng đổ rác giùm chú.
– Con thấy mình cũng nên lên bờ chơi, chớ ở trên tàu riết đầu óc không còn bình thường nữa.
– Tánh Edy loi choi lóc chóc vậy thôi, nhưng nó là một người chồng gương mẫu, sống hết mình với gia đình, mình nên nể phục và tôn trọng.
– Chú nói đúng, ai cũng có cách sống riêng, mình nên tôn trọng.
Tôi lấy hộp đường ra đưa cho Zada và nói:
– Vậy thì con mở lửa lò cho nóng, bắt chảo lên thắng nước màu rồi kho gà đi. Còn hutspot con biết rồi thì khỏi làm.
Zada thắng đường và bỏ gà vô xào, tới khi gà ra nước thịt săn lại. Tôi kêu nó.
– Con bớt lửa nhỏ rồi đi ngủ đi, phần còn lại để đó chú coi.

Hôm nay Father's Day đứa con gái còn đi học gởi thiệp chúc mừng, đứa đi làm thì nhắn tin chúc mừng và chuyển tiền thay quà, còn bà xã cũng như con gái, dặn làm cái gì đó cho vui.
Chiều tôi tranh thủ làm nhanh, nghỉ sớm và tắm rửa thay đồ. Xong rồi cùng Frans và Iwan lên phố. Mùa hè trên phố khách du lịch rất đông, chúng tôi cùng hòa trong dòng người đến từ bốn phương ấy. Sau khi đi dạo một vòng và chụp hình những nơi ấn tượng của thành phố, chúng tôi ghé vô một quán ăn lề đường nơi đầu phố. Người bồi bàn thấy chúng tôi vô liền đi tới vui vẻ chào, chỉ chỗ ngồi và đưa mỗi người một tấm thực đơn. Xong, anh ta hỏi chúng tôi uống gì. Tám giờ tối rồi mà trời còn nóng nực, đứa nào cũng khát nên kêu bia uống trước. Trong lúc anh bồi bàn đi vô trong lấy bia. Iwan coi thực đơn, chợt ngước lên vỡ giọng cười theo tiếng dê kêu và nói:
– Thực đơn tiếng Tây Ban Nha, hổng hiểu gì hết.

Tôi cười.
– Chú cũng hổng hiểu gì ráo.
Frans cũng cười:
– Tui cũng hổng hiểu gì luôn.
Frans day qua tôi hỏi:
– Con nhớ có lần ở Lisbon chú với con vô quán, chú gọi món mực, cá chiên giòn rất ngon, chú nói nó giống như món tapas của Tây Ban Nha.
– A, chú nhớ rồi, tiếng Bồ Đào Nha gọi món đó là petiscos.
Tôi lấy điện thoại bấm tự điển Google lên và mở phần chụp hình để lên tấm thực đơn cho nó dịch ra tiếng In Đô rồi đưa qua cho Frans và Iwan coi. Hai đứa chụm đầu nhau nhìn vô điện thoại rồi ồ lên một cái. Đọc xong Frans day qua hỏi tôi:
– Chú thích món nào?
– Con kêu một dĩa cá các loại chiên chanh mình nhậu chung cũng được.
Cùng lúc anh bồi bàn bưng bia tới, nhìn ly bia tươm chất lạnh thấy thèm, nhưng chờ Frans kêu món xong, khi anh bồi bàn đi vô trong rồi chúng tôi mới cụng ly. Ba người cùng ngước cổ uống một hơi hết một phần ba ly bia nửa lít. Để bia xuống Iwan hỏi tôi:
– Chú định đi làm tới chừng nào mới nghỉ hưu?
– Chừng nào thấy mệt và hết vui rồi chú nghỉ.
– Vậy chắc còn lâu hả chú?
Frans chen vô nói:
– Con hy vọng sức khỏe chú tốt để chú được vui hoài.
– Tương lai không biết được đâu, còn bây giờ chú đương vui với tụi con mà.
Iwan cười he he làm cả ba cùng cười. Chúng tôi uống gần hết ly bia thì anh bồi bàn bưng ra một dĩa cá chiên giòn các loại và một dĩa mực khoanh cũng chiên giòn. Tôi nói anh bồi bàn cho thêm bia rồi day qua chỉ dĩa cá nói với hai đứa:
– Món này là một trong những món đặc trưng của Tây Ban Nha.
Frans nhìn hai dĩa thức ăn, áy náy nói:
– Con nghĩ dĩa của chú đặt không có mực khoanh nên con kêu thêm, nhiều quá, chắc ăn hổng hết đâu chú.
– Không thành vấn đề.
Tôi đẩy dĩa mực khoanh qua một bên, chỉ dĩa cá các loại nói:
– Mình ăn dĩa này, dĩa kia lát nữa nhờ anh bồi bàn gói lại, đem về cho Edy và Zada.
Iwan cười:

– Chú tốt quá.
Frans cũng tán thành và thắc mắc hỏi:
– Giữa tapas và pintxos khác nhau như thế nào chú?
– Pintxos ghim bằng que cocktail để trên một miếng bánh mì hoặc những loại bánh khác, người ăn cầm đầu que lên bỏ miếng pintxos vô miệng ăn mà không bị dính tay, còn tapas được phục vụ trong đĩa và ăn bằng dao nĩa. Nhưng mình ăn bằng tay cũng hổng sao.
Nói xong tôi bốc một miếng cá lên bỏ vô miệng, chợt nghe mùi vị của cá đuối, lần đầu ăn cá đuối chiên, gân cá giòn và thịt cá thơm, tôi buột miệng khen:
– Ngon quá!
Iwan và Frans định tháo dao nĩa ra, thấy tôi bốc ăn tụi nó liền để dao nĩa lại, ăn bốc là văn hóa của In Đô mà, mỗi đứa bốc một miếng bỏ vô miệng ăn ngon lành. Hai đứa khen ngon và bưng ly lên cụng, ngước cổ nốc một hơi cạn ly. Cùng lúc anh bồi bàn bưng bia ra để trước mặt mỗi người và chúng tôi tiếp tục uống.
Chúng tôi lai rai đến khi đĩa cá gần hết và bia cũng gần cạn, tôi kêu anh bồi bàn lại, đưa dĩa mực khoanh nhờ anh đóng hộp và kêu thêm bia. Anh lấy dĩa cá trở vô trong, một lát anh bưng bia và hộp cá ra để lên bàn. Tôi nói cám ơn và kêu anh tính tiền.
Frans nói:
– Chú để con trả.
Iwan cũng đòi trả, tôi nói với hai đứa:
– Hôm nay Father's Day, con gái chú có cho chú tiền đủ đãi hai đứa.
Hai đứa ồ lên một cái và chìa tay chúc mừng. Iwan nói:
– Father's Day tụi con đãi chú mới phải.
Frans cũng họa theo:
– Tiệc này chú để tụi con trả.
Thấy giành qua giành lại cũng kỳ, tôi nói:
– Ô kê, vậy lần sau chú đãi hai đứa món mariscada.
Frans đưa ngón tay cái ra gặt gặt hô:
– Ồ, mariscada, ngon lắm!
Tôi bưng bia lên nói:
– Vậy uống hết cái này mình về được rồi.

(còn tiếp)

Nguyễn Lê Hồng Hưng
Địa Trung Hải, 23.7.2023

TS

NGUYỄN VĂN GIA
LÊ HÂN
TIN SÁCH

SÁCH ĐÃ CÓ MẶT TRONG THÁNG 7 & 8 NĂM 2023:

A. TẠI VIỆT NAM

1. **Truyện Ngắn Chọn Lọc**

Tác giả: Nguyễn Châu
Thể loại: Truyện ngắn
Sách dày: 272 trang
Bìa: Lê Hồng Thái
NXB Hội Nhà Văn - 7/2023
Giá bìa: 150.000 đồng.

2. **Như Khói Như Sương**

Tác giả: Nguyễn Văn Gia
Thể loại: Thơ
Sách dày: 288 trang
Bìa: Đặng Mậu Triết
NXB Hội Nhà Văn - 7/2023
Giá bìa: 130.000 đồng.

3. **Ngày Không Gió**

Tác giả: Thụy Sơn
Thể loại: Thơ
Sách dày: 240 trang
Bìa: Văn Sáng
NXB Hội Nhà Văn - 8/2023
Giá bìa: 120.000 đồng.

4. **Qua Miền Ký Ức**

Tác giả: Châu Thạch
Thể loại: Thơ
Sách dày: 180 trang
Bìa: Quốc Việt
NXB Hội Nhà Văn - Quý II/2023
Giá bìa: 120.000 đồng.

5. **Chín Một Trời Thương**

Tác giả: Mai Xuân Anh
Thể loại: Thơ
Sách dày: 100 trang
Bìa: Anh Tuấn
NXB Hội Nhà Văn - 8/2023
Giá bìa: 90.000 đồng.

6. **Gò Cô Ba**

Tác giả: Lê Hồng Ân
Thể loại: Truyện ngắn
Sách dày: 146 trang
Bìa: Phan Lương
NXB Hội Nhà Văn - 8/2023
Giá bìa: 100.000 đồng.

7. **Người Đứng Khóc Tay Không**

Tác giả: Uyên Hà
Thể loại: Thơ
Sách dày: 138 trang
Bìa: Đinh Cường
NXB Văn Học - 7/2023
Giá bìa: 100.000 đồng.

8. **Trăng Úa**

Tác giả: Hùng Bàng Long
Thể loại: Thơ
Sách dày: 120 trang
Bìa: Đinh Cường
NXB Hội Nhà Văn - 8/2023
Giá bìa: 95.000 đồng.

9. **Sông Mây Trên Đỉnh Núi**

Tác giả: Nguyễn Thị Phú
Thể loại: Tiểu thuyết
Sách dày: 152 trang
Bìa: Hồ Đình Nam Kha
NXB Hội Nhà Văn - 7/2023
Giá bìa: 80.000 đồng.

10. **Tuyển Tập Bình Thơ**

Tác giả: Châu Thạch
Thể loại: Bình thơ
Sách dày: 348 trang
Bìa: Quốc Việt
NXB Hội Nhà Văn - Quý II/2023
Giá bìa: 220.000 đồng

11. **Ô Cửa Rêu Xanh**

Tác giả: Lê Hà
Thể loại: Truyện ngắn
Sách dày: 200 trang
Bìa: Minh Cao
NXB Thuận Hóa - Quý II năm 2023
Giá bìa: 98.000 đồng.

12. **Trở Về Nơi Thầm Lặng**

Tác giả: Hà Thi
Thể loại: Thơ
Sách dày: 256 trang
Bìa: Đoàn Văn Toản
NXB Dân Trí - Quý II/2023
Giá bìa: 120.000 đồng.

13. **Bùi Huy Tín Với Thực Nghiệp Dân Báo...**

Tác giả: Trần Viết Ngạc
Thể loại: Biên khảo
Sách dày: 284 trang
Bìa: Quách Quỳnh Chi
NXB Hồng Đức - 8/2023
Giá bìa: 180.000 đồng.

14. **Đường Đời Muôn Nẻo**

Tác giả: Nguyễn Khắc Phê
Thể loại: Tạp bút & Bình văn
Sách dày: 410 trang
Bìa: Hải Trung
NXB Hội Nhà Văn - 7/2023
Giá bìa: 180.000 đồng.

15. **Truyện Ngắn Huế Từ Năm 2000**

Tác giả: Nhiều tác giả
Thể loại: Truyện ngắn
Sách dày: 706 trang
Bìa: Nguyễn Phước
NXB Thuận Hóa - 7/2023
Giá bìa: 290.000 đồng.

B. SÁCH DO NHÂN ẢNH XUẤT BẢN (7 & 8 /2023):

1. **Phiếm 30**

Tác Giả: Song Thao
Thể loại: Phiếm
Bìa: Khánh Trường
Dàn trang: Tạ Quốc Quang
Nxb Nhân Ảnh - 7/2023
Sách dày 400 trang. Giá bìa: $25 US
Sách có thể mua qua Amazon, Barnes & Noble
hay liên lạc: tatrungson@hotmail.com

2. **Khách Sạn Hoa Thịnh Đốn**

Tác giả: Nguyễn Đức Nam
Thể loại: Tiểu thuyết phóng sự
Bìa: Uyên Nguyên Trần Triết
Dàn trang: Nguyễn Công
Nxb Nhân Ảnh - 7/2023. Sách dày 154 trang
Sách có thể mua qua Amazon, Barnes & Noble
Hay liên lạc: nguyenducnam@yahoo.com
Giá bìa: $20 US (bìa mềm), $30 US (bìa cứng, in màu bên trong)

3. **Hoàng Hôn**

Tác giả: Lâm Hoàng Mạnh – Chu Minh Hạnh
Thể loại: thơ
Bìa: Uyên Nguyên Trần Triết
Dàn trang: Nguyễn Công
Nxb Nhân Ảnh - 7/2023. Sách dày 130 trang
Sách có thể mua qua Amazon
Hay liên lạc: han.le3359@gmail.com
Giá bìa: $25 US (bìa cứng)

4. **Tìm Về**

Tác Giả: Thanh Huy – Trần Thanh Hựu
Thể loại: Thơ
Bìa: Uyên Nguyên Trần Triết
Dàn trang: Nguyễn Công
Nxb Nhân Ảnh - 7/2023. Sách dày 586 trang.
Giá bìa: $40 US (bìa mềm), $50 US (bìa cứng)
Sách có thể mua qua amazon, Barnes & Noble
Hay liên lạc: han.le3359@gmail.com

5. **Cõi Lạ**

Tác Giả: Hoàng Nga
Thể loại: Tập truyện
Bìa: Uyên Nguyên Trần Triết
Tranh bìa: Hoàng Nga
Dàn trang: Nguyễn Công
Nxb Nhân Ảnh - 7/2023.
Sách dày 220 trang. Giá bìa: $20 US
Sách có thể mua qua amazon

6. **Triết Lý Cao Đài / The Philosophy of Caodaism**

Tác giả: Lạp Chúc Nguyễn Huy
Thể loại: Biên Khảo, tiếng Việt và tiếng Anh
Bìa: Uyên Nguyên Trần Triết
Dàn trang: Nguyễn Công
Nxb Nhân Ảnh - 7/2023. Sách dày 492 trang
Sách có thể mua qua Amazon
Hay liên lạc: han.le3359@gmail.com
Giá bìa: $30 US (in màu bên trong)

7. **Kieu Chinh – Une Artiste En Exil**

Tác giả: Kiều Chinh
Thể loại: Hồi ký – viết bằng tiếng Pháp
Bìa: Hòa Bình
Dàn trang: Lê Hân
Nxb Nhân Ảnh - 7/2023. Sách dày 520 trang
Liên lạc: han.le3359@gmail.com
Giá bìa: $40 US (bìa cứng)

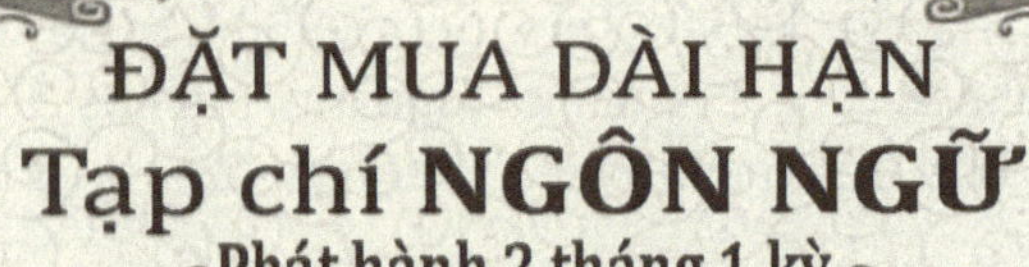

ĐẶT MUA DÀI HẠN
Tạp chí **NGÔN NGỮ**

Phát hành 2 tháng 1 kỳ

Ở Hoa Kỳ:

$120 US/1 năm
$20 US một số
Liên lạc: Lê Hân, han.le3359@gmail.com - tel: (408) 722-5626

Ở Cannada:

$200 CAD/1 năm
$25 US một số
Liên lạc: Lê Hân, han.le3359@gmail.com - tel: (408) 722-5626

Ở Pháp - Đức - Úc:

$25 US một số
Liên lạc: Lê Hân, han.le3359@gmail.com - tel: (408) 722-5626

Ở Việt Nam:

200.000 VNĐ một số
Liên lạc: Công Nguyễn, congnguyen.zc@gmail.com
tel: (84) 0908 451 154

www.ingramcontent.com/pod-product-compliance
Lightning Source LLC
Chambersburg PA
CBHW020647120726
47906CB00001B/156

* 9 7 8 1 0 8 8 2 4 9 7 8 9 *